คริสตจักรทั้งเจ็ด

"พระวิญญาณได้ทรงดลใจข้าพเจ้าในวันขององค์พระผู้เป็นเจ้าและข้าพเจ้าได้ยินพระสุรเสียง
ดังมาจากเบื้องหลังข้าพเจ้าดุจเสียงแตร ตรัสว่า
'สิ่งซึ่งท่านได้เห็นจงเขียนไว้ในหนังสือม้วน
และฝากไปให้คริสตจักรทั้งเจ็ดคือ คริสตจักรที่เมืองเอเฟซัส เมืองสเมอร์นา
เมืองเปอร์กามัม เมืองธิยาทิรา เมืองซาร์ดิส เมืองฟีลาเดลเฟีย
และเมืองเลาดีเซีย' ข้าพเจ้าจึงเหลียวมาทางพระสุรเสียง
ที่ตรัสแก่ข้าพเจ้านั้น ครั้งแล้วข้าพเจ้าก็เห็นคันประทีป
ทองคำเจ็ดคันและในท่ามกลางคันประทีปเหล่านั้น
มีผู้หนึ่งเหมือนกับบุตรมนุษย์ ทรงฉลองพระองค์
กรอมพระบาทและทรงคาดผ้ารัดประคด
ทองคำที่พระอุระ"
(วิวรณ์ 1:10-13)

ดร แจร็อก ลี

คริสตจักรทั้งเจ็ด

คริสตจักรทั้งเจ็ด
โดย ดร. แจร็อก ลี
จัดพิมพ์โดย อูริมบุคส์
851, คูโร-ดอง, คูโร-กุ, โซล เกาหลีใต้
www.urimbook.com

ห้ามจัดพิมพ์หนังสือเล่มนี้หรือส่วนหนึ่งส่วนใดของหนังสือเล่มนี้ซ้ำ หรือเก็บไว้ในระบบเพื่อนำกลับมาใช้ใหม่ หรือถ่ายทอดด้วยรูปแบบอื่นใด หรือโดยเครื่องมืออิเลกทรอนิกส์ เครื่องกล การถ่ายสำเนา การบันทึกหรือด้วยวิธีการหนึ่งใดเหล่านี้โดยมิได้รับอนุญาตจากผู้จัดพิมพ์อย่างเป็นลายลักษณ์อักษร

ข้ออ้างอิงพระคัมภีร์ที่ใช้ในหนังสือเล่มนี้นำมาจากพระคริสตธรรมคัมภีร์ไทยฉบับ 1971จัดพิมพ์โดยสมาคมพระคริสตธรรมไทย

สงวนลิขสิทธิ์ © 2009 โดย ดร.แจร็อก ลี

ISBN: 979-11-263-1361-7 03230

จัดพิมพ์ครั้งแรกโดยอูริมบุคส์ กรุงโซล ประเทศเกาหลี สงวนลิขสิทธิ์ © 2007, โดย ดร.แจร็อก ลี

ได้รับอนุญาตให้แปลเป็นภาษาอังกฤษโดยดร.คูยัง ซุง
ได้รับอนุญาตให้แปลเป็นภาษาไทยโดยดร.ดานิเอล แสงวิชัย

พิมพ์ครั้งที่ 1 เมื่อเดือนมีนาคม 2009

บทบรรณาธิการโดยดร.เจียมซุน วิน
ออกแบบโดยแผนกบรรณาธิการของอูริมบุคส์
จัดพิมพ์โดย...
ข้อมูลเพิ่มเติมโปรดติดต่อ urimbook@hotmail.com

อารัมภบท

ผมขอบพระคุณและถวายเกียรติยศทั้งสิ้นแด่พระเจ้าพระบิดาผู้ทรงอนุญาตให้เราจัดพิมพ์หนังสือเรื่อง "คริสตจักรทั้งเจ็ด" ขึ้น หนังสือเล่มนี้บรรจุเอาความรักของพระเจ้าและความลับแห่งวาระสุดท้ายเอาไว้

ผมเคยป่วยเป็นโรคหลายชนิดอยู่เป็นเวลาถึงเจ็ดปี ผมอยู่ในสถานการณ์ที่ไม่มีทางออก แต่ด้วยพระคุณของพระเจ้าผมได้รับการรักษาจากโรคภัยไข้เจ็บทั้งสิ้นของผมและเริ่มดำเนินชีวิตคริสเตียน ในเวลานั้นผมมีความฝันอยู่อย่างหนึ่ง นั่นคือ ผมอยากเป็นผู้ปกครองที่ดีที่สุดของคริสตจักรซึ่งสามารถช่วยเหลือคนยากจนและคนด้อยโอกาสและทำพันธกิจทั่วโลกเพื่อทดแทนพระคุณของพระเจ้า แต่พระเจ้าทรงเรียกให้ผมเป็นศิษยาภิบาลและทรงมอบหมายหน้าที่ให้ผมประกาศพระกิตติคุณกับทุกคน

นับตั้งแต่ผมเปิดคริสตจักรในปี 1982 ผมทำตามแบบอย่างของคริสตจักรในยุคแรกที่ตั้งขึ้นโดยพวกอัครทูตหลังจากการเป็นขึ้นมาและการเสด็จขึ้นสู่สวรรค์ขององค์พระผู้เป็นเจ้า ผมทุ่มเทให้กับการอธิษฐานและการประกาศพระกิตติคุณ ผลลัพธ์ก็คือวันนี้คริสตจักร

v

ของผมมีสมาชิกมากกว่า 1 แสนคนและมีคริสตจักรสาขาอีกมากกว่า 8,000 แห่งทั่วโลกที่เป็นอันหนึ่งอันเดียวกันกับคริสตจักรของเราและกำลังประกาศพระกิตติคุณออกไปทั่วทุกมุมโลก

ในท่ามกลางสาวกและผู้เชื่อแห่งคริสตจักรในยุคแรกมีหลายคนที่ได้เห็นหมายสำคัญและการอัศจรรย์รวมทั้งเห็นการเป็นขึ้นมาและการเสด็จขึ้นสู่สวรรค์ขององค์พระผู้เป็นเจ้า คนเหล่านั้นเต็มล้นไปด้วยพระคุณ ความจริง พระวิญญาณ และมีความเชื่ออันยิ่งใหญ่ คนเหล่านั้นกลายเป็นศิลาเอกของการทำพันธกิจโลกแม้จะตกอยู่ภายใต้การข่มเหงอย่างรุนแรงก็ตาม ในที่สุด คริสต์ศาสนาก็กลายเป็นศาสนาประจำจักรภพโรม พระกิตติคุณที่เริ่มต้นจากอิสราเอลได้แพร่กระจายไปทั่วโลกและกำลังหวนกลับมาสู่อิสราเอลอีกครั้งหนึ่ง

ในปัจจุบันมีผู้เชื่อหลายคนที่ได้สูญเสียความรักดั้งเดิมของตนไป การเจริญเติบโตฝ่ายวิญญาณของคนเหล่านี้หยุดชะงักและความเชื่อของเขาเริ่มเฉื่อยชา หลายคนไม่เชื่อในพระเจ้าผู้ยิ่งใหญ่อย่างแท้จริง คนเหล่านี้ไม่ยอมรับว่าพระเยซูทรงเป็นพระคริสต์และปฏิเสธพระราชกิจของพระวิญญาณบริสุทธิ์ เมื่อวันเวลาผ่านไปคริสตจักรหลายแห่งเริ่มละเลยต่อการประชุมร่วมกันและประนีประนอมกับโลก

อัครทูตยอห์นประกาศพระกิตติคุณโดยไม่สนใจว่าชีวิตของท่านกำลังตกอยู่ในการข่มเหงจากจักรภพโรม ท่านถูกเนรเทศไปอยู่ที่เกาะปัทมอส ที่เกาะนี้ท่านได้รับการเปิดเผยจากองค์พระผู้เป็นเจ้า

จงเขียนเหตุการณ์ซึ่งเจ้าได้เห็นและเหตุการณ์ที่กำลังเป็นอยู่ขณะนี้กับทั้งเหตุการณ์ซึ่งจะเกิดขึ้นในภายหน้าด้วย ส่วนความลึกลับของดาวทั้งเจ็ดดวงซึ่งเจ้าได้เห็นในมือข้างขวาของเราและแห่งคันประทีปทองคำทั้งเจ็ดนั้นก็คือดาวเจ็ดดวงได้แก่ทูตสวรรค์ของคริสตจักรทั้งเจ็ดและคันประทีปเจ็ดคันนั้นได้แก่คริสตจักรทั้งเจ็ด (วิวรณ์ 1:19-20)

เลขเจ็ดในพระคัมภีร์เป็นตัวเลขของความสมบูรณ์แบบ ด้วยเหตุนี้ คริสตจักรทั้งเจ็ดในที่นี้จึงไม่ได้เกี่ยวข้องกับคริสตจักรที่เมืองเอเฟซัส เมืองสเมอร์นา เมืองเปอร์กามัม เมืองธิยาทิรา เมืองซาร์ดิส เมืองฟีลาเดลเฟีย และเมืองเลาดีเซียเพียงอย่างเดียว แต่คริสตจักรทั้งเจ็ดนี้เล็งถึงคริสตจักรทั้งหมดที่ถูกตั้งขึ้นในยุคของพระวิญญาณบริสุทธิ์

ข่าวสารขององค์พระผู้เป็นเจ้าที่เขียนไปถึงคริสตจักรทั้งเจ็ดในหนังสือวิวรณ์จึงเป็นจดหมายสำหรับคริสตจักรทุกแห่งที่มีอยู่ในอดีตมาจนถึงปัจจุบัน ข่าวสารนี้เป็นเหมือนป้ายชี้ทางให้กับคริสตจักรทุกแห่งและเป็นบทสรุปแห่งพระคำของพระเจ้าทั้งในพระคัมภีร์เดิมและพระคัมภีร์ใหม่

ข่าวสารนี้มีเนื้อหาที่สำคัญเพื่อทำให้คริสตจักรเป็นที่โปรดปรานในสายพระเนตรของพระเจ้าเช่นกัน ผมเชื่อว่าข่าวสารนี้จะปลุกคริสตจักรจำนวนมากให้ตื่นขึ้นจากการหลับอีกครั้งหนึ่ง

ผมขอขอบคุณ ดร.เจียมซุน วิน หัวหน้าแผนกบรรณาธิการของ

คริสตจักรมันมินเซนทรัลเชิร์ชและเจ้าหน้าที่ทุกคนที่ทำให้การจัดพิมพ์ครั้งนี้เกิดขึ้นได้ ผมขออธิษฐานในพระนามของององค์พระผู้เป็นเจ้าเพื่อว่าผู้อ่านทุกท่านจะเฝ้ารอคอยการเสด็จกลับมาขององค์พระผู้เป็นเจ้าและตกแต่งตนเองให้พร้อมในฐานะเจ้าสาวของพระองค์

แจร็อก ลี

เปิดประตูสู่คริสตจักรทั้งเจ็ด

เกาะปัทมอสอยู่ในทะเลอีเจียนที่มีน้ำทะเลสีครามอันสดใส ภูมิทัศน์อันสวยงามของเกาะแห่งนี้เกิดจากทะเลสีครามและบ้านเรือนสีขาว อัครทูตยอห์นเคยถูกเนรเทศให้มาอยู่บนเกาะนี้และท่านได้รับการเปิดเผยมากมายเกี่ยวกับวาระสุดท้ายจากองค์พระผู้เป็นเจ้าซึ่งรวมถึงจดหมายถึงคริสตจักรทั้งเจ็ด

อัครทูตยอห์นเป็นหนึ่งในสาวกสิบคนของพระเยซู ท่านประกาศพระกิตติคุณในหลายพื้นที่ เช่น เมืองเปอร์กามัมและเมืองสเมอร์นา เป็นต้น ท่านถูกจับกุมและถูกตัดสินประหารชีวิตโดยจักรพรรดิโดมิเทียนัส อัครทูตถูกโยนลงไปในกระทะน้ำมันที่กำลังเดือด แต่ท่านไม่เสียชีวิตเพราะพระเจ้าทรงสถิตอยู่กับท่าน ท่านถูกเนรเทศไปอยู่ที่เกาะปัทมอสด้วยการจัดเตรียมของพระเจ้า

ในสมัยนั้นเกาะปัทมอสเป็นสถานที่สำหรับการเนรเทศผู้กระทำความผิดทางการเมือง เกาะปัทมอสเป็นสถานที่เงียบและสันโดษซึ่งเหมาะกับการอธิษฐานต่อพระเจ้าและการสื่อสารกับพระองค์อย่างลึ

กซึ่ง ยอห์นทุ่มเทให้กับการอธิษฐานภายในถ้ำซึ่งอยู่ที่ด้านหนึ่งของเกาะ ณ ที่แห่งนี้ท่านได้รับการสำแดงจากพระเจ้าและบันทึกสิ่งเหล่านั้นเอาไว้

การที่บุคคลจะได้รับการสำแดงประเภทนี้สายตาฝ่ายวิญญาณของเขาต้องเปิดออกด้วยการดลใจของพระวิญญาณบริสุทธิ์และเขาต้องได้รับการทรงนำจากทูตสวรรค์ ก่อนหน้านี้พระเจ้าทรงขัดเกลายอห์นเพื่อให้ท่านเป็นมนุษย์ฝ่ายวิญญาณที่ได้รับการชำระให้บริสุทธิ์อย่างสมบูรณ์ด้วยความจริง ยอห์นเคยมีสมญานามว่า "ลูกฟ้าร้อง" แต่ผลจากการขัดเกลาของพระเจ้าจึงทำให้ท่านเปลี่ยนแปลงอย่างสิ้นเชิงจนได้รับสมญานามใหม่ว่า "อัครทูตแห่งความรัก" ท่านอธิษฐานอย่างมากจนผิวหนังบริเวณหน้าผากของท่านแข็งกระด้าง

ข่าวสารขององค์พระผู้เป็นเจ้าสำหรับคริสตจักรทั้งเจ็ดอยู่ในรูปของจดหมาย ข่าวสารนี้ให้บทเรียนสำคัญกับคริสตจักรและผู้เชื่อทุกคนในปัจจุบันทั้งยังช่วยให้เราเข้าใจถึงแบบอย่างของคริสตจักรที่เป็นเลิศซึ่งได้รับความชื่นชมจากพระเจ้าเช่นกัน เหตุผลก็เพราะว่าคริสตจักรที่เมืองเอเฟซัส เมืองสเมอร์นา เมืองเปอร์กามัม เมืองธิยาทิรา เมืองซาร์ดิส เมืองฟีลาเดลเฟีย และเมืองเลาดีเซียล้วนเป็นตัวแทนของคริสตจักรต่าง ๆ ในโลกนี้

บทเรียนสำหรับคริสตจักรทั้งเจ็ด ไม่ได้เป็นเพียงเรื่องราวเรื่องหนึ่งในประวัติศาสตร์ แต่บทเรียนนี้คือข่าวสารที่สำคัญมากขององค์พระผู้เป็นเจ้าผู้ทรงต้องการที่จะปลุกคริสตจักรในทุกยุคทุกสมัยให้ตื

นจากหลับ แม้คริสตจักรหลายแห่งประกาศว่าเขารักองค์พระผู้เป็นเจ้า แต่คริสตจักรเหล่านี้ควรทบทวนตัวเองว่าเขากำลังดำเนินอยู่ในวิถีทางที่จะนำการติเตียนและการตรวจสอบขององค์พระผู้เป็นเจ้ามาสู่ตนหรือไม่

ในเกมกีฬาส่วนใหญ่จะมีทั้งการแข่งขันประเภทบุคคลและการแข่งขันประเภททีม ความเชื่อก็เช่นเดียวกัน ในวันพิพากษาไม่เพียงแต่ผู้เชื่อแต่ละคนเท่านั้นที่จะถูกพิพากษา คริสตจักรแต่ละแห่งก็จะถูกพิพากษาด้วยเช่นกัน คริสตจักรบางแห่งอาจได้รับรางวัลหรือการลงโทษ ทั้งนี้ขึ้นอยู่ผลการประเมินที่คริสตจักรแต่ละแห่งจะได้รับ

นอกจากนั้น ศิษยาภิบาลซึ่งเป็นผู้นำของคริสตจักรจะถูกพิพากษาไม่เฉพาะในเรื่องความเชื่อของตนด้วยเท่านั้น แต่จะถูกพิพากษาในฐานะผู้เลี้ยงด้วยเช่นกัน ผู้นำแต่ละคนจะถูกพิพากษาอย่างเข้มงวดว่าเขานำคริสตจักรและฝูงแกะที่พระเจ้าทรงมอบหมายให้กับเขาในพระนามขององค์พระผู้เป็นเจ้าอย่างไร ศิษยาภิบาลควรทำตามน้ำพระทัยขององค์พระผู้เป็นเจ้าในการนำคริสตจักรและลูกแกะในฐานะผู้นำของคริสตจักรที่ถูกตั้งขึ้นในพระนามของเยซูคริสต์ ไม่เช่นนั้นเขาจะพบกับความยากลำบากในการพิพากษา

ยากอบ 3:1 กล่าวว่า "ดูก่อนพี่น้องของข้าพเจ้า อย่าให้เป็นอาจารย์กันมากหลายคนเลยเพราะท่านก็รู้ว่าเราทั้งหลายที่เป็นผู้สอนนั้นจะได้รับการทรงพิพากษาที่เข้มงวดกว่าผู้อื่น" แต่ถ้าศิษยาภิบาลนำฝูงแกะไปสู่ทุ่งหญ้าที่เขียวขจีและริมน้ำที่เงียบสงบและนำฝูงแกะเหล่า

นั่นไปสู่ที่อยู่อาศัยที่ดีในแผ่นดินสวรรค์ ผู้นำจะได้รับรางวัลและเกียรติยศที่ไม่มีสิ่งใดเปรียบได้เช่นกัน

ด้วยเหตุนี้ จดหมายถึงคริสตจักรทั้งเจ็ดจึงเป็นข่าวสารและคำกำชับที่สำคัญขององค์พระผู้เป็นเจ้าที่มีไปถึงผู้รับใช้และผู้เชื่อทุกคนในคริสตจักรทุกแห่งทั่วโลก บุตรของพระเจ้าจะมีจุดยืนที่ถูกต้องก็ต่อเมื่อ คริสตจักรมีจุดยืนที่ถูกต้องเท่านั้น เพราะเหตุนี้องค์พระผู้เป็นเจ้าจึงทรงส่งคำกำชับที่สำคัญของพระองค์ไปยังคริสตจักรและผู้รับใช้จำนวนมาก

“ใครมีหูก็ให้ฟังข้อความซึ่งพระวิญญาณตรัสไว้แก่คริสตจักรทั้งหลาย”

สารบัญ

อารัมภบท

เปิดประตูสู่คริสตจักรทั้งเจ็ด

บทที่1 คริสตจักรเมืองเอเฟซัส 1

ถูกตำหนิเพราะเขาทอดทิ้งความรักดั้งเดิม

บทที่2 คริสตจักรเมืองสเมอร์นา 47

ชัยชนะเหนือการทดลองเรื่องความเชื่อ

บทที่3 คริสจักรเมืองเปอร์กามัม 91

ความเฉยเมยและการแปรอะเปื้อนไปด้วยคำสอนเทียมเท็จ

บทที่4 คริสตจักรเมืองธิยาทิรา 133

การประนีประนอมกับโลกและการกินของที่บูชาแก่รูปเคารพ

บทที่ 5	คริสตจักรเมืองซาร์ดิส	179
	คริสตจักรเล็กที่ได้ชื่อว่ามีชีวิตแต่ตายแล้ว	
บทที่ 6	คริสตจักรเมืองฟีลาเดลเฟีย	213
	คำชมเชยในเรื่องการแสดงออกถึงความเชื่อ	
บทที่ 7	คริสตจักรเมืองเลาดีเซีย	247
	คริสตจักรใหญ่ที่ไม่เย็นและไม่ร้อน	

บทสรุป
ความรักของพระเจ้าที่บรรจุอยู่ในจดหมายถึงคริสตจักรทั้งเจ็ด

บทที่ 1

คริสตจักรเมืองเอเฟซัส
- ถูกตำหนิเพราะเขาทอดทิ้งความรักดั้งเดิม

ชาวเมืองเอเฟซัสยอมรับและกราบไหว้รูปเคารพกันอย่างกว้างขวาง องค์พระผู้เป็นเจ้าทรงชมเชยผู้เชื่อในเมืองเอเฟซัสในความเหนือยยากอดทนของเขา ในการทดสอบผู้คนที่อวดตนว่าเป็นอัครทูตแต่กลับไม่ได้เป็น และในการค้นพบความผิดของคนเหล่านั้น พระองค์ทรงชมเชยผู้เชื่อเหล่านั้นที่เขาสู้ทนเพื่อเห็นแก่พระนามของพระองค์โดยไม่รู้สึกเมื่อยล้า แต่พระองค์ทรงตำหนิคนเหล่านี้เพราะเขาได้ทอดทิ้งความรักดั้งเดิมและทรงเรียกร้องให้เขากลับใจเพื่อเขาจะกลับไปสู่การประพฤติตามอย่างเดิมของตน

มีคริสตจักรหลายแห่งในปัจจุบันที่เริ่มต้นด้วยความร้อนรนและการอธิษฐานอย่างกระตือรือร้นและเอาจริงเอาจัง แต่เมื่อคริสตจักรเหล่านี้เติบโตขึ้นเขาเริ่มมีความหยิ่งผยอง ความรักและความร้อนรนของเขาเยือกเย็นลง จดหมายถึงคริสตจักรเมืองเอเฟซัสจึงมีไว้สำหรับคริสตจักรที่มีลักษณะเช่นนี้

วิวรณ์ 2:1-7

จงเขียนทูตสวรรค์แห่งคริสตจักรที่เมืองเอเฟซัสว่า 'พระองค์ผู้ทรงถือดาวทั้งเจ็ดไว้ในพระหัตถ์เบื้องขวาและดำเนินอยู่ท่ามกลางคันประทีปทองคำทั้งเจ็ดนั้นตรัสดังนี้ว่า "เรารู้จักแนวการกระทำของเจ้า รู้ความเหนื่อยยากและความอดทนของเจ้าและรู้ว่าเจ้าไม่สามารถทนต่อทุรชนได้ เจ้าได้ลองใจคนเหล่านั้นที่อวดว่าเป็นอัครทูตแต่หาได้เป็นไม่และเจ้าก็เห็นว่าเขาเป็นคนมุสา เรารู้ว่าพวกเจ้ามีความอดทนและเหนื่อยยากเพราะเห็นแก่นามของเราและมิได้อ่อนระอาไป แต่เรามีข้อที่จะต่อว่าเจ้าบ้าง คือว่าเจ้าละทิ้งความรักดั้งเดิมของเจ้า เหตุฉะนั้นจงระลึกถึงสภาพเดิมที่เจ้าได้หล่นจากมาแล้วนั้น จงกลับใจเสียใหม่และประพฤติตามอย่างเดิม มิฉะนั้นเราจะมาหาเจ้าและจะยกคันประทีปของเจ้าออกจากที่เว้นไว้แต่เจ้าจะกลับใจใหม่ แต่ว่าพวกเจ้ายังมีความดีอยู่บ้าง คือว่าเจ้าเกลียดชังกิจการของพวกนิโคเลาส์นิยมที่เราเองก็เกลียดชัง ใครมีหูก็ให้ฟังข้อความซึ่งพระวิญญาณตรัสไว้แก่คริสตจักรทั้งหลาย ผู้ใดมีชัยชนะ เราจะให้ผู้นั้นกินผลจากต้นไม้แห่งชีวิตที่อยู่ในอุทยานสวรรค์ของพระเจ้า"

~

จดหมายขององค์พระผู้เป็นเจ้าที่เขียนไปถึงคริสตจักรเมืองเอเฟซัส

จงเขียนทูตสวรรค์แห่งคริสตจักรที่เมืองเอเฟซัสว่า 'พระองค์ผู้ทรงถือดาวทั้งเจ็ดไว้ในพระหัตถ์เบื้องขวาและดำเนินอยู่ท่ามกลางคันประทีปทองคำทั้งเจ็ดนั้นตรัสดังนี้ว่า...

(วิวรณ์ 2:1-7)

ในเดือนพฤษภาคมของทุกปีมีการจัดเทศกาลสำหรับพระอารเทมิส (เทพธิดาแห่งความมั่งคั่ง) ขึ้นในเมืองเอเฟซัส เมืองเอเฟซัสตั้งอยู่ทางฝั่งตะวันตกของประเทศตุรกีในปัจจุบัน เมืองนี้มีสถานที่มากมายสำหรับพ่อค้าและผู้คนที่เดินทางมาจากซีเรีย อินเดีย อาระเบีย และอียิปต์ เอเฟซัสเป็นเมืองที่มีความมั่งคั่งร่ำรวยและเป็นศูนย์กลางทางการค้าที่ยิ่งใหญ่ที่สุดในแถบตะวันออก

การประกาศพระกิตติคุณในเมืองเอเฟซัสเกิดขึ้นผ่านการเดินทางทำพันธกิจโลกเทียวต่าง ๆ ของอัครทูตเปาโล พระกิตติคุณของพระเยซูคริสต์ไม่เพียงแต่เป็นที่รู้จักในหมู่ผู้เชื่อเท่านั้นแต่พระกิ

ตติคุณนี้ยังถูกเผยแพร่ในหมู่คนที่กราบไหว้พระอารเทมิสด้วยเช่นกัน

พระราชกิจอันร้อนแรงของพระวิญญาณบริสุทธิ์ถูกเปิดเผยให้ปรากฏในคริสตจักรเมืองเอเฟซัส
วันหนึ่งในขณะที่อัครทูตเปาโลกำลังประกาศพระกิตติคุณในแถบเอเชียท่านได้เดินทางไปยังเมืองเอเฟซัส ท่านพบสาวกบางคนที่นั่นและถามเขาว่า "เมื่อท่านทั้งหลายเชื่อนั้นท่านได้รับพระวิญญาณบริสุทธิ์หรือเปล่า" เขาตอบว่า "เปล่า เรื่องพระวิญญาณบริสุทธิ์นั้นเราก็ยังไม่เคยได้ยินเลย" (กิจการ 19:2)
อัครทูตเปาโลถามอีกว่า "ถ้าอย่างนั้นท่านได้รับบัพติศมาอันใดเล่า" เขาตอบว่า "บัพติศมาของยอห์น" (กิจการ 19:3)
จากนั้นอัครทูตเปาโลจึงประกาศพระกิตติคุณกับผู้คนที่ยังไม่รู้จักพระเยซูคริสต์อย่างชัดเจนว่า "ยอห์นให้รับบัพติศมาสำแดงถึงการกลับใจใหม่แล้วบอกคนทั้งปวงให้เชื่อในพระองค์ผู้จะเสด็จมาภายหลังคือพระเยซู" (กิจการ 19:4)
สุดท้ายคนเหล่านั้นได้ต้อนรับเอาพระเยซูคริสต์ผ่านทางอัครทูตเปาโลและรับบัพติศมาอีก การทำงานอย่างอัศจรรย์ของพระวิญญาณบริสุทธิ์ลงมาเหนือคนเหล่านั้นเหมือนสิ่งที่เคยเกิดขึ้นกับคริสจักรในยุคแรกแห่งอื่น ๆ คนเหล่านั้นได้รับพระวิญญาณบริสุทธิ์พร้อมกับพูดภาษาแปลก ๆ และเผยพระวจนะ
ต่อจากนั้นเปาโลประกาศพระกิตติคุณตามธรรมศาลาในเมืองเอเฟซัสเป็นเวลาสามเดือน บางคนวิพากษ์วิจารณ์ท่านด้วยความคิดที่แข็งกระด้างและไม่ยอมรับ เปาโลจึงออกจากธรรมศาลาและเดินทางไปเทศนาสั่งสอนในสถาบันการศึกษาของชายคนหนึ่งชื่อทีรั

นนัสเป็นเวลาสองปี

ในขณะทีเปาโลกำลังประกาศพระกิตติคุณอยู่นันพระเจ้าทรงกระทำการอัศจรรย์มากมายให้เกิดขึนผ่านมือของเปาโล เมือผ้าเช็ดหน้าหรือผ้ากันเปือนทีท่านเคยสัมผัสถูกนำไปวางบนผู้ป่วย คนเหล่านันก็หายโรคและวิญญาณชัวก็ออกไปจากเขา ข่าวคราวเรืองนีแพร่สะพัดออกไปทัวเมืองเอเฟซัสจนชาวยิวและชาวกรีกจำนวนมากหันมาเชือในพระเยซูคริสต์

จากนันพวกช่างเงินและช่างฝีมือทีอยู่ในเมืองเอเฟซัสซึงเป็นคนทำรูปปันพระอารเทมิสรู้สึกว่าวิถีชีวิตของเขากำลังจะถูกทำลาย คนเหล่านันพยายามฆ่าเปาโลเพราะเขากลัวว่าผู้คนจะเลิกกราบไหว้พระอารเทมิสและหันมาเชือพระเยซูคริสต์

และท่านทังหลายได้รู้เห็นอยู่ว่าไม่ใช่เฉพาะในเมืองเอเฟซัสเมืองเดียว แต่เกือบทัวแคว้นเอเชีย เปาโลคนนีได้เกลียกล่อมใจคนเป็นอันมากได้เลิกทางเก่าเสียโดยได้กล่าวว่าพระรูปทีมือมนุษย์ทำนันไม่ใช่พระ น่ากลัวว่าไม่ใช่แต่อาชีพของเราจะเสียไปอย่างเดียว แต่พระวิหารของพระอารเทมิสซึงเป็นใหญ่จะเป็นทีหมินประมาทด้วยและพระแม่เจ้านันซึงเป็นทีนับถือของบรรดาชาวแคว้นเอเชียกับสินทังโลกจะตกตำสินสง่าราศี (กิจการ 19:26-27)

เมือพวกช่างเงินยุยงปลุกปันผู้คนทีมีอาชีพแบบเดียวกันคนเหล่านันก็เต็มไปด้วยความโกรธแค้นและก่อความวุ่นวายอย่างใหญ่โตไปทัวทังเมือง คนเหล่านันพยายามจับตัวเปาโลและคนทีกำลังประกาศพระกิตติคุณอยู่กับท่าน แต่ในทีสุดคริสตจักรทีเมืองเอเฟซัสก็ถูกตังขึนภายใต้การกดขีข่มเหงโดยผ่านการเดินทางทำพันธกิจของเปาโล

พระองค์ผู้ทรงถือดาวทั้งเจ็ดไว้ในพระหัตถ์เบื้องขวา

องค์พระผู้เป็นเจ้าทรงเขียนจดหมายไปยังคริสตจักรที่เมืองเอเฟซัสแห่งนี้ ในท่อนแรกพระคัมภีร์กล่าวถึงผู้เขียนและผู้รับ จดหมายฉบับนี้เขียนไปถึงทูตสวรรค์แห่งคริสตจักรที่เมืองเอเฟซัสโดยพระองค์ผู้ทรงถือดาวทั้งเจ็ดไว้ในพระหัตถ์เบื้องขวา

คำว่า “ทูตสวรรค์ ในที่นี้หมายถึงผู้ส่งข่าวหรือบุคคลที่ทำตามความประสงค์ของเจ้านาย บุคคลผู้นี้หมายถึงศิษยาภิบาลที่กำลังเลี้ยงดูฝูงแกะของพระเจ้าในคริสตจักรที่เมืองเอเฟซัส พระองค์ผู้ทรงถือดาวทั้งเจ็ดไว้ในพระหัตถ์เบื้องขวาได้แก่พระเยซูคริสต์

พระเยซูเสด็จเข้ามาในโลกนี้เพื่อความรอดของมนุษย์ผู้เป็นคนผิดบาป พระองค์เสด็จมาเพื่อหลั่งพระโลหิตและถูกตรึงบนกางเขนอย่างโหดเหี้ยมทารุณ พระองค์ทรงเป็นขึ้นมาใหม่เปิดหนทางแห่งความรอด และเสด็จขึ้นสู่สวรรค์ เวลานี้พระองค์ทรงกำลังจัดเตรียมที่อยู่อาศัยในแผ่นดินสวรรค์ไว้สำหรับบุตรของพระเจ้าจนกว่าการจัดเตรียมของพระเจ้าในเรื่องการฝัดร่อนมนุษย์จะเสร็จสิ้นสมบูรณ์

เมื่อเวลาที่พระเจ้าทรงกำหนดไว้มาถึง องค์พระผู้เป็นเจ้าเสด็จมาในฟ้าอากาศเพื่อรับเอาบรรดาพลเมืองของสวรรค์ไปอยู่กับพระองค์ พระองค์จะเสด็จกลับมาในฐานะผู้พิพากษาด้วยเช่นกัน

เพราะเหตุใดเราจึงเรียกองค์พระผู้เป็นเจ้าของเราว่า “พระองค์ผู้ทรงถือดาวทั้งเจ็ดไว้ในพระหัตถ์เบื้องขวาและดำเนินอยู่ท่ามกลางคันประทีปทองคำทั้งเจ็ด” (ข้อ 1)

สำหรับผู้คนส่วนใหญ่มือขวามีกำลังมากกว่ามือซ้าย มือขวาเป็นสัญลักษณ์ของฤทธิ์อำนาจและพละกำลัง ดวงดาวหมายถึงมนุษย์ ท่อนที่สองของวิวรณ์ 1:20 กล่าวว่า “ดาวเจ็ดดวงได้แก่ทูตสวรรค์

ของคริสตจักรทั้งเจ็ด" ดาวเจ็ดดวงหมายถึงศิษยาภิบาลของคริสตจักรทั้งเจ็ดแห่ง

การพูดว่า "พระองค์ผู้ทรงถือดาวทั้งเจ็ดไว้ในพระหัตถ์เบื้องขวา" หมายความว่าพระเจ้าทรงอุ้มชูศิษยาภิบาลและผู้รับใช้ที่พระองค์ทรงเลือกสรรไว้ด้วยฤทธิ์อำนาจของพระองค์ พระเจ้าทรงได้รับเกียรติผ่านคนเหล่านี้จากการที่เขาสำแดงถึงการรักษาโรคของพระเจ้าและการทำงานอย่างอัศจรรย์ของพระองค์ซึ่งเป็นหลักฐานยืนยันถึงพระเจ้าผู้ทรงพระชนม์อยู่ พระเจ้าทรงอวยพรคนเหล่านี้ด้วยพระพรที่อยู่เหนือข้อจำกัดของเวลาและสถานที่ (มาระโก 16:17-20; กิจการ 19:11-12)

พระเยซูตรัสกับเปโตรในมัทธิว 16:18 ว่า "ฝ่ายเราบอกท่านว่าท่านคือเปโตรและบนศิลานี้เราจะสร้างคริสตจักรของเราไว้และพลังแห่งความตายจะมีชัยต่อคริสตจักรนั้นหามิได้" พระคัมภีร์ข้อนี้กล่าวว่าผีมารหรือผู้หนึ่งผู้ใดจะไม่สามารถทำลายศิษยาภิบาลที่พระเจ้าทรงเลือกสรรและคริสตจักรที่พระองค์ทรงก่อตั้งไว้ได้

ด้วยเหตุนี้ ถ้ามีคนพิพากษาและกล่าวประณามศิษยาภิบาลและคริสตจักรที่พระเจ้าทรงอุ้มชูเอาไว้ด้วยพระหัตถ์เบื้องขวาของพระองค์ คนนั้นกำลังพิพากษาและกล่าวประณามองค์พระผู้เป็นเจ้า

พระองค์ผู้ทรงดำเนินอยู่ท่ามกลางคันประทีปทองคำทั้งเจ็ด

พระคัมภีร์ข้อนี้กล่าวว่าองค์พระผู้เป็นเจ้าทรงดำเนินอยู่ท่ามกลางคันประทีปทองคำทั้งเจ็ด ในฝ่ายวิญญาณทองคำเป็นสัญลักษณ์ของความเชื่อที่ไม่เปลี่ยนแปลงและคันประทีปเป็นสัญลักษณ์ของคริสตจักร คันประทีปทองคำหมายถึงคริสตจักรที่ถูกตั้งขึ

นด้วยความเชื่อในองค์พระผู้เป็นเจ้า คริสตจักรที่ถูกซื้อไว้ด้วยพระโลหิตขององค์พระผู้เป็นเจ้าและเป็นพระกายของพระคริสต์ เลขเจ็ดหมายถึงความสมบูรณ์แบบ "คันประทีปทองคำทั้งเจ็ด" หมายถึงคริสตจักรที่ถูกตั้งขึ้นในพระนามขององค์พระผู้เป็นเจ้า

เทียนที่อยู่บนคันประทีปหมายถึงผู้เชื่อ เทียนที่ถูกจุดจะส่องสว่างเข้าไปในความมืด เมื่อคริสตจักรซึ่งเป็นที่รวมของผู้เชื่อเต็มล้นด้วยพระวิญญาณและดำเนินชีวิตในความจริง คนเหล่านี้จะส่องสว่างออกไปด้วยเช่นกัน ถ้าคนเหล่านี้มีความเชื่อที่แท้จริงเขาจะดำเนินชีวิตในความสว่างตามพระคำของพระเจ้า ผู้คนจำนวนจะออกมาจากความมืด เข้าไปสู่ความสว่าง และไปถึงซึ่งความรอดผ่านทางคริสตจักรที่มีผู้เชื่อประเภทนี้

พระองค์ผู้ทรงดำเนินอยู่ท่ามกลางคันประทีปทั้งเจ็ดหมายความว่าพระเจ้าทรงกำลังเคลื่อนไหวอยู่ในคริสตจักรทุกแห่งที่พระองค์ทรงตั้งขึ้นและพระเจ้าทรงกำลังเฝ้าดูคริสตจักรเหล่านี้ด้วยพระเนตรที่ลุกโชนของพระองค์

การกล่าวว่า "พระองค์ผู้ทรงถือดาวทั้งเจ็ดไว้ในพระหัตถ์เบื้องขวาและดำเนินอยู่ท่ามกลางคันประทีปทองคำทั้งเจ็ด" หมายความว่าคริสตจักรที่ถูกตั้งขึ้นในพระนามขององค์พระผู้เป็นเจ้าและศิษยาภิบาลที่องค์พระผู้เป็นเจ้าทรงอุ้มชูเอาไว้ด้วยฤทธิ์อำนาจของพระองค์จะเป็นมาตรฐานของการพิพากษาในภายหลัง

ในปัจจุบันมีคริสตจักรและศิษยาภิบาลจำนวนมากที่เทศนาพระคำของพระเจ้า แต่ไม่ใช่ทุกสิ่งที่คริสตจักรและผู้นำเหล่านี้สั่งสอนจะเป็นความจริง ผู้รับใช้ที่พระเจ้าทรงยอมรับและทรงรับรองเท่านั้นที่สามารถประกาศถึงน้ำพระทัยที่แท้จริงของพระเจ้า คนเหล่านี้จะเป็นมาตรฐานของการพิพากษา

นอกจากนั้น ไม่ใช่คริสตจักรทุกแห่งจะทำหน้าที่ของการเป็น "นาวาแห่งความรอด" ของตนให้สำเร็จ ในวาระสุดท้าย คริสตจักรที่องค์พระผู้เป็นเจ้าทรงอุ้มชูเท่านั้นจะสามารถทำหน้าที่ของตนให้สำเร็จลุล่วง ถ้าดูจากภายนอกคริสตจักรเหล่านี้อาจถูกก่อตั้งขึ้นในพระนามขององค์พระเป็นเจ้า แต่เป็นไปได้ที่องค์พระผู้เป็นเจ้าจะไม่สถิตอยู่กับคริสตจักรอีกหลายแห่งอย่างแท้จริง

ในการพิพากษาครั้งสุดท้าย มาตรฐานของการพิพากษาจะไม่ได้ขึ้นอยู่กับว่าผู้เชื่อแต่ละคนดำเนินชีวิตคริสเตียนของตนอย่างไรในโลกนี้เท่านั้น แต่จะขึ้นอยู่กับผู้เชื่อคนนั้นเป็นสมาชิกของคริสตจักรใดด้วยเช่นกัน ดังนั้นความจริงข้อนี้จึงมีความสำคัญอย่างยิ่งแน่นอน ความรอดจะถูกตัดสินจากความสัมพันธ์กับพระเจ้าของผู้เชื่อแต่ละคน แต่ลักษณะของคริสตจักรที่ผู้เชื่อเป็นสมาชิกและคุณสมบัติของศิษยาภิบาลที่เขารับใช้จะมีอิทธิพลอย่างยิ่งต่อผู้เชื่อเหล่านั้น

ยกตัวอย่าง ถ้าศิษยาภิบาลของคริสตจักร ก. พิพากษาและกล่าวประณามศิษยาภิบาลของคริสตจักร ข. โดยไม่รู้ความจริงเป็นอย่างไร สมาชิกของคริสตจักร ก. ก็อาจพิพากษาและกล่าวประณามศิษยาภิบาลของคริสตจักร ข. แบบเดียวกันตามผู้นำของตน แม้คนเหล่านี้จะไม่มีเจตนาอันชั่วร้าย แต่สิ่งนี้จะไม่ถูกมองข้ามในวันพิพากษา

ด้วยเหตุนี้เราต้องรู้ว่าลักษณะของคริสตจักรที่เราเป็นสมาชิกและคุณสมบัติของศิษยาภิบาลที่สั่งสอนเรามีความสำคัญมากเพียงใด

ถ้าผู้นำคริสตจักรนำดวงวิญญาณจำนวนมากไปสู่หนทางแห่งความตาย การลงโทษที่เขาได้รับจะรุนแรงมาก แต่ถ้าศิษยาภิบาลน

ำฝูงแกะที่อยู่ในการดูแลของตนไปสู่ทุ่งหญ้าที่เขียวขจีและริมน้ำที่เงียบสงบ (ซึ่งเป็นการนำเขาไปสู่ที่อยู่อาศัยที่ดีในแผ่นดินสวรรค์) รางวัลและเกียรติที่เขาได้รับจะยิ่งใหญ่มากเช่นกัน

องค์พระผู้เป็นเจ้าผู้ทรงถือดาวทั้งเจ็ดไว้ในพระหัตถ์เบื้องขวาและดำเนินอยู่ท่ามกลางคันประทีปทองคำทั้งเจ็ดกำลังเฝ้ามองดูชีวิตและการกระทำทุกด้านของคริสตจักรด้วยพระเนตรที่ลุกโชนของพระองค์

คริสตจักรในปัจจุบันที่มีสภาพเหมือนคริสตจักรเมืองเอเฟซัส

เนื่องจากข่าวสารที่เขียนไปถึงคริสตจักรทั้งเจ็ดสามารถประยุกต์กับคริสตจักรทุกแห่งในโลกได้ไม่ว่าคริสตจักรเหล่านั้นจะอยู่ที่ไหนหรืออยู่ในยุคใดก็ตาม เราจึงสามารถค้นพบตัวอย่างของคริสตจักรทั้งเจ็ดในท่ามกลางคริสตจักรต่าง ๆ ที่มีอยู่ในปัจจุบัน

องค์พระผู้เป็นเจ้าทรงมอบพระคำของพระองค์ให้กับคริสตจักรต่าง ๆ ที่มีลักษณะเหมือนคริสตจักรเอเฟซัส คริสตจักรหลายแห่งคิดว่าตนได้ทำให้แผ่นดินของพระเจ้าสำเร็จอย่างมากมาย แต่มีคริสตจักรจำนวนไม่น้อยที่ได้สูญเสียความรักดั้งเดิมของตนไปและยังไม่สามารถรื้อฟื้นความรักนั้นกลับคืนมาใหม่เช่นกัน

พระคำที่พระเจ้าทรงมอบให้เกี่ยวข้องกับคริสตจักรแห่งหนึ่งโดยเฉพาะ นับตั้งแต่การเปิดตัวของคริสตจักรแห่งนั้นสมาชิกพยายามดำเนินชีวิตตามความจริงอยู่ระยะหนึ่ง คนเหล่านั้นทนต่อทุกสิ่งทุกอย่างซึ่งรวมถึงการข่มเหงเพื่อเห็นแก่พระนามขององค์พระผู้เป็นเจ้า เขารักษาความรักดั้งเดิมเอาไว้ เขามีความเป็นอันหนึ่งอันเดียวกันในการอธิษฐานแม้ในท่ามกลางการข่มเหง และเขาพยายา

มอย่างเต็มที่เพื่อทำให้น้ำพระทัยของพระเจ้าสำเร็จ

คนเหล่านั้นพยายามก้าวไปสู่การเป็นคริสตจักรฝ่ายวิญญาณมากยิ่งขึ้นและประกาศถึงพระคำแห่งความจริงของพระเจ้า เขาพยายามขยายแผ่นดินของพระเจ้าอย่างขยันหมั่นเพียร พระเจ้าทรงพอพระทัยและทรงอวยพรคริสตจักรแห่งนี้ คริสตจักรเติบโตขึ้นมากยิ่งขึ้นในแต่ละวัน สมาชิกคริสตจักรได้รับพระพรและมีการรักษาโรคเกิดขึ้นในคริสตจักรด้วยเช่นกัน

แต่เมื่อคริสตจักรมีความมั่นคงและได้รับการยอมรับจากคริสตจักรอื่น ๆ คริสตจักรแห่งนี้เริ่มมีการเปลี่ยนแปลงนับจากจุดนั้น การเปลี่ยนแปลงนี้มีอิทธิพลอย่างยิ่ง

ถ้าคนเหล่านี้หันกลับในวินาทีแรกที่เขาได้ละทิ้งความรักดั้งเดิมและเปลี่ยนแปลงใหม่ เขาก็คงสามารถรื้อฟื้นความรักดั้งเดิมนั้นกลับคืนมาได้ แต่คนเหล่านี้ถูกครอบงำจากความรู้สึกทะนงตนเพราะเหตุความสำเร็จอันยิ่งใหญ่ของเขา ในที่สุด ความทะนงตนดังกล่าวจึงพัฒนาเป็นความหยิ่งผยองด้วยการคิดว่าพระเจ้าทรงยอมรับคริสตจักรของเขา

บัดนี้ คนเหล่านี้ได้ยกระดับตนเองขึ้นไปสู่การเป็นคริสตจักรที่พิพากษา กล่าวประณาม และวิพากษ์วิจารณ์คริสตจักรอื่น ๆ เนื่องจากความทะนงตน ตนเป็นที่ยอมรับของคนอื่นคนเหล่านี้จึงพิพากษาและกล่าวประณามคริสตจักรอื่นและศิษยาภิบาลของคริสตจักรเหล่านั้นว่าเป็นผู้สอนผิด

พระคำของพระเจ้าบอกไม่ให้เราพิพากษาหรือกล่าวประณามคนอื่น ด้วยเหตุนี้ เราควรวินิจฉัยทุกอย่างด้วยพระคำของพระเจ้า แต่เราไม่ควรสร้างความหยิ่งผยองที่สามารถปิดตาของเราและทำให้เรากลายเป็นคนตาบอด นอกจากนี้ เราไม่ควรใช้มาตรฐานส่ว

นตัวของแต่ละคนพิพากษาตัดสินผู้รับใช้พระเจ้าหรือศิษยาภิบาลที่ได้รับการอุ้มชูจากองค์พระผู้เป็นเจ้าผ่านการทำงานด้วยฤทธิ์อำนาจของพระเจ้า

สมาชิกของคริสตจักรไม่มีความปรารถนาที่จะสละตนหรืออดทนเพื่อความจริงอีกต่อไป คนเหล่านี้อธิษฐานน้อยลงเรื่อย ๆ แทนที่เขาจะทำตามน้ำพระทัยของพระเจ้าคนเหล่านี้กลับต้องการที่จะชื่นชมกับความสำเร็จที่ตนได้รับ ถ้ามองจากภายนอกคริสตจักรแห่งนี้อาจดูเหมือนกำลังเติบโต แต่ความร้อนรนและความสัตย์ซื่อที่เขาเคยมีอยู่ภายในได้จางหายไป

ความเชื่อของบุคคลแต่ละคนก็เช่นเดียวกัน หลังจากคนหนึ่งต้อนรับเอาองค์พระผู้เป็นเจ้า ตราบใดที่เขายังคงความรักดั้งเดิมของตนเอาไว้เขาจะไม่ขาดการประชุมอธิษฐานหรือละเลยต่อการประกาศพระกิตติคุณและมีความพร้อมที่จะรับหน้าที่ต่าง ๆ ในคริสตจักรเสมอ แต่เมื่อวันเวลาผ่านไปเขาอาจหมดความกระตือรือร้นเกี่ยวกับหน้าที่ของตน เขาไม่มีความปรารถนาที่จะทำหน้าที่ของตนให้สำเร็จอีกต่อไป เขาอาจเปลี่ยนหน้าที่หรืออาจเลิกทำหน้าที่ทุกอย่างด้วยความตั้งใจของเขาเอง

แน่นอน คนหนึ่งอาจมีหน้าที่มากเกินไปและต้องการที่จะเปลี่ยนหน้าที่เพื่อให้สามารถควบคุมได้ แต่สิ่งนี้แตกต่างอย่างสิ้นเชิงกับการเปลี่ยนแปลงหน้าที่เนื่องจากเขาไม่อยากทำหน้าที่นั้นอีกต่อไป แต่เพราะเขามีความเชื่อเขาจึงยังคงเข้าร่วมการประชุมนมัสการและการประชุมอธิษฐาน แต่ความร้อนรนที่เขาเคยมีได้จางหายไปและการเจริญเติบโตของความเชื่อส่วนตัวของเขาก็หยุดชะงักลง

สาเหตุสำคัญของการมีสภาพเหมือนคริสตจักรเอเฟซัส

ครั้งแรกเมือผู้คนเริมสูญเสียความรักดั้งเดิมของตนไปดูเหมือนว่าเขาจะใช้ความพยายาม แต่เขาจะรู้สึกทุกข์ใจและมีปัญหาเพราะสิงทีเกิดขึ้น เขารู้สึกว่าตนต้องทำบางสิงบางอย่างในเรืองนี้ แต่เมือวันเวลาผ่านไปจิตใจของเขาเริมด้านชาต่อความรู้สึกดังกล่าว อีกไม่นานเขาจะสูญเสียความรู้สึกไวในเรืองต่างๆไปอย่างสิ้นเชิง สาเหตุสำคัญของการละทิ้งความรักดั้งเดิมทั้งของสมาชิกและของคริสตจักรและสาเหตุสำคัญของการมีสภาพเหมือนคริสตจักรเอเฟซัสก็เพราะว่าคนเหล่านี้ไม่ได้หยั่งรากลึกในความเชือของตนนั่นเอง

ต้นไม้ทีหยั่งรากลึกจะไม่สั่นคลอนได้ง่าย ๆ ในทำนองเดียวกันถ้าความเชือของเราหยั่งรากลึกลงไปในพระคำของพระเจ้าและในการอธิษฐานเราจะไม่หวั่นไหวในทุกสถานการณ์ เราค้นพบความบกพร่องของเราทุกวันด้วยพระคำของพระเจ้าและเปลียนแปลงจิตใจของเราด้วยการอธิษฐาน ดังนั้นจึงไม่มีเหตุผลใดทีเราจะสูญเสียความไพบูลย์ของพระวิญญาณไป ด้วยความไพบูลย์ของพระวิญญาณจิตใจของเราจะไม่เป็นทุกข์เช่นกัน

บุคคลคนหนึ่งอาจดูเหมือนเชื่อในพระเจ้า ประกาศพระกิตติคุณกับคนอื่น และอธิษฐาน แต่เพราะเขาไม่ได้หยั่งรากลึกลงไปในความเชือเขาจึงไม่มีผลของการฟื้นฟูในชีวิตของเขา ไม่มีสิงใดยืนยันว่าเขาเป็นทีรักของพระเจ้าเช่นกัน ดังนั้นความคิดของเขาสามารถเปลียนแปลงได้โดยง่าย เขาเพียงแต่ต้องการทีจะประนีประนอมกับความเป็นจริงของสถานการณ์ปัจจุบันความเชือของเขาไม่มีพัฒนาการนอกจากความถดถอย

ด้วยเหตุนี้ เราจึงควรวิเคราะห์สถานะของความเชือของเราในปัจจุบันอย่างแม่นยำพร้อมทั้งกลับใจและหันหลังกลับอย่างรวดเร็ว

ไม่เช่นนั้นพระเจ้าจะตรัสว่าพระองค์จะยกคันประทีปของเราออกไป (วิวรณ์ 2:5) จากนั้น พระคุณของพระเจ้าและพระวิญญาณบริสุทธิ์ของพระองค์จะเคลือนไปสู่คริสตจักรอืนเพือให้ผู้เชือคนอืนทำให้น้ำพระทัยและการจัดเตรียมของพระเจ้าสำเร็จ

เพราะฉะนัน เราควรตรวจสอบความเชือส่วนตัวของเราและความเชือของกลุ่มต่าง ๆ ภายในคริสตจักรของเราด้วยข่าวสารทีส่งมาถึงคริสตจักรเอเฟซัสเพือตัดสินใจว่าสิงใดจะได้รับคำชมเชยและสิงใดจะถูกตำหนิจากองค์พระผู้เป็นเจ้า

องค์พระผู้เป็นเจ้าทรงชมเชยคริสตจักรเอเฟซัส

เรารู้จักแนวการกระทำของเจ้า รู้ความเหนือยยากและความอดทนของเจ้าและรู้ว่าเจ้าไม่สามารถทนต่อทุรชนได้ เจ้าได้ลองใจคนเหล่านั้นทีอวดว่าเป็นอัครทูตแต่หาได้เป็นไม่และเจ้าก็เห็นว่าเขาเป็นคนมุสา เรารู้ว่าพวกเจ้ามีความอดทนและเหนือยยากเพราะเห็นแก่นามของเราและมิได้อ่อนระอาไป (วิวรณ์ 2:2-3)

ในจดหมายทีส่งไปยังคริสตจักรทั้งเจ็ดเราพบว่าองค์พระผู้เป็นเจ้าทรงปฏิบัติกับคริสตจักรแต่ละแห่งแตกต่างกันออกไป พระองค์ทรงชมเชยและตำหนิคริสตจักรแต่ละแห่งแตกต่างกัน บางคริสตจักรพระองค์ทรงตำหนิเพียงอย่างเดียว บางคริสตจักรพระองค์ทรงชมเชยเพียงอย่างเดียว ในขณะทีบางคริสตจักรพระองค์ทรงให้คำแนะนำโดยไม่มีคำตำหนิหรือคำชมเชย

ถ้าเราเรียนรู้จากแบบอย่างของการปฏิบัติขององค์พระผู้เป็นเจ้าต่อคริสตจักรทั้งเจ็ดแห่งเราก็สามารถให้คำแนะนำกับคนอื่นซึ่งจะทำให้เกิดผลกระทบเชิงบวกได้เช่นกัน ก่อนที่องค์พระผู้เป็นเจ้าจะทรงตำหนิคริสตจักรเอเฟซัสอันดับแรกพระองค์ทรงชมเชยข้อดีของคนเหล่านั้นก่อนและตำหนิข้อผิดพลาดของเขาในภายหลัง เมื่อเราพยายามทำให้บางคนรู้ถึงข้อผิดพลาดของตน ถ้าเราตำหนิเขาก่อนและชมเชยเขาทีหลัง จิตใจของเขาปิดไปแล้วตั้งแต่เขาได้ยินคำตำหนิ ดังนั้นวิธีการนี้จึงไม่ได้ผล ถ้าเราชมเชยข้อดีของเขาก่อนสิ่งนี้จะทำให้จิตใจของเขาเปิดกว้าง จากนั้นถ้าเราชี้ให้เขาเห็นสิ่งที่เขาต้องเปลี่ยนแปลงเขาจะยอมรับด้วยท่าทีในแง่บวกมากขึ้น

ดังนั้นถ้าเราเห็นว่าคนนั้นไม่มีข้อดีที่ควรได้รับคำชมเชยแม้แต่ข้อเดียวเราก็ไม่ควรตำหนิบุคคลนั้นเลยจะดีกว่า ถ้าเราขืนตำหนิบุคคลนั้นเขาก็จะสูญเสียความอดกลั้นและถอนตัวไป ในกรณีนี้การให้คำแนะนำด้วยความรักโดยไม่มีการตำหนิจะเป็นวิธีการที่ฉลาดกว่า ตอนนี้ขอให้เราพิจารณาดูคำชมเชยขององค์พระผู้เป็นเจ้าที่มีต่อคริสตจักรเอเฟซัสในรายละเอียด

คริสตจักรเอเฟซัสประพฤติตามความจริงด้วยความอดทน
ประการแรก องค์พระผู้เป็นเจ้าทรงชมเชยความอดทนของคนเหล่านั้นในการประพฤติตามความจริง ศิษยาภิบาลและผู้เชื่อในคริสตจักรเอเฟซัสพยายามดำเนินชีวิตตามพระคำของพระเจ้าด้วยการกำจัดสิ่งที่ไม่ถูกต้องตามความจริงทิ้งไป

โดยทั่วไปในพระคำของพระเจ้ามีคำสั่งอยู่สี่ชนิด ได้แก่ คำสั่งให้ทำ คำสั่งห้ามทำ คำสั่งให้รักษา และคำสั่งให้ละทิ้ง เช่น พระคัมภีร์สั่งว่า "จงรัก..." "จงยกโทษ..." "อย่า..." "จงรักษา..." และ "จงละทิ้ง..." เป็นต้น การที่จะประพฤติตามพระคำแห่งความจริงเหล่านี้ได้เราต้องอาศัยความอดทน

ยกตัวอย่าง พระคำของพระเจ้าสั่งให้เรารักษาวันสะบาโตให้บริสุทธิ์ ดังนั้นในวันอาทิตย์เราต้องไปโบสถ์และนมัสการพระเจ้าด้วยจิตวิญญาณและความจริง เราต้องห้ามการแสวงหาความบันเทิงฝ่ายโลก การซื้อขายสิ่งของ และการทำธุรกิจในวันสะบาโต เมื่อพระคำสั่งให้เราอธิษฐานอยู่เสมอเราต้องอธิษฐานอยู่เสมอ เป็นต้น

แต่ในปัจจุบันมีคริสตจักรอยู่กี่แห่งที่ได้รับคำชมเชยจากการประพฤติตามพระคำของพระเจ้าในเรื่องนี้อย่างแท้จริง ฮีบรู 10:24-25 กล่าวว่า "และขอให้เราพิจารณาดูว่าจะทำอย่างไรจึงจะปลุกใจซึ่งกันและกันให้มีความรักและทำความดี อย่าขาดการประชุมเหมือนอย่างบางคนที่ขาดอยู่นั้น แต่จงพูดหนุนใจกันให้มากยิ่งขึ้นเพราะท่านทั้งหลายก็รู้อยู่ว่าวันนั้นใกล้เข้ามาแล้ว" แต่เพราะหลายคนต้องการดำเนินชีวิตคริสเตียนแบบสบาย ๆ การขาดการประชุมจึงปรากฏให้เห็นอยู่มากมายในหลายคริสตจักร

ฮีบรู 12:4 กล่าวว่า "ในการต่อสู้กับบาปนั้นท่านทั้งหลายยังไม่ได้สู้จนถึงกับต้องเสียโลหิตเลย" พระคัมภีร์ข้อนี้บอกให้เราต่อสู้กับความบาปจนถึงกับเลือดไหล 1 โครินธ์ 4:2 กล่าวว่า "ฝ่ายผู้อารักขาเหล่านั้นต้องเป็นคนที่ไว้วางใจได้ทุกคน" วิวรณ์ 2:10 กล่าวว่า "เจ้าจงมีใจมั่นคงอยู่ตราบเท่าวันตาย"

เพือกำจัดความบาปและความชั่วออกไปจากจิตใจของเราเราต้องต่อสู้กับสิ่งเหล่านั้นจนถึงกับเลือดไหล การทีเราจะคงความสัตย์ซือไว้ตราบเท่าวันตายได้นันเราต้องมีความเด็ดเดียวและความอดทน แม้เราอาจคิดว่าเรากำลังต่อสู้กับความบาปอย่างเอาจริงเอาจังและมีความสัตย์ซือ แต่เราอย่าพึงพอใจโดยคิดว่า “ฉันบรรลุแล้ว”

2 โครินธ์ 10:18 กล่าวว่า “เพราะคนทียกย่องตัวเองไม่เป็นทีนับถือของผู้ใด คนทีน่านับถือคือคนทีพระเจ้าทรงยกย่อง” เราต้องได้รับการยอมรับจากพระเจ้า แต่ไม่ได้หมายความว่าเราจะละทิ้งความบาปและมีความสัตย์ซือเพียงเพราะเราต้องการคำชมเชย แม้หลังจากทีเราทำดีทีสุดแล้วเราต้องสามารถพูดว่าเราทำตามหน้าทีซึงเราควรกระทำเท่านัน เราต้องมีหัวใจของบ่าวทีไม่มีบุญคุณต่อนาย (ลูกา 17:10)

เราจะเป็นคริสตจักรและผู้เชือทีพระเจ้าทรงสามารถชมเชยได้อย่างแท้จริงก็ต่อเมือเรากระทำเช่นนัน เนืองจากคริสตจักรเอเฟซัสพยายามอย่างแท้จริงทีจะประพฤติตามความจริงและมีความอดทน องค์พระผู้เป็นเจ้าจึงตรัสถึงคนเหล่านันว่า “เรารู้จักแนวการกระทำของเจ้า รู้ความเหนือยยากและความอดทนของเจ้า” (ข้อ 2)

คริสตจักรเอเฟซัสไม่อดทนต่อคนชัวร้าย

ประการทีสอง องค์พระผู้เป็นเจ้าทรงชมเชยสมาชิกคริสตจักรเอเฟซัสเพราะเขาไม่อดทนต่อคนชัวร้าย บางคนอาจเข้าใจพระคำของพระเจ้าและพูดว่า “คริสตจักรควรจะรักทุกคน ดังนันเราต้องย

อมรับแม้กระทั่งคนที่ทำบาป"

แน่นอน ในองค์พระผู้เป็นเจ้าเราต้องยกโทษให้คนอื่นเจ็ดสิบคูณเจ็ดครั้งและอดทนกับคนอื่นจนกว่าเขาจะเปลี่ยนแปลง แต่ไม่ได้หมายความว่าเราต้องนิ่งเฉยแม้กระทั่งกับผู้คนที่กำลังล้มลงไปสู่ความตายเนื่องจากบาป

เมื่อลูกเดินออกนอกลู่นอกทาง ถ้าพ่อแม่รักลูกของตนเขาต้องไม่เอาแต่ยกโทษให้กับลูกของตนอย่างไม่สิ้นสุดโดยไม่ยอมแก้ไขข้อผิดพลาดของลูก พ่อแม่ควรจดจำสุภาษิตที่ว่า "รักวัวให้ผูก รักลูกให้ตี" เขาต้องปรับปรุงแก้ไขลูกของตนเมื่อจำเป็น พระเจ้าก็เช่นเดียวกัน ในพระองค์ไม่มีความมืดและพระองค์ทรงบริสุทธิ์ พระเจ้าไม่ทรงยอมรับสิ่งที่ชั่วร้าย

1 โครินธ์ 5:11-13 กล่าวว่า "แต่ข้าพเจ้าเขียนบอกท่านว่า ถ้าผู้ใดได้ชื่อว่าเป็นพี่น้องแล้วแต่ยังล่วงประเวณี เป็นคนโลภ เป็นคนถือรูปเคารพ เป็นคนปากร้าย เป็นคนขี้เมา หรือเป็นคนฉ้อโกง อย่าคบคนอย่างนั้น แม้จะกินด้วยก็อย่าเลย ไม่ใช่หน้าที่ของข้าพเจ้าที่จะไปตัดสินลงโทษคนภายนอก ท่านจะต้องตัดสินลงโทษคนภายในคณะมิใช่หรือ"

อย่าเข้าใจข้อความเหล่านี้ผิด พระคัมภีร์ตอนนี้ไม่ได้หมายความว่าเราต้องอยู่ให้ห่างจากคนที่ไม่เชื่อหรือแยกตัวผู้เชื่อใหม่ที่เพิ่งมีความเชื่อไว้ต่างหาก แต่ถ้ามีคนที่มีตำแหน่งเป็นมัคนายกหรือผู้ปกครองในคริสตจักรและมีความเชื่อทำบาปเหล่านั้น เราไม่ควรคบค้ากับคนเหล่านั้น แต่ควรถอดถอนเขาออกจากคริสตจักร

พระเยซูทรงบอกให้เรายกโทษถึงเจ็ดสิบคูณเจ็ดครั้ง (มัทธิว 18:22) แต่ทำไมพระองค์จึงทรงบอกเราว่าอย่ายกโทษให้กับคนเหล่านี้แต่จงถอดถอนเขาออกไป องค์พระผู้เป็นเจ้าทรงอุดมไปด้วยความรัก เมื่อคนหนึ่งทำบาป ถ้าเขากลับใจและหันหลังกลับ องค์พระผู้เป็นเจ้าจะมีเมตตาต่อเขาและจะทรงยกโทษให้เขา

แต่ถ้าเขาไม่ยอมหันหลังกลับทั้งที่รู้ว่าตนกำลังทำบาป นั่นก็หมายความว่าจิตใจของเขาแข็งกระด้าง เขาจะถูกครอบงำจากการทำงานของซาตานมากขึ้นและทำสิ่งที่ชั่วร้ายยิ่งขึ้น ในที่สุดเขาก่อให้เกิดความเสียหายอย่างใหญ่หลวงต่อคริสตจักรเช่นกัน

คริสตจักรคือสถานที่ของการช่วยดวงวิญญาณให้รอดและการขยายแผ่นดินของพระเจ้าตามน้ำพระทัยของพระองค์ แต่แผ่นดินของพระเจ้าจะถูกขัดขวางเพราะคนเหล่านี้ ถ้าเราปล่อยให้คนเหล่านี้ทำในสิ่งที่เขาอยากทำ สิ่งนี้จะส่งผลกระทบในแนวกว้างต่อผู้คนเหมือนเชื้อราในขนมปัง เพราะเหตุนี้องค์พระผู้เป็นเจ้าจึงทรงบอกให้เราถอดถอนคนเหล่านี้ออกไปจากชุมชนของผู้เชื่อ แต่ไม่ได้หมายความว่าเราต้องถอดถอนเขาออกไปทันทีที่เขาทำบาป

วิธีให้คำแนะนำกับพี่น้องที่ทำบาป

มัทธิว 18:15-17 บอกเราว่า "หากว่าพี่น้องของท่านผู้หนึ่งทำผิดบาปต่อท่าน จงไปแจ้งความผิดบาปนั้นแก่เขาสองต่อสองเท่านั้น ถ้าเขาฟังท่านท่านจะได้พี่น้องคืนมา แต่ถ้าเขาไม่ฟังท่านจงนำคนหนึ่งหรือสองคนไปด้วยให้เป็นพยานสองสามปากเพื่อทุกคำจะเป็นหลักฐานได้ ถ้าเขาไม่ฟังคนเหล่านั้น

จงไปแจ้งความต่อคริสตจักร ถ้าเขายังไม่ฟังคริสตจักรอีกก็ให้ถือเสียว่าเขาเป็นเหมือนคนต่างชาติหรือคนเก็บภาษี”

ถ้าพี่น้องในความเชื่อของเราคนหนึ่งทำสิ่งที่ไม่ถูกต้องเราไม่ควรแพร่งพรายเรื่องนั้นให้กับคนอื่นทราบ แต่จงแนะนำเขาด้วยจิตใจที่เต็มไปด้วยความรัก ถ้าเขาหันหลังกลับเขาก็จะไม่ลงไปสู่หนทางแห่งความตายและเขาจะรอด แต่ถ้าเขาไม่ฟัง เราควรบอกเรื่องนี้กับคนบางคนที่มีตำแหน่งสูงขึ้นไปในคริสตจักรเพื่อขอให้คนเหล่านั้นแนะนำเขา

ถ้าเขายังไม่ฟัง เพื่อให้เป็นไปตามระเบียบปฏิบัติ เราต้องแจ้งให้ศิษยาภิบาลที่มีอาวุโสสูงกว่าในคริสตจักรรู้ในเรื่องนี้ คนเหล่านั้นจะแนะนำเขาด้วยพระคำของพระเจ้าหรือตำหนิเขาถ้าจำเป็นเพื่อเขาจะหันหลังกลับจากความผิดบาป ถ้าเขายังไม่ฟัง พระเจ้าทรงบอกให้เราถือว่าเขาเป็นเหมือนคนต่างชาติหรือคนเก็บภาษี ถ้าเขาได้รับอนุญาตให้ประพฤติตนเช่นนั้นต่อไปโดยไม่มีการเข้มงวด ในที่สุดเขาจะเป็นต้นเหตุให้คนอื่นในคริสตจักรทำบาปซึ่งจะก่อความยุ่งยากมากมายให้กับคริสตจักร

การที่พระเจ้าทรงบอกเราไม่ให้อดทนกับคนชั่วร้ายในคริสตจักรนั้นไม่ใช่เพราะว่าพระองค์ไม่มีความรัก แต่เพราะพระองค์ทรงเห็นแก่ดวงวิญญาณของผู้คนส่วนใหญ่ในคริสตจักรและเพื่อทำให้คริสตจักรบริสุทธิ์ คริสตจักรถูกซื้อไว้ด้วยพระโลหิตของพระเยซูคริสต์และคริสตจักรเป็นพระกายของพระคริสต์

สิ่งหนึ่งที่เราต้องจดจำไว้ในที่นี้ก็คือคำแนะนำของเราที่ให้กับพี่น้องในความเชื่อจะไร้ประโยชน์ทันทีถ้าตัวเราเองไ

ม่ได้ดำเนินชีวิตตามความจริง ถ้าเราไม่ได้ดำเนินชีวิตตามพระคำของพระเจ้าแต่กลับไปแนะนำคนอื่นว่า "พี่น้องครับ พระเจ้าทรงรังเกียจความผิดบาป จงชื่นบานอยู่เสมอ จงอธิษฐานอย่างต่อเนื่อง และจงขอบพระคุณ" สิ่งนี้อาจส่งผลสะท้อนกลับในแง่ลบมาสู่เรา

พระเยซูตรัสไว้ในมัทธิว 7:3-5 ว่า "เหตุไฉนท่านมองดูผงที่ในตาพี่น้องของท่าน แต่ไม้ทั้งท่อนที่อยู่ในตาของท่าน ท่านก็ไม่รู้สึก เหตุไฉนท่านจะกล่าวแก่พี่น้องว่า 'ให้เราเขี่ยผงออกจากตาของเธอ' แต่ที่จริงไม้ทั้งท่อนมีอยู่ในตาของท่านเอง ท่านคนหน้าซื่อใจคด จงชักไม้ทั้งท่อนออกจากตาของท่านก่อนแล้วท่านจะเห็นได้ถนัดจึงจะเขี่ยผงออกจากตาพี่น้องของท่านได้"

ก่อนที่จะให้คำแนะนำกับคนอื่นได้ อันดับแรกเราต้องกำจัดความชั่วร้ายและความรู้สึกแห่งความเท็จที่อยู่ภายในเราทิ้งไปก่อน หลังจากนั้นท่านค่อยให้คำแนะนำกับคนอื่น ถ้าเรามีคุณสมบัติตามเงื่อนไขเหล่านี้ เมื่อเราให้คำแนะนำกับคนอื่นคนเหล่านั้นจะไม่รู้สึกตะขิดตะขวงใจและความเข้าใจผิดจะไม่เกิดขึ้น คนเหล่านั้นจะยอมรับคำแนะนำของท่านด้วยความยินดี

พระเจ้าทรงสั่งเราไว้ใน 1 เปโตร 1:16 ว่าจงเป็นคนบริสุทธิ์เพราะพระองค์ทรงบริสุทธิ์ เรามีเหตุผลที่ชัดเจนมากว่าทำไมเราต้องเป็นคนบริสุทธิ์ พระเจ้าทรงประทานพระเยซูคริสต์พระบุตรองค์เดียวของพระองค์เพื่อให้เป็นเครื่องบูชาไถ่เราให้พ้นจากความผิดบาป พระองค์ทรงมอบพระวิญญาณบริสุทธิ์ให้กับผู้เชื่อเพื่อเราจะสา

มารถละทิ้งความบาปและดำเนินชีวิตในความสว่าง ถ้าเช่นนั้นพระเจ้าจะทรงอนุญาตให้มีความชั่วร้ายในคริสตจักรซึ่งเป็นพระกายของพระคริสต์ได้อย่างไร

แต่ในความเป็นจริงมีคริสตจักรมากมายในปัจจุบันที่ไม่ยอมตำหนิหรือควบคุมสิ่งชั่วร้ายที่เกิดขึ้นในคริสตจักร คริสตจักรเหล่านี้เพียงแต่เพิกเฉยหรือยอมให้สิ่งนั้นเกิดขึ้น บางคนในคริสตจักรกังวลว่าถ้าเขาให้คำแนะนำกับสมาชิกหรือตำหนิสมาชิกด้วยการชี้ให้เขาเห็นถึงความบาปของตน สมาชิกเหล่านั้นอาจออกไปจากคริสตจักร บางคนมีความรักและความเห็นอกเห็นใจฝ่ายเนื้อหนังกับคนที่ชั่วร้าย บางคนยอมประนีประนอมกับคนชั่วร้ายในคริสตจักรเพียงเพราะเห็นแก่ทรัพย์สินเงินทองและอำนาจ

แต่อะไรคือบทบาทของคริสตจักร คริสตจักรต้องสอนบุตรของพระเจ้าให้ดำเนินชีวิตอยู่ในความจริงและนำดวงวิญญาณมาให้มากที่สุดเข้าสู่แผ่นดินของพระเจ้า ศิษยาภิบาลและผู้นำควรเตือนสมาชิกเกี่ยวกับสิ่งที่เป็นความผิดบาปต่อพระพักตร์พระเจ้าและสิ่งที่จะนำผู้เชื่อไปสู่ความตายอย่างเข้มงวดเพื่อคนเหล่านั้นจะหันหลังให้กับความผิดบาปของตน ศิษยาภิบาลและผู้นำควรหนุนใจและแนะนำสมาชิกให้ละทิ้งความผิดบาปและดำเนินชีวิตที่บริสุทธิ์ด้วยความรัก

คริสตจักรเอเฟซัสทดสอบและเปิดโปงอัครทูตเทียม
ประการที่สาม สมาชิกคริสตจักรเอเฟซัสได้รับคำชมเชยเพราะเขาทดสอบผู้คนที่อ้างตนว่าเป็นอัครทูตแต่ไม่ได้เป็นและทำให้เห็

นว่าคนเหล่านั้นพูดมุสา คำว่า “อัครทูต” ในที่นี้ไม่ได้หมายถึงสาวกสิบสองคนของพระเยซูหรืออัครทูตเปาโล แต่คำนี้เป็นคำทั่วไปที่ใช้สำหรับผู้คนที่มีตำแหน่งและหน้าที่ในคริสตจักร

ปัจจุบันมีตำแหน่งมากมายในคริสตจักรซึ่งรวมถึงตำแหน่งผู้รับใช้ ผู้ปกครอง มัคนายก และมัคนายิกา เป็นต้น ไม่ว่าคนเหล่านี้จะมีความเชื่อที่แท้จริงหรือไม่ก็ตาม แต่เพราะเขาอยู่ในคริสตจักรมาระยะเวลาหนึ่งบางคนจึงได้รับตำแหน่งจากคริสตจักร แม้เราจะมีตำแหน่งสำคัญและมีหน้าที่มากมาย แต่ถ้าพระเจ้าไม่ทรงยอมรับเรา สิ่งเหล่านั้นก็ไร้ประโยชน์

แม้เราจะมีตำแหน่งเพราะระยะเวลาของการอยู่ในคริสตจักรหรือบุคลิกลักษณะภายนอกของเรา ถ้าเราไม่ได้รับการยอมรับจากพระเจ้า เราก็เป็นเพียงอัครทูตอ้างตนว่าเป็นอัครทูตแต่หาไม่ได้เป็นไม่ อะไรคือความหมายของการที่คริสตจักรเอเฟซัส “ลองใจคนเหล่านั้นที่อวดว่าเป็นอัครทูตแต่หาได้เป็นไม่และเจ้าก็เห็นว่าเขาเป็นคนมุสา”

ยกตัวอย่าง สมมุติว่าศิษยาภิบาลคนหนึ่งสอนสมาชิกของตนให้ละทิ้งความบาปและความชั่วและให้ดำเนินชีวิตตามพระคำของพระเจ้า สมาชิกที่มีความเชื่อจะตอบสนองด้วยคำว่า “อาเมน” และเชื่อฟังคำสั่งสอนนั้น เราเรียนรู้ในฮีบรู 4:12 ว่าเมื่อพระคำของพระเจ้าที่ “ไม่ตายและทรงพลานุภาพอยู่เสมอคมยิ่งกว่าดาบสองคมใด ๆ แทงทะลุกระทั่งจิตใจและวิญญาณตลอดข้อกระดูกและไขในกระดูกและสามารถวินิจฉัยความคิดและความมุ่งหมายในใจด้วย” คนเหล่านี้จะค้นพบสิ่งที่ไม่ถูกต้องตามความ

จริงพร้อมกับกลับใจและหันกลับเสียจากสิ่งเหล่านั้น

แต่ผู้ที่มีจิตใจแข็งกระด้างจะไม่หันกลับหลังจากที่เขาฟังพระคําของพระเจ้า ตรงกันข้าม ถ้าเขารู้สึกว่าความชั่วร้ายของเขาจะถูกเปิดโปงเขาจะหลอกลวงสมาชิกคนอื่น พูดถึงคริสตจักรและศิษยาภิบาลในแง่ลบ และออกไปจากคริสตจักร นี่คือการเปิดโปงการโกหกหลอกลวงของคนเหล่านั้นที่อวดว่าเป็นอัครทูตแต่หาได้เป็นไม่

แม้แต่ในท่ามกลางศิษยาภิบาลก็มีคนที่อวดว่าตนเป็นอัครทูตแต่หาได้เป็นไม่ ในฐานะศิษยาภิบาลคนเหล่านี้พิพากษาตัดสินและกล่าวประณามศิษยาภิบาลหรือคริสตจักรอื่นด้วยพระคําของพระเจ้า คนเหล่านี้กลายเป็นผู้เลี้ยงตาบอดที่กําลังนําฝูงแกะไปในเส้นทางที่ผิด คนเหล่านี้เป็นเหมือนพวกมหาปุโรหิต พวกฟาริสีและพวกธรรมาจารย์

ในมัทธิวบทที่ 23 พระเยซูทรงเรียกคนเหล่านี้ว่า "คนนําทางตาบอด" และตําหนิเขาว่า "เจ้าทั้งหลายก็เป็นอย่างนั้นแหละ ภายนอกแลดูเหมือนว่าเป็นคนชอบธรรม แต่ภายในเต็มไปด้วยความเท็จเทียมและอธรรม" (ข้อ 28)

บางครั้งพระเจ้าทรงอนุญาตให้มีการทดสอบเกิดขึ้นในคริสตจักรเพื่อเปิดโปงความเท็จเทียมประเภทนี้ ในช่วงการทดสอบเหล่านี้คริสตจักรอาจพบกับการข่มเหงและความยากลําบากมากมาย

ยกตัวอย่าง เมื่อสเทเฟนกล่าวโทษความบาปและความชั่วร้ายของคนชั่วร้าย คนเหล่านั้นรู้สึกไม่พอใจและได้ใช้หินขว้างสเทเฟนจนเสียชีวิต ในทํานองเดียวกัน เมื่อความบาปหรือตัวตนที่แท้จริงของคนชั่วร้ายถูกเปิดโปงความชั่วร้ายที่อยู่ในเขาก็จะปรากฏอ

อกมา ดังนั้นเมื่อพระเจ้าทรงอนุญาตให้มีการทดสอบเพื่อเปิดโปง "คนที่อวดว่าตนเป็นอัครทูตแต่หาได้เป็นไม่" เกิดขึ้นในคริสตจักร คนที่มีความเชื่ออ่อนแออาจสูญเสียความเชื่อของตนเช่นกัน

แต่คนที่มีความเชื่อที่แท้จริงจะไม่หวั่นไหวในทุกสถานการณ์ พื้นดินหลังฝนตกจะหนักแน่นฉันใด คนเหล่านี้จะมีความเชื่อและความดีงามที่แข็งแกร่งยิ่งขึ้นหลังจากการทดสอบด้วยฉันนั้น นอกจากนี้ หลังจากเขาผ่านการทดสอบคนเหล่านี้จะได้รับพระพรจากพระเจ้าไม่เพียงแต่ในชีวิตของสมาชิกแต่ละคนเท่านั้น แต่ในชุมชนแห่งพระกายของพระคริสต์โดยรวมด้วยเช่นกัน

คริสตจักรเอเฟซัสอดทนและไม่เหนื่อยอ่อนเพื่อเห็นแก่พระนามขององค์พระผู้เป็นเจ้า

ประการที่สี่ องค์พระผู้เป็นเจ้าทรงชมเชยคริสตจักรเอเฟซัสที่คนเหล่านั้นอดทนและไม่เหนื่อยอ่อนเพื่อเห็นแก่พระนามขององค์พระผู้เป็นเจ้า เมื่อเราฟังพระคำของพระเจ้า ถ้าพระคำทำให้เรามองเห็นบาป เราต้องกลับใจ พยายามหันหลังกลับ และดำเนินชีวิตตามพระคำของพระเจ้า

แต่บางครั้ง ถ้าความบาปของผู้คนถูกเปิดโปงในขณะที่เขารับฟังพระคำของพระเจ้า หลายคนจะต่อต้านและสร้างปัญหาบางอย่างให้เกิดขึ้น ผู้เลี้ยงที่แท้จริงจะอดทนต่อคนประเภทนี้ด้วยเช่นกัน ผู้เลี้ยงจะร้องไห้อธิษฐานและโอบอุ้มคนเหล่านี้ไว้ด้วยความรัก เขาจะสอนพระคำแห่งชีวิตให้กับคนเหล่านี้อย่างต่อเนื่องเพื่อเขาจะไม่ล้มลงไปสู่หนทางแห่งความตาย

โมเสสขึ้นไปบนภูเขาพร้อมกับอดอาหารสี่สิบวันเพื่อรับเอาพระบัญญัติสิบประการจากพระเจ้า ในขณะที่เดียวกันประชาชนอิสราเอลกลับสร้างรูปวัวทองคำขึ้นและกราบไหว้รูปนั้น การกราบไหว้รูปเคารพเป็นความบาปที่ร้ายแรง พระพิโรธของพระเจ้าเดือดพลุ่งขึ้นและพระองค์กำลังจะทำลายคนอิสราเอลให้สิ้นซาก แต่โมเสสร้องไห้อธิษฐานเพื่อคนเหล่านั้น (อพยพ 32:31-32)

อัครทูตเปาโลถูกทุบตีและถูกจำคุกในขณะที่ประกาศพระกิตติคุณ ท่านทนทุกข์ทรมานอย่างมากแต่ท่านก็เอาชนะทุกสิ่งทุกอย่างด้วยการอดทนเพราะเห็นแก่พระนามของพระเยซูคริสต์ ศิษยาภิบาลคริสตจักรเอเฟซัสอดทนนานและไม่เหนื่อยอ่อนเพราะเห็นแก่พระนามขององค์พระผู้เป็นเจ้าเช่นกัน ดังนั้นเขาจึงได้รับคำชมเชยจากองค์พระผู้เป็นเจ้า

ถ้าศิษยาภิบาลเกิดความเหนื่อยอ่อนและเกียจคร้านเขาจะไม่อธิษฐาน เขาจะไม่สามารถปกป้องฝูงแกะของตนในสงครามฝ่ายวิญญาณกับผีมารซาตาน ศิษยาภิบาลเหล่านี้จะไม่สามารถนำแกะที่หลงหายกลับคืนมาได้เช่นกัน

ศิษยาภิบาลจะสามารถดูแลฝูงแกะของตนและทำหน้าที่ของตนให้สำเร็จได้ก็ต่อเมื่อเขามีความขยันหมั่นเพียรเท่านั้น ในปัจจุบันก็เช่นเดียวกัน ถ้าศิษยาภิบาลต้องการคำชมเชยจากองค์พระผู้เป็นเจ้าเขาต้องขยันหมั่นเพียร

โดยเฉพาะอย่างยิ่งในวาระสุดท้ายที่โลกเต็มไปด้วยความผิดบาป การที่จะนำฝูงแกะไปสู่แผ่นดินสวรรค์เรายิ่งต้องการความอดทนมากขึ้นเป็นหลายเท่า แม้เราจะสอนความจริงและแสดงให้เห็น

ถึงหลักฐานซึ่งสามารถทำให้ผู้คนเชื่อ แต่เรายังเห็นดวงวิญญาณมากมายที่เป็นมิตรกับโลกและอยู่ในความมืด ถึงกระนั้นก็ตาม เราจำเป็นต้องอธิษฐานและร้องไห้คร่ำครวญเพื่อคนเหล่านี้ เราต้องตื่นตัวอยู่เสมอในการเอาใจใส่ดูแลดวงวิญญาณของผู้คนมากมาย เราต้องดูแลคนเหล่านั้นด้วยความรักมากขึ้นโดยไม่อ่อนล้าหรือเกียจคร้าน

ในปัจจุบัน แม้กระทั่งในหมู่คนที่เชื่อเองก็ยังมีผู้คนที่บิดเบือนความจริง คนเหล่านี้ยอมประนีประนอมกับแนวโน้มของโลกโดยอ้างความเข้าใจและความสมานฉันท์ ดังนั้นจึงมีหลายสิ่งหลายอย่างที่เราต้องอดทนเพื่อเห็นแก่พระนามขององค์พระผู้เป็นเจ้า ถ้าเรามีความเชื่อที่แท้จริงในองค์พระผู้เป็นเจ้าเราก็จะอดทนด้วยความชื่นบานและการขอบพระคุณในการทดสอบหรือการทดลองทุกรูปแบบ เราจะไม่รู้สึกเหนื่อยอ่อน แต่เราจะอธิษฐานและทำหน้าที่ของตนให้สำเร็จอย่างขยันหมั่นเพียร

องค์พระผู้เป็นเจ้าทรงตำหนิคริสตจักรเอเฟซัส

แต่เรามีข้อที่จะต่อว่าเจ้าบ้าง คือว่าเจ้าละทิ้งความรักดั้งเดิมของเจ้า เหตุฉะนั้นจงระลึกถึงสภาพเดิมที่เจ้าได้หล่นจากมาแล้วนั้น จงกลับใจเสียใหม่และประพฤติตามอย่างเดิม มิฉะนั้นเราจะมาหาเจ้าและจะยกคันประทีปของเจ้าออกจากที่เว้นไว้แต่เจ้าจะกลับใจใหม่ (วิวรณ์ 2:4-5)

คริสตจักรเอเฟซัสได้รับคำชมเชยจากองค์พระผู้เป็นเจ้าในความอดทนและความมุ่งมั่นของเขาที่จะประพฤติตามความจริง การที่เขาไม่ยอมอดทนกับคนชั่วร้าย การเปิดโปงอัครทูตเทียม ความอดทนและการไม่รู้สึกเหนื่อยอ่อนเพื่อเห็นแก่พระนามขององค์พระผู้เป็นเจ้า แต่มีอยู่หลายสิ่งเช่นกันในคริสตจักรเอเฟซัสที่ทำให้เขาถูกตำหนิ

คริสตจักรเอเฟซัสถูกตำหนิเพราะเขาละทิ้งความรักดั้งเดิม

คริสตจักรเอเฟซัสได้รับคำชมเชยจากองค์พระผู้เป็นเจ้า แต่ภายหลังคนเหล่านั้นได้ยินคำตักเตือนอย่างรุนแรงว่าองค์พระผู้เป็นเจ้าจะยกคันประทีปของเขาออกจากที่เพราะเขาได้ละทิ้งความรักดั้งเดิมและไม่ได้ประพฤติตามอย่างเดิม อะไรคือสาเหตุที่ทำให้คริสตจักรเอเฟซัสถูกตำหนิ

ยอห์น 14:21 กล่าวว่า "ผู้ใดที่มีบัญญัติของเราและประพฤติตามบัญญัตินั้น ผู้นั้นแหละเป็นผู้ที่รักเราและผู้ที่รักเรานั้นพระบิดาของเราจะทรงรักเขาและเราจะรักเขาและจะสำแดงตัวให้ปรากฏแก่เขา" 1 ยอห์น 5:3 กล่าวว่า "เพราะนี่แหละเป็นความรักต่อพระเจ้า คือที่เราทั้งหลายประพฤติตามพระบัญญัติของพระองค์และพระบัญญัติของพระองค์นั้นไม่เป็นภาระ"

ศิษยาภิบาลและสมาชิกคริสตจักรเอเฟซัสเคยรักพระเจ้าและต่อสู้กับความบาปและละทิ้งความบาปเหล่านั้นในตอนแรก คนเหล่านั้นพยายามดำเนินชีวิตตามพระคำของพระเจ้า เขาเคยบากบั่นและมีชัยชนะด้วยความชื่นบานและการขอบพระคุณ แต่เมื่อวันเวลาผ่านไปคนเหล่านั้นกลับเหินห่างไปจากความจริงมากยิ่งขึ้น

เมื่อถึงจุดหนึ่งคนเหล่านั้นก็ละทิ้งความรักดั้งเดิมของตน เขาขาดการประชุมร่วมกันและหยุดอธิษฐาน คนเหล่านั้นไม่พยายามที่จะดำเนินชีวิตตามความจริงอีกต่อไป แต่เขาได้หันกลับไปหาโลกอีกครั้งหนึ่ง

เมื่อพบกับพระเจ้าและได้รับพระวิญญาณบริสุทธิ์ผู้คนส่วนใหญ่จะเต็มไปด้วยความชื่นชมยินดีแห่งความไพบูลย์ของพระวิ

ญญาณบริสุทธิ์ คนเหล่านี้เข้าร่วมการนมัสการทุกรอบและเข้าร่วมในการประชุมทุกชนิดพร้อมกับพยายามอย่างหนักที่จะอธิษฐานอยู่เสมอ นอกจากนั้น เนื่องจากคนเหล่านี้เชื่อว่านรกและสวรรค์มีอยู่จริงเขาจึงประกาศพระกิตติคุณกับพี่น้อง ญาติมิตร และเพื่อนบ้านของตน เขามีความรู้สึกยินดีที่ได้ใช้เวลาร่วมกับพี่น้องในความเชื่อ เขาเฝ้ารอคอยให้วันอาทิตย์มาถึงและปรารถนาที่จะฟังพระคำของพระเจ้า

แต่ในวินาทีที่ความเชื่อเต็มเปี่ยมความรักดั้งเดิมของเขาเยือกเย็นลง แม้คนเหล่านี้จะอยู่ในการนมัสการแต่เขาก็ไม่สามารถนมัสการด้วยจิตวิญญาณและความจริง เขาเข้าร่วมการนมัสการเพียงเพราะเป็นหน้าที่ คนเหล่านี้ชอบหลับใหลไม่เพียงแต่ในช่วงนมัสการเท่านั้นแต่ในการประชุมอธิษฐานด้วยเช่นกัน เขาไม่มีกำลังที่จะต่อสู้และกำจัดความผิดบาปอีกต่อไป ดังนั้นเขาจึงประนีประนอมกับโลกและเปรอะเปื้อนไปด้วยความผิดบาปอีกครั้งหนึ่ง

เวลานี้ความเชื่อของท่านมีสภาพอย่างไร ทำไมเราไม่ลองคิดถึงอารมณ์ของความรักดั้งเดิมดูล่ะ เรารู้สึกอย่างไรในครั้งแรกเมื่อเราได้รับพระวิญญาณบริสุทธิ์และจิตใจของเราเต็มล้นไปด้วยความสุขที่เหนือคำบรรยาย เมื่อคิดถึงสภาพของจิตใจที่เราเคยมีในช่วงแรกมีกี่คนในพวกเราที่กล้าพูดอย่างมั่นใจว่าความรักดั้งเดิมของเราไม่ได้เปลี่ยนแปลงหรือเยือกเย็นลง เราคิดว่าการละทิ้งความรักดั้งเดิมถือเป็นเรื่องธรรมชาติหรือไม่

แต่องค์พระผู้เป็นเจ้าทรงตำหนิการละทิ้งความรักดั้งเดิม นอกจากนั้นพระองค์ตรัสกับเราว่า "จงระลึกถึงสภาพเดิมที่เจ้าได้หล่นจากมาแล้วนั้น จงกลับใจเสียใหม่และประพฤติตามอย่างเดิม"

(ข้อ 5) เราต้องสำนึกว่าเราเริ่มหมดความกระตือรือร้นที่เราเคยมี ไปตั้งแต่เมื่อใด เราต้องกลับใจเสียใหม่เพื่อเราจะรื้อฟื้นความรักดั้งเดิม ความร้อนที่เราเคยมี และความไพบูลย์ที่เราเคยได้รับขึ้นมาใหม่

สาเหตุของการละทิ้งความรักดั้งเดิม
ผู้ชายและผู้หญิงรักกันมากและเขาได้ผูกพันเป็นอันหนึ่งอันเดียวกันในการแต่งงาน เมื่อวันเวลาผ่านไปทั้งคู่เริ่มเปลี่ยนความคิด นั่นคือ เขาได้ละทิ้งความรักดั้งเดิมหรือความรักครั้งแรกที่เคยมีต่อกัน ถ้าทั้งคู่รักษาความรักครั้งแรกที่เขาเคยมีนั้นไว้ความสัมพันธ์ของเขาก็จะเหนียวแน่นตลอดเวลา เขาจะไม่มีปัญหาชีวิตแต่งงาน ความรักของเราที่มีต่อพระเจ้าและองค์พระผู้เป็นเจ้าก็เช่นเดียวกัน บางคนพูดว่าเขาล้มลงในการทดลองเพราะการกระทำของพี่น้องในความเชื่อ บางคนเริ่มขาดการประชุมนมัสการสองสามครั้งเพื่อหารายได้ในวันอาทิตย์ การรักษาวันขององค์พระผู้เป็นเจ้าให้บริสุทธิ์จึงเป็นสิ่งที่ทำได้ยากสำหรับคนเหล่านี้ บางคนมีปัญหากับศิษยาภิบาลหรือล้มลงในการทดลองเพราะเขาสงสัยพระคำเทศนา แต่สาเหตุสำคัญของการละทิ้งความรักดั้งเดิมของผู้คนก็คือเรายอมรับเอาความเท็จที่เราเคยกำจัดทิ้งไปกลับเข้ามาอีก แม้เวลานี้เราจะเต็มล้นด้วยพระวิญญาณ แต่ถ้าเรามองดูโลกและยอมรับเอาสิ่งของฝ่ายโลกกลับเข้ามาอีก เราก็อาจหลงรักโลกไปในที่สุด
อย่ารักโลกหรือสิ่งของในโลก ถ้าผู้ใดรักโลกความรักต่อพระบิดาไม่ได้อยู่ในผู้นั้น เพราะว่าสารพัดซึ่งมีอยู่ในโลกคือตัณหาของเนื้อหนังและตัณหาของตาและความทะนงในลาภยศไม่ได้เกิดมาจ

ากพระบิดา แต่เกิดมาจากโลกและโลกกับสิ่งที่ยั่วยวนของโลกกำลังล่วงไป แต่ผู้ที่ประพฤติตามพระทัยของพระเจ้าจะดำรงอยู่เป็นนิตย์ (1 ยอห์น 2:15-16)

บุคคลอาจเข้าสุหนัตในจิตใจของตนมาโดยตลอดด้วยความรักดั้งเดิมที่มีอยู่อย่างเต็มล้น แต่หลังจากสองสามปีผ่านไปเขาอาจพบว่าตนอยู่ในสถานะเดิมและไม่มีความก้าวหน้าในฝ่ายวิญญาณ เขาต้องเอาชนะการทดลองแบบเดียวกันเกิดขึ้นซ้ำแล้วซ้ำอีกหรือบุคคลนั้นอาจมองเห็นความชั่วร้ายบางอย่างที่เขาเคยกำจัดทิ้งไปกลับมาปรากฏในชีวิตของเขาอีกครั้งหนึ่ง

จากนั้นเขาอาจรู้สึกทุกข์ใจหรือเกิดอาการเครียดและเขาอาจคิดว่าตนต้องยุติความพยายามนั้นไว้ก่อน เขาอาจมองหาการเล้าโลมใจหรือการหยุดพักจากสิ่งที่อยู่ฝ่ายเนื้อหนังของโลกนี้ เขาอาจรู้ว่าเขาต้องการการเล้าโลมและการหยุดพักเพียงชั่วครู่เท่านั้น แต่เมื่อเขาทำตามแนวทางของโลกที่นั่นทีและที่โน่นที ในที่สุดเขาก็อาจหลงไปตามทางของโลกอย่างสิ้นเชิง

“เราจะยกคันประทีปของเจ้าออกจากที่”

เราไม่มีวันแก้ปัญหาฝ่ายวิญญาณด้วยวิธีการของโลก เมื่อความเชื่อของบุคคลเจริญเติบโตอย่างเชื่องช้าและหยุดการเจริญเติบโต เขาต้องรู้ว่าแนวทางของการแก้ไขปัญหานี้ต้องเป็นวิธีการทางฝ่ายวิญญาณ เขาต้องอธิษฐานต่อพระเจ้าอย่างร้อนรนขอพระคุณและพระกำลังจากเบื้องบน และรับเอาความช่วยเหลือจากพระวิญญาณบริสุทธิ์

การที่จะกระทำเช่นนี้ได้เราต้องระลึกถึงสภาพเดิมที่เราได้

หล่นจากมาแล้วนั้น กลับใจใหม่ และหันหลังกลับ เราต้องทำลายกำแพงแห่งความบาปที่เกิดขึ้นจากการละทิ้งความรักดั้งเดิมและการไม่ได้ประพฤติตามอย่างเดิม เราจะได้รับพระกำลังและพระคุณในการดำเนินชีวิตอีกครั้งหนึ่งด้วยวิธีการนี้เท่านั้น เราต้องไม่เพียงแค่กลับใจ แต่เราต้องฉีกหัวใจของเราออกด้วยเช่นกัน

"พระเจ้าพระบิดาได้ประทานพระบุตรองค์เดียวของพระองค์เพื่อผม องค์พระผู้เป็นเจ้าทรงรับเอากางเขนและพบกับความทุกข์ทรมานและการดูหมิ่นมากมายเพื่อสำแดงความรักของพระองค์กับผม ผมจะละทิ้งความรักและพระคุณของพระองค์ได้อย่างไร"

การกลับใจเช่นนี้ต้องออกมาจากส่วนลึกแห่งจิตใจของเราและเราต้องสำแดงผลของการกลับใจให้ปรากฏเช่นกัน เราต้องเต็มล้นด้วยพระวิญญาณบริสุทธิ์และรื้อฟื้นชีวิตคริสเตียนที่ร้อนรนที่เราเคยมีกลับขึ้นมาใหม่

องค์พระผู้เป็นเจ้าทรงตำหนิคริสตจักรเอเฟซัสที่เขาได้ละทิ้งความรักดั้งเดิมของตนและพระองค์ทรงบอกให้คนเหล่านั้นกลับใจใหม่ ไม่เช่นนั้นพระองค์จะทรงยกคันประทีปของเขาออกจากที่ คันประทีปในที่นี้เล็งถึงคริสตจักรและมีความหมายที่สำคัญสองอย่าง

ประการแรก การ "ยกคันประทีปออกจากที่" หมายความว่าองค์พระผู้เป็นเจ้าจะทรงนำเอาพระวิญญาณบริสุทธิ์ออกไปจากจิตใจของผู้เชื่อแต่ละคน

1 โครินธ์ 3:16 กล่าวว่า "ท่านทั้งหลายไม่รู้หรือว่าท่านเป็นวิหารของพระเจ้าและพระวิญญาณของพระเจ้าสถิตอยู่ในท่าน" ร่างกายของเราเป็นวิหารอันบริสุทธิ์ของพระเจ้า การ "ยกคันประทีป"

หมายถึงการยกคริสตจักรซึงเป็นพระกายขององค์พระผู้เป็นเจ้าออกไป ดังนันข้อความนีจึงหมายความว่าองค์พระผู้เป็นเจ้าจะทรงยกเอาพระวิญญาณบริสุทธีทีสถิตอยู่ในใจเราออกไป

1 เธสะโลนิกา 5:19 กล่าวว่า “อย่าดับพระวิญญาณ” และ 1 โครินธ์ 3:17 กล่าวว่า “ถ้าผู้ใดทำลายวิหารของพระเจ้า พระเจ้าจะทรงทำลายผู้นันเพราะวิหารของพระเจ้าเป็นทีบริสุทธีศักดิ์สิทธิ์และท่านทังหลายเป็นวิหารนัน” พระเจ้าตรัสว่าพระองค์จะทรงทำลายมนุษย์ถ้ามนุษย์ทำลายวิหารของพระองค์ ข้อความนีหมายความถ้าพระเจ้าทรงนำเอาพระวิญญาณบริสุทธิออกไปจากเราเราก็ไม่สามารถเป็นวิหารอันบริสุทธีของพระเจ้าได้อีกต่อไป

หลังจากทีเราได้รับพระวิญญาณบริสุทธี ถ้าเราละทิงความรักดังเดิมและอยู่ในความบาปด้วยการเป็นมิตรกับโลก พระวิญญาณบริสุทธีก็ไม่ทรงเห็นว่าจิตใจของเราเป็นวิหารอันบริสุทธีและไม่ทรงสถิตอยู่ในเรา ถ้าเรากลับใจและหันหลังกลับก่อนทีเราจะดับพระวิญญาณบริสุทธี พระเจ้าจะประทานพระคุณและโอกาสให้กับเราอีกครังหนึง แต่ถ้าเราไม่กลับใจและไม่หันหลังกลับและถ้าเราก้าวเลยขอบเขตแห่งความยุติธรรมของพระเจ้าไปพระวิญญาณบริสุทธีก็จะถูกพรากไปจากเรา

แต่ตราบใดทีบุคคลยังไม่ได้ก้าวเลยสถานการณ์นีไป พระวิญญาณบริสุทธียังอนุญาตให้เขาสำนึกถึงความผิดบาปของตนอยู่เสมอ จิตใจของเราจะรู้สึกถูกรบกวน วิตกกังวล และเป็นทุกข์เนืองจากการคร่ำครวญของพระวิญญาณบริสุทธี นอกจากนันพระเจ้าจะทรงให้โอกาสเขากลับใจผ่านทางพระคำของพระองค์เช่นกัน แต่ถ้าเขาไม่กลับใจและสุดท้ายถ้าพระวิญญาณบริสุทธีถูกพรากไปจาก

เขา พระวิญญาณบริสุทธิ์ก็ไม่ทรงสามารถช่วยเขาได้อีกต่อไป เนื่องจากเขามีความรู้ในเรื่องความจริงเขาอาจพยายามหันหลังกลับอีก แต่เพราะเขาไม่ได้รับความช่วยเหลือจากพระวิญญาณบริสุทธิ์อีกต่อไป ดังนั้นเขาจึงไม่สามารถกลับใจ

แทนที่เขาจะกลับใจเขาอาจพยายามเสาะหาการเล้าโลมจากสิ่งที่อยู่ฝ่ายเนื้อหนังของโลกนี้ ถ้าบุคคลอยู่ในสถานการณ์เช่นนี้ก็เป็นการยากอย่างยิ่งที่เขาจะหันหลังกลับ ถ้าปราศจากการเสียสละแห่งความรักซึ่งอยู่เหนือความยุติธรรมของพระเจ้าเขาจึงไม่มีทางเลือกอื่นนอกจากความตายนิรันดร์ ด้วยเหตุนี้ บุตรของพระเจ้าทุกคนที่ได้รับพระวิญญาณบริสุทธิ์จึงไม่ควรเอาตัวเองเข้าไปอยู่ในสถานการณ์เช่นนี้

ประการที่สอง การ "ยกคันประทีปออกจากที่" หมายความว่าองค์พระผู้เป็นเจ้าจะทรงพรากเอาพระวิญญาณบริสุทธิ์ไปจากคริสตจักร

ถ้าความรักดั้งเดิมเยือกเย็นลง การทำงานของพระวิญญาณบริสุทธิ์ก็จะหมดไปและการฟื้นฟูก็จะหยุดชะงักไม่เฉพาะกับตัวบุคคลเท่านั้นแต่กับคริสตจักรด้วยเช่นกัน

ในช่วงเริ่มต้นของคริสตจักรคนเหล่านั้นอาจร้องไห้คร่ำครวญในการอธิษฐานต่อพระเจ้า แต่หลังจากเขาได้รับการฟื้นฟูผ่านไปชั่วระยะหนึ่งความร้อนของคนเหล่านั้นอาจเย็นลง เขาไม่ได้อธิษฐานด้วยใจร้อนรนอีกต่อไป เขาหยุดการประชุมร่วมกัน เขาไม่เผยแพร่พระกิตติคุณอย่างขยันขันแข็งอีกต่อไป

เมื่อพระวิญญาณบริสุทธิ์ค่อย ๆ ถูกตัดออกไปจากคริสตจักรคนเหล่านั้นก็จะตกอยู่ในสภาวะของการหลับใหลฝ่ายวิญญาณ เมื่อ

การทำงานของพระวิญญาณบริสุทธิ์หยุดชะงักลง การที่จะจุดประกายไฟแห่งการอธิษฐานและการรื้อฟื้นความไพบูลย์ของพระวิญญาณบริสุทธิ์ขึ้นมาใหม่จึงไม่ใช่เรื่องง่าย เนื่องจากคริสตจักรได้ละทิ้งความรักดั้งเดิมและพระเจ้าได้ทรงยกคันประทีปของคริสตจักรออกจากที่ พระวิญญาณบริสุทธิ์จึงไม่สามารถกระทำการของพระองค์อีกต่อไป

ถ้าพระวิญญาณบริสุทธิ์ไม่ได้กระทำการอยู่ในคริสตจักรอีกต่อไปในไม่ช้าผีมารซาตานก็จะเริ่มทำงานของมันเพื่อก่อให้เกิดการแตกแยกและการทะเลาะวิวาทขึ้น สถานการณ์อาจลุกลามไปถึงจุดที่คริสตจักรแห่งหนึ่งถูกทำลาย แม้คริสตจักรบางแห่งอาจไม่ได้ตกอยู่ในสถานการณ์ที่ร้ายแรงถึงขั้นนี้แต่ถ้าพระวิญญาณบริสุทธิ์ไม่สามารถกระทำการของพระองค์อีกต่อไปในคริสตจักร สิ่งนั้นก็หมายความว่าคริสตจักรได้ละทิ้งหน้าที่ของตนไปอย่างสิ้นเชิง

ด้วยเหตุนี้ เราซึ่งเป็นผู้เชื่อซึ่งดำเนินชีวิตอยู่ในวาระสุดท้ายควรจดจำข้อความใน 1 เปโตร 4:7 เอาไว้ที่ว่า "อวสานของสิ่งทั้งปวงก็ใกล้จะมาถึงแล้ว เหตุฉะนั้นท่านทั้งหลายจงมีสติสัมปชัญญะและจงรู้จักสงบใจเพื่อแก่การอธิษฐาน" เราต้องตื่นตัว ถ้าเราได้ละทิ้งความรักดั้งเดิมเราต้องกลับใจอย่างรวดเร็วและหันหลังกลับเพื่อว่าพระเจ้าจะไม่ทรงยกคันประทีปของเราออกจากที่

องค์พระผู้เป็นเจ้าทรงแนะนำแสอวยพรคริสตจักรเอเฟซัส

แต่ว่าพวกเจ้ายังมีความดีอยู่บ้าง คือว่าเจ้าเกลียดชังกิจการของพวกนิโคเลาส์นิยมทีเราเองก็เกลียดชัง ใครมีหูก็ให้ฟังข้อความซึงพระวิญญาณตรัสไว้แก่คริสตจักรทั้งหลาย ผู้ใดมีชัยชนะ เราจะให้ผู้นั้นกินผลจากต้นไม้แห่งชีวิตทีอยู่ในอุทยานสวรรค์ของพระเจ้า (วิวรณ์ 2:6-7)

หลังจากองค์พระผู้เป็นเจ้าทรงชมเชยและทรงตำหนิคริสตจักรเอเฟซัสแล้วพระองค์ยังทรงยกย่องคริสตจักรแห่งนีอีกนีคือพระปัญญาของพระเจ้า การตำหนิขององค์พระผู้เป็นเจ้าทีมีต่อศิษยาภิบาลและสมาชิกคริสตจักรเอเฟซัสในเรืองการละทิงความรักดังเดิมนันไม่ใช่เรืองเล็กน้อย

การ “ยกคันประทีปของเขาออกจากที” หมายความว่าชือของคนเหล่านันจะถูกลบออกจากหนังสือแห่งชีวิตในสวรรค์และเขาจะไม่รอด นอกจากนัน สำหรับคริสตจักร สิงนียังหมายความว่าคริสต

จักรแห่งนั้นไม่สามารถทำหน้าทีของตนในฐานะพระกายของพระคริสต์เพราะการทำงานของพระวิญญาณบริสุทธิ์ในคริสตจักรได้หยุดชะงักลง

คนเหล่านั้นคงตกใจอย่างมากเมื่อเขาได้ยินถ้อยคำเหล่านี้ ถ้าผู้เชื่อคนหนึ่งมาขอรับปรึกษาและผู้ให้คำปรึกษาบอกเขาว่า "พระเจ้ากำลังจะพรากเอาพระวิญญาณบริสุทธิ์ไปจากคุณและคุณจะไม่ได้รับความรอด" ผู้เชื่อคนนั้นคงทรุดตัวลงด้วยความตกใจ

คริสตจักรเอเฟซัสก็เช่นเดียวกัน ดังนั้นหลังจากที่องค์พระผู้เป็นเจ้าทรงตำหนิศิษยาภิบาลและสมาชิกคริสตจักรแห่งนั้นอย่างรุนแรงแล้วพระองค์จึงทรงชมเชยเขาในอีกเรื่องหนึ่งเพื่อคนเหล่านั้นจะไม่หมดกำลังใจ แต่เพื่อเขาจะกลับใจและมุ่งหน้าต่อไปด้วยความเชื่อ สิ่งที่เป็นข้อเท็จจริงก็คือคริสตจักรเอเฟซัสเกลียดชังกิจการของพวกนิโคเลาส์นิยม

คริสตจักรเอเฟซัสเกลียดชังกิจการของพวกนิโคเลาส์นิยม

พวกนิโคเลาส์นิยมเป็นกลุ่มลัทธิที่ตั้งขึ้นโดยนิโคลาซึ่งเป็นหนึ่งในมัคนายกเจ็ดคนของคริสตจักรในยุคแรก คริสตจักรในยุคแรกเติบโตขึ้นอย่างรวดเร็ว (กิจการ 6:7) คริสตจักรจึงเลือกมัคนายกเจ็ดคนเพื่อรับผิดชอบงานด้านการบริหารของคริสตจักรเพื่อบรรดาอัครทูตจะสามารถทุ่มเทให้กับพระวจนะของพระเจ้าและการอธิษฐาน

ฝ่ายอัครทูตทั้งสิบสองคนจึงเรียกบรรดาศิษย์ให้ประชุมกันแล้วกล่าวว่า "ซึ่งเราจะละเลยพระวจนะของพระเจ้ามัวไปแจกอาหารก็หาควรไม่ เหตุฉะนั้นพี่น้องทั้งหลายจงเลือกเจ็ดคนให้พวกท่

านที่มีชื่อเสียงดีประกอบด้วยพระวิญญาณบริสุทธิ์และสติปัญญา เราจะตั้งเขาให้ดูแลการงานนี้ ฝ่ายพวกเราจะขะมักเขม้นอธิษฐานและรับใช้พระเจ้าในพันธกิจแห่งพระวจนะเสมอไป" (กิจการ 6:2-4)

คนเหล่านั้นเลือกคนเจ็ดคนที่มีชื่อเสียงดีประกอบด้วยพระวิญญาณบริสุทธิ์และสติปัญญาเพื่อให้เขาดูแลกิจการของคริสตจักร หนึ่งในเจ็ดคนเหล่านั้นได้แก่นิโคลา เขาได้รับการยกย่องว่าเป็นคนที่เต็มไปด้วยความเชื่อและประกอบด้วยพระวิญญาณบริสุทธิ์ แต่ภายหลังนิโคลาได้ออกไปจากคริสตจักร

เขาสอนในทำนองว่า "วิญญาณเป็นสิ่งที่สะอาด ปราศจากบาปและบริสุทธิ์ มนุษย์ทำบาปเพราะร่างกายของเขามีบาป บาปไม่มีความสัมพันธ์เกี่ยวข้องกับวิญญาณของมนุษย์ ด้วยเหตุนี้ เมื่อพระเจ้าทรงเรียกวิญญาณจิตของเรากลับไป ร่างกายของเราก็จะกลับกลายเป็นผงคลีดิน ไม่ว่าร่างกายจะทำบาปมากเพียงใดก็ตามวิญญาณของเราก็จะรอด"

แต่พระวจนะของพระเจ้าบอกเราว่าแม้หลังจากที่เราต้อนรับเอาพระเยซูคริสต์เป็นพระผู้ช่วยให้รอดแล้วก็ตาม ถ้าเราทำบาปอย่างต่อเนื่อง พระวิญญาณบริสุทธิ์ก็จะถูกดับ ถ้าเราทำบาปด้วยการตรึงองค์พระผู้เป็นเจ้าซ้ำอีก เราก็จะไม่สามารถกลับใจใหม่ได้อีก

เพราะว่าคนเหล่านั้นที่ได้รับความสว่างมาครั้งหนึ่งแล้วและได้รู้รสของประทานจากสวรรค์ ได้มีส่วนในพระวิญญาณบริสุทธิ์และได้ชิมความดีงามแห่งพระวจนะของพระเจ้าและฤทธิ์เดชแห่งยุคที่จะถึงนั้น ถ้าเขาเหล่านั้นได้ชิมแล้วหลงไปก็เหลือวิสัยที่จะนำเขาม

าสู่การกลับใจอีกได้เพราะตัวเขาเองได้ตรึงพระบุตรของพระเจ้าเสียแล้วและทำให้พระองค์ทรงรับการดูหมิ่นเยาะเย้ย (ฮีบรู 6:4-6) ข้อโต้แย้งของนิโคลาเป็นการบิดเบือนพระคำของพระเจ้า ถ้าเราจะประพฤติตามพระคำของพระเจ้าเราต้องมีความพยายามและความอดทน แต่พวกนิโคเลาส์นิยมสอนว่าแม้เขาทำบาปเขาก็จะรอด ผู้คนที่รักโลกและดำเนินชีวิตอยู่ในความมืดจะถูกทดลองด้วยคำสอนนี้ได้ง่าย แม้เขาจะพยายามละทิ้งความผิดบาปเขาก็อาจถูกล่อลวงและหันกลับไปหาโลกอีกครั้งหนึ่งได้

ถ้าผู้ใดเน้นหลักคำสอนในลักษณะนี้และผู้คนในคริสตจักรเห็นพ้องกับแนวคิดเช่นนี้ในไม่ช้าคริสตจักรทั้งหมดก็จะเปรอะเปื้อนไปด้วยความบาป ในปัจจุบัน ความพยายามใดก็ตามที่มุ่งบิดเบือนพระคำของพระเจ้าเพื่อล่อลวงผู้เชื่อเราถือว่าการกระทำเหล่านี้เป็นกิจการของพวกนิโคเลาส์นิยมเช่นกัน

แม้บุคคลจะมีตำแหน่งหน้าที่สูงส่งในคริสตจักรและประกอบด้วยพระวิญญาณบริสุทธิ์จนเขาได้รับการยกย่องจากผู้คนมากมายแต่เขาก็มีโอกาสถูกครอบงำด้วยการทำงานของผีมารซาตานและออกไปจากคริสตจักรได้ถ้าเขาไม่ได้เปลี่ยนเป็นบุคคลฝ่ายวิญญาณอย่างสมบูรณ์ ด้วยเหตุนี้เราจึงควรตื่นตัวอยู่เสมอเพื่อเราจะไม่ตกเข้าไปในการทดสอบและการทดลอง

แต่เราควรระมัดระวังในเรื่องหนึ่ง การเกลียดชังสิ่งที่ขัดแย้งกับน้ำพระทัยของพระเจ้าเป็นสิ่งที่ถูกต้องอย่างแน่นอน แต่เราควรวินิจฉัยทุกสิ่งด้วยพระคำของพระเจ้าอย่างละเอียดถี่ถ้วนเพื่อเราจะไม่รบกวนการทำงานของพระวิญญาณบริสุทธิ์ด้วยความหยิ่งผยองของเรา ทั้งนี้ก็เพราะว่าถ้าเราพิพากษาตัดสินและกล่าวประณาม

คริสตจักรหรือศิษยาภิบาลที่สำแดงถึงหลักฐานของการทำงานของพระวิญญาณบริสุทธิ์ เราก็กำลังสร้างกำแพงแห่งความผิดบาปต่อพระเจ้า

พระเจ้าทรงสัญญากับผู้ที่มีชัยชนะ

หลังจากเราฟังพระคำของพระเจ้าเราไม่ควรรับเอาพระคำนั้นไว้เป็นเพียงความรู้เท่านั้น เพื่อให้มีชัยชนะเราต้องปลูกพระคำนั้นไว้ในจิตใจขอเรา เปิดโอกาสให้พระคำนั้นเกิดดอกออกผล และเก็บเกียวผลเหล่านั้นด้วยความช่วยเหลือของพระวิญญาณบริสุทธิ์ การมีชัยชนะในที่นี้หมายถึงการรื้อฟื้นความรักดั้งเดิมขึ้นมาใหม่และการดำเนินชีวิตตามความจริงอีกครั้งหนึ่ง

เมื่อเราได้รับพระวิญญาณบริสุทธิ์และฟังพระคำของพระเจ้าด้วยการจารึกพระคำไว้ในหัวใจของเราและประพฤติตามพระคำนั้น เราก็จะมีชัยชนะเหนือสิ่งที่เต็มไปด้วยความผิดบาป ด้วยเหตุนี้ “ผู้ใดมีชัยชนะ” ในข้อนี้จึงหมายถึงผู้คนที่รื้อฟื้นความรักดั้งเดิมขึ้นมาใหม่ องค์พระผู้เป็นเจ้าทรงสัญญากับคนเหล่านี้ว่า “เราจะให้ผู้นั้นกินผลจากต้นไม้แห่งชีวิตที่อยู่ในอุทยานสวรรค์ของพระเจ้า (พระคัมภีร์บางฉบับแปลว่า “เมืองบรมสุขเกษม”)”

ผลจากต้นไม้แห่งชีวิตไม่ได้อยู่ในอุทยานสวรรค์ของพระเจ้า (หรือเมืองบรมสุขเกษม) เท่านั้นแต่ยังอยู่ในนครเยรูซาเล็มใหม่ในแผ่นดินสวรรค์ด้วยเช่นกัน ทำไมองค์พระผู้เป็นเจ้าจึงทรงสัญญาว่าพระองค์จะให้คนเหล่านั้นกินผลจากต้นไม้แห่งชีวิตที่อยู่ในอุทยานสวรรค์ของพระเจ้า ข้อความที่ว่า “กินผลจากต้นไม้แห่งชีวิตที่อยู่ในอุทยานสวรรค์ของพระเจ้า”

ในที่นี้มีความหมายอยู่สองประการ

ประการแรก ข้อความนี้หมายความว่าคนเหล่านี้จะเข้าไปสู่เมืองบรมสุขเกษมซึ่งเป็นที่อยู่อาศัยระดับต่ำที่สุดในแผ่นดินสวรรค์ ที่อยู่อาศัยในแผ่นดินสวรรค์ (ที่พระเจ้าจะทรงมอบให้แต่ละคนตามขนาดแห่งความเชื่อของเขา) ถูกแบ่งออกเป็นหลายส่วน เมืองบรมสุขเกษมเป็นที่อยู่อาศัยของโจรที่กลับใจเมื่อเขาถูกตรึงอยู่เคียงข้างพระเยซูบนกางเขน เนื่องจากผู้เชื่อในคริสตจักรเอเฟซัสได้ละทิ้งความรักดั้งเดิมของตน เมื่อเขากลับใจและหันหลังกลับ คนเหล่านั้นจึงได้รับความรอดแบบหวุดหวิด

ถึงแม้คนเหล่านั้นได้ละทิ้งความรักดั้งเดิม แต่ถ้าเขาระลึกถึงสภาพเดิมที่เขาได้หล่นจากมา กลับใจใหม่ และเดินหน้าต่อไปในความเชื่อด้วยความขยันหมั่นเพียร คนเหล่านั้นก็คงได้เข้าไปสู่ที่อยู่อาศัยที่ดีกว่าในแผ่นดินสวรรค์ แต่ถ้าเขาเพียงแค่อยู่ในระดับของการรื้อฟื้นความรักดั้งเดิมเขาก็จะได้รับความรอดอย่างน่าอับอายและเข้าไปสู่เมืองบรมสุขเกษม

ประการที่สอง เมืองบรมสุขเกษมหมายถึงแผ่นดินสวรรค์โดยทั่วไป ข่าวสารนี้ไม่ได้มีไว้สำหรับคริสตจักรเอเฟซัสเท่านั้นแต่มีไว้สำหรับคริสตจักรทุกแห่งด้วยเช่นกัน นั่นหมายว่าถ้าเรารื้อฟื้นความรักดั้งเดิมขึ้นมาใหม่และเข้าสู่แผ่นดินสวรรค์ เราทุกคนก็สามารถกินผลจากต้นไม้แห่งชีวิตได้

พระเจ้าแห่งความรักทรงต้องการให้เรารื้อฟื้นความรักดั้งเดิมขึ้นมาใหม่

พระเยซูคริสต์ทรงเป็นเหมือนเดิมวานนี้ วันนี้

และสืบไปเป็นนิตย์ พระองค์ทรงรักบุตรของพระเจ้าทุกคนด้วยความรักที่ไม่เปลี่ยนแปลง ถึงกระนั้นก็ตาม บางครั้งมนุษย์ก็ละทิ้งความรักขององค์พระผู้เป็นเจ้าเพื่อทำตามความอยาก ผลประโยชน์ และธรรมชาติฝ่ายเนื้อหนังของตนเอง ความรักดั้งเดิมของคนเหล่านี้เปลี่ยนไป

แต่พระเจ้าแห่งความรักจะไม่ทรงหันพระพักตร์ของพระองค์ไปจากเขาหรือกล่าวโทษคนเหล่านี้ ถ้าเพียงแต่เขากลับใจและหันหลังกลับเพื่อรื้อฟื้นความรักดั้งเดิมขึ้นมาใหม่และประพฤติตามอย่างเดิม พระองค์ไม่ทรงจดจำสิ่งที่ผ่านมาแล้ว แต่พระองค์ทรงรักเขาด้วยพระทัยแบบเดียวกัน นี่เป็นพระทัยของพระเจ้า

คริสตจักรเอเฟซัสได้รับคำชมเชยจากองค์พระผู้เป็นเจ้า แต่เขาก็ถูกพระองค์ตำหนิเช่นกันพร้อมกับทรงตักเตือนเขาว่าถ้าเขาไม่กลับใจพระเจ้าจะทรงยกคันประทีปของเขาออกจากที่เนื่องจากเขาได้ละทิ้งความรักดั้งเดิมของตน

แต่เหตุผลที่แท้จริงที่พระเจ้าทรงตำหนิคริสตจักรเอเฟซัสไม่ใช่เพื่อทำให้เขาเกิดความกลัวและผลักไสเขาไปสู่ความพินาศ แต่เพื่อทำให้เขากลับใจและหันหลังกลับ พระองค์ทรงต้องการให้คนเหล่านั้นเอาชนะทุกสิ่งทุกอย่างและอยู่กับพระเจ้าในแผ่นดินสวรรค์

พระเจ้าทรงมีน้ำพระทัยให้บุตรของพระองค์ละทิ้งความบาปและเป็นคนบริสุทธิ์พร้อมกับเติบโตขึ้นในความเชื่อด้วยความจริง เราจะพบกับการทดสอบและการทดลองอยู่เสมอจนกว่าเราจะได้รับการชำระให้บริสุทธิ์อย่างสมบูรณ์ ดังนั้นเราควรจดจำไว้ว่าทุกคนสามารถล้มลงสู่การทดลองและละทิ้งความรักดั้งเดิมของตนได้เสม

อเว้นแต่เขาจะตื่นตัวอยู่ตลอดเวลา

ถ้าเรารู้สึกลำพองใจโดยคิดว่า "ฉันเป็นคนสัตย์ซื่อและขยันหมั่นเพียรเพื่อองค์พระผู้เป็นเจ้ามากทีเดียว" เราก็จะไม่มีวันตื่นจากการหลับใหลฝ่ายวิญญาณอย่างแน่นอน

แม้เราเคยทำสิ่งที่ดีงาม เราก็ควรมีหัวใจเหมือนบ่าวคนนั้นที่ไม่มีบุญคุณต่อนายโดยคิดเสมอว่า "เราเป็นผู้รับใช้ที่ไม่คู่ควร เราเพียงแต่ทำตามหน้าที่ซึ่งเราควรกระทำเท่านั้น" ถ้าเรามีท่าทีเช่นนี้ เมื่อพระวิญญาณบริสุทธิ์ทรงทำให้เราสำนึกและทรงแนะนำเรา เราก็สามารถกลับใจ รื้อฟื้นความรักดั้งเดิมขึ้นมาใหม่ และประพฤติตามอย่างเดิมที่เราเคยทำ

ตอนนี้จึงเป็นเวลาที่เราต้องตรวจสอบดูว่าเราได้ละทิ้งความรักดั้งเดิมที่เรามีต่อพระเจ้าและต่อองค์พระผู้เป็นเจ้าแล้วหรือยัง เพื่อความรักของเราจะเติบใหญ่เป็นที่พอพระทัยพระเจ้ามากยิ่งขึ้น

บทที่ 2

คริสตจักรเมืองสเมอร์นา
- เอาชนะการทดลองแห่งความเชื่อ

คริสตจักรสเมอร์นาพบกับความทุกข์ยากลำบากมากมายซึงรวมถึงการสละชีพเพือความเชือของโปลิขาบ ในบรรดาคริสตจักรทังเจ็ดแห่งคริสตจักรสเมอร์นามีลักษณะพิเศษเฉพาะตัว คริสตจักรแห่งนีไม่ได้รับทังคำชมเชยและคำตำหนิ แต่เขาได้รับคำแนะนำเพียงอย่างเดียว อย่างไรก็ตาม องค์พระผู้เป็นเจ้าทรงสัญญาว่าถ้าเขาพบกับความทุกข์ยากลำบากและสัตย์ซือตราบเท่าวันตาย คนเหล่านีจะได้รับมงกุฎแห่งชีวิต

พระเจ้าทรงมอบข่าวสารนีให้กับคริสตจักรและผู้เชือในพืนทีต่าง ๆ ทัวโลกซึงกำลังประสบกับความทุกข์ยากลำบากเพราะเห็นแก่พระนามขององค์พระผู้เป็นเจ้า พระองค์ทรงมอบข่าวสารนีให้กับคริสตจักรและผู้เชือทีจะเดินทางเข้าไปในประเทศเกาหลีเหนือเพือทำหน้าทีของตนด้วยฤทธิ์อำนาจของพระเจ้าในดินแดนทีขาดแคลนพระกิตติคุณแห่งนีด้วยเช่นกัน

วิวรณ์ 2:8-11

จงเขียนถึงทูตสวรรค์แห่งคริสตจักรที่เมืองสเมอร์นาว่า พระองค์ผู้เป็นเบื้องต้นและเป็นเบื้องปลายผู้ซึ่งสิ้นพระชนม์แล้วและกลับฟื้นขึ้นอีกได้ตรัสดังนี้ว่า "เรารู้ว่าพวกเจ้ามีความทุกข์ลำบากและยากจน (แต่ว่าเจ้าก็มั่งมี) และรู้เรื่องการใส่ร้ายของคนเหล่านั้นที่กล่าวว่าเขาเป็นพวกยิวและหาได้เป็นไม่ แต่พวกเขาเป็นธรรมศาลาของซาตาน อย่ากลัวความทุกข์ทรมานซึ่งจะได้รับนั้น นี่แน่ะ มารจะขังพวกเจ้าบางคนไว้ในคุกเพื่อจะลองใจเจ้าและเจ้าทั้งหลายจะได้รับความทุกข์ทรมานถึงสิบวัน แต่เจ้าจงมีใจมั่นคงอยู่ตราบเท่าวันตายและเราจะมอบมงกุฎแห่งชีวิตให้แก่เจ้า ใครมีหูก็ให้ฟังข้อความซึ่งพระวิญญาณตรัสไว้แก่คริสตจักรทั้งหลาย ผู้ที่มีชัยชนะจะไม่ได้รับอันตรายจากความตายครั้งที่สองเลย"

~

ข่าวสารขององค์พระผู้เป็นเจ้าที่เขียนไปถึงคริสตจักรเมืองสเมอร์นา

จงเขียนถึงทูตสวรรค์แห่งคริสตจักรที่เมืองสเมอร์น่าว่า พระองค์ผู้เป็นเบื้องต้นและเป็นเบื้องปลายผู้ซึ่งสิ้นพระชนม์แล้วและกลับฟื้นขึ้นอีกได้ตรัสดังนี้ว่า (วิวรณ์ 2:8)

สเมอร์นาเป็นบ้านเกิดเมืองนอนของโฮมเมอร์นักเขียนชาวกรีกผู้โด่งดังซึ่งเป็นผู้ประพันธ์บทกวีร้อยกรองเรื่อง "อีเลียด" และ "โอดิสซี" ชาวยิวจำนวนมากตั้งถิ่นฐานอยู่ในเมืองสเมอร์นามาตั้งแต่ยุคแรก เมืองนี้เป็นศูนย์กลางทางการค้าเหมือนกับเอเฟซัสและเป็นศูนย์กลางของการกราบไหว้รูปเคารพและการบูชาองค์จักรพรรดิโดยมีแท่นบูชาอยู่มากมาย

ในเวลานั้นประชาชนชาวสเมอร์นาเรียกจักรพรรดิโรมว่า "องค์พระผู้เป็นเจ้า" และเชื่อว่ามีพระจักรพรรดิเพียงองค์เดียวเท่านั้นที่ทรงพระชนม์อยู่ในโลก แต่คริสเตียนเชื่อและประกาศว่าฤท

ธีอำนาจที่แท้จริงไม่ได้อยู่ที่จักรพรรดิโรมแต่อยู่ในพระเยซูคริสต์ เพราะเหตุนี้ผู้เชื่อเหล่านั้นจึงได้สละชีวิตของตน ผู้บริหารเมืองสเมอร์นาร่วมมือกับรัฐบาลโรมกดขี่ข่มเหงคริสเตียนอย่างรุนแรง

ผู้ว่าราชการคนหนึ่งของเมืองสเมอร์นาเรียกร้องให้โปลิขาบ (บิชอปแห่งคริสตจักรเมืองสเมอร์นาและสาวกคนหนึ่งของอัครทูตยอห์น) ปฏิเสธพระเยซูคริสต์และยอมรับว่าจักรพรรดิโรมเป็น “โดมินัส” (องค์พระผู้เป็นเจ้า) แค่เพียงครั้งเดียว แต่ท่านปฏิเสธโดยตอบว่า “ตลอดชีวิตของข้าพเจ้าองค์พระเยซูคริสต์เจ้าไม่เคยปฏิเสธข้าพเจ้าเลยแม้แต่ครั้งเดียว ไฉนข้าพเจ้าจึงต้องปฏิเสธพระองค์เล่า”

ในที่สุดโปลิขาบจึงถูกเผาทั้งเป็นเหมือนกับผู้เชื่อคนอีกหลายคนที่ประกาศว่าพระเยซูทรงเป็นองค์พระผู้เป็นเจ้า เปลวเพลิงที่ลุกไหม้อยู่เพียงชั่วคราวและดับไปไม่สามารถพรากเอาความเชื่อที่ท่านมีในองค์พระผู้เป็นเจ้าไปได้

“ผู้ทรงเป็นเบื้องต้นและเป็นเบื้องปลายผู้ซึ่งสิ้นพระชนม์แล้วและกลับฟื้นขึ้นอีก”

เมื่อองค์พระผู้เป็นเจ้าทรงเขียนจดหมายไปถึงคริสตจักรเมืองสเมอร์นาพระองค์ทรงแนะนำพระองค์ว่า “ผู้ทรงเป็นเบื้องต้นและเป็นเบื้องปลายผู้ซึ่งสิ้นพระชนม์แล้วและกลับฟื้นขึ้นอีก”

ในหนังสือวิวรณ์เราพบข้อความในลักษณะนี้อยู่หลายแห่ง เช่น “อัลฟาและโอเมกา” “เป็นเบื้องต้นและเป็นเบื้องปลาย” และ “เป็นปฐมและเป็นอวสาน” (วิวรณ์ 22:13)

ประการแรก “อัลฟาและโอเมกา” หมายความว่าองค์พระผู้เป็น

เจ้าทรงเป็นจุดเริ่มต้นและจุดสิ้นสุดแห่งอารยธรรมของมนุษยชาติ "อัลฟา" และ "โอเมกา" เป็นพยัญชนะกรีกตัวแรกและตัวสุดท้ายที่ยอห์นนำมาใช้ในการเขียนหนังสือวิวรณ์ อักษร "A" ของภาษาอังกฤษยุคใหม่มีรากศัพท์มาจาก "อัลฟา" ซึ่งเป็นพยัญชนะตัวแรกของภาษากรีกและอักษร "Z" มีรากศัพท์มาจาก "โอเมกา" ซึ่งเป็นพยัญชนะตัวสุดท้ายของภาษากรีก พยัญชนะเหล่านี้ถูกนำมาใช้อย่างกว้างขวางในภาษาต่าง ๆ ของชาวยุโรปในยุคปัจจุบัน

มนุษย์สามารถแสดงความคิดของตนและสื่อสารความรู้และสติปัญญาที่ตนมีอยู่เพื่อความก้าวหน้าของอารยธรรมโดยใช้ตัวอักษรในการสร้างงานเขียนของตน

พระเจ้าทรงเป็นแหล่งกำเนิดของความรู้และสติปัญญา โดยทั่วไปพัฒนาการของอารยธรรมและวัฒนธรรมเกิดขึ้นได้เพราะพระเจ้าทรงมอบสติปัญญาและความรู้กับมนุษย์ ความเจริญก้าวหน้าของอารยธรรมในยุคปัจจุบันจะมาถึงกาลอวสานเมื่อองค์พระผู้เป็นเจ้าเสด็จกลับมายังโลกนี้

พระเจ้าทรงอนุญาตให้เรารู้ว่าองค์พระผู้เป็นเจ้าทรงเป็นจุดเริ่มต้นและจุดสิ้นสุดแห่งอารยธรรมของมนุษย์โดยการเอ่ยถึงพยัญชนะตัวแรกและตัวสุดท้ายซึ่งแสดงถึงอารยธรรมของมนุษย์

การกล่าวว่าองค์พระผู้เป็นเจ้าทรงเป็นเบื้องต้นและเป็นเบื้องปลายหมายความว่าพระองค์ทรงเป็นจุดเริ่มต้นและจุดสิ้นสุดแห่งอารยธรรมของมนุษย์ ยอห์น 1:3 กล่าวว่า "พระเจ้าทรงสร้างสิ่งทั้งปวงขึ้นมาโดยพระวาทะ ในบรรดาสิ่งที่เป็นมานั้นไม่มีสักสิ่งเดียวที่ได้เป็นมานอกเหนือพระวาทะ" (ยอห์น 1:3) พระเจ้าทรงสรรพสิ่งและทรงเริ่มต้นอารยธรรมของมนุษย์บนโลกนี้โดยทางพระเยซูคริ

สต์และพระเจ้าจะทรงทำให้ทุกสิ่งทุกอย่างจบสิ้นลงโดยพระเยซูคริสต์เช่นกัน

เมื่อองค์พระผู้เป็นเจ้าตรัสว่าพระองค์ทรงเป็น "เบื้องต้นและเป็นเบื้องปลายผู้ซึ่งสิ้นพระชนม์แล้วและกลับฟื้นขึ้นอีก" พระองค์หมายถึงอะไร

"เบื้องต้น" หมายความว่าพระองค์ทรงเป็นผู้แรกและเป็นผลแรกของการเป็นขึ้นมา โรม 5:12 กล่าวว่า "เหตุฉะนั้น เช่นเดียวกับที่บาปได้เข้ามาในโลกเพราะคน ๆ เดียวและความตายก็เกิดมาเพราะบาปนั้นและความตายก็ได้แผ่ไปถึงมวลมนุษย์ทุกคนเพราะมนุษย์ทุกคนทำบาป" ลูกหลานทุกคนของอาดัมจึงถูกกำหนดไว้สำหรับความตายชั่วนิรันดร์เนื่องจากกฎฝ่ายวิญญาณกำหนดว่า "ค่าจ้างของความบาปคือความตาย" (โรม 6:23)

พระเยซูทรงเป็นพระบุตรองค์เดียวของพระเจ้า พระองค์ทรงถูกตรึงเพื่อเราทุกคนและทรงไถ่เราให้พ้นจากความผิดบาปทั้งสิ้น ดังนั้นผู้ที่ต้อนรับเอาพระเยซูคริสต์เป็นพระผู้ช่วยให้รอดจะได้รับการยกโทษความผิดบาป เขาจะรอดพ้นจากความตายและจะได้รับความรอด เพราะพระเยซูทรงไม่มีบาปพระองค์จึงทรงเป็นขึ้นมาในวันที่สามและทรงเป็นผลแรกของการเป็นขึ้นมา

"เบื้องปลาย" หมายถึงการเสด็จกลับมาในฟ้าอากาศขององค์พระผู้เป็นเจ้า เมื่อองค์พระผู้เป็นเจ้าเสด็จมาในฟ้าอากาศภารกิจแห่งความรอดทั้งสิ้นของมนุษย์จะสิ้นสุดลงในเวลานั้น ผู้คนที่เชื่อในองค์พระผู้เป็นเจ้าและได้ล่วงหลับไปรวมทั้งผู้คนที่จะขึ้นไปพบกับองค์พระผู้เป็นเจ้าในฟ้าอากาศในขณะที่มีชีวิตอยู่จะกลายเป็นผลขององการเป็นขึ้นมาในการเสด็จกลับมาครั้งที่สองขององค์พระผู้เป็นเ

จ้า

แม้ว่าในช่วงเจ็ดปีแห่งความทุกข์เวทนาครั้งใหญ่จะมีบางคนได้รับ "ความรอดในช่วงการเก็บตก" แต่ภารกิจในเรื่องความรอดส่วนใหญ่จะสิ้นสุดลงในการเสด็จกลับมาครั้งที่สองของพระผู้เป็นเจ้าในฟ้าอากาศ ยุคของพระวิญญาณบริสุทธิ์จะสิ้นสุดลงในช่วงนี้ด้วยเช่นกัน ด้วยเหตุนี้ "เบื้องปลาย" จึงหมายถึงการเสด็จกลับมาครั้งที่สองขององค์พระผู้เป็นเจ้าในฟ้าอากาศซึ่งเป็นช่วงเวลาแห่งการเก็บเกี่ยวผลของการเป็นขึ้นมา

พระเยซูองค์พระผู้เป็นเจ้าผู้ทรงเป็นเป็นเบื้องต้นและเบื้องปลายตรัสเช่นกันว่า "(เราเป็น) ผู้ซึ่งสิ้นพระชนม์แล้วและกลับฟื้นขึ้นอีก" สิ่งนี้หมายถึงการเป็นขึ้นมาหลังจากการถูกตรึงบนกางเขน พระเยซูทรงสิ้นพระชนม์และทรงเป็นขึ้นมาหลังจากนั้น นี่เป็นสิ่งสำคัญอย่างยิ่งในชีวิตคริสเตียนของเรา

โรม 10:9 กล่าวว่า "คือว่าถ้าท่านจะรับด้วยปากของท่านว่าพระเยซูทรงเป็นองค์พระผู้เป็นเจ้าและเชื่อในจิตใจว่าพระเจ้าได้ทรงชุบพระองค์ให้เป็นขึ้นมาจากความตาย ท่านจะรอด" เราจะได้รับความรอดก็ต่อเมื่อเราเชื่อในการเป็นขึ้นมาของพระเยซูองค์พระผู้เป็นเจ้าเท่านั้น

สาวกและสมาชิกคริสตจักรในยุคแรกเห็นการเป็นขึ้นมาขององค์พระผู้เป็นเจ้า

ปัจจุบันมีผู้คนมากมายที่เข้าร่วมนมัสการในคริสตจักรโดยไม่มีความแน่ใจในเรื่องการเป็นขึ้นมาจากความตายขององค์พระผู้เป็นเจ้า เนื่องจากเขาไม่มีความมั่นใจในเรื่องการเป็นขึ้นมาเขาจึงไ

ม่มีความเชื่อที่จะดำเนินชีวิตตามพระคำของพระเจ้าเช่นกัน

พระเยซูทรงสำแดงให้เห็นว่าพระองค์ทรงเป็นพระบุตรของพระเจ้าด้วยการทำหมายสำคัญและการอัศจรรย์มากมายในช่วงสามปีแห่งการทำพันธกิจร่วมกับเหล่าสาวก พระองค์ทรงพยากรณ์ให้คนเหล่านั้นทราบเช่นกันว่าพระองค์จะสิ้นพระชนม์บนกางเขนและเป็นขึ้นมาในวันที่สามพร้อมกับทำลายอำนาจของความตาย แต่เมื่อพระเยซูถูกจับกุมและถูกตัดสินประหารชีวิตด้วยการตรึงบนกางเขน สาวกทุกคนของพระองค์ต่างทิ้งพระองค์ไปเพราะความกลัว

แม้แต่เปโตร (ที่ประกาศไว้ก่อนหน้านี้ว่าเขายอมตายดีกว่าที่จะปฏิเสธองค์พระผู้เป็นเจ้า) ก็ปฏิเสธพระองค์ถึงสามครั้ง สาเหตุก็เพราะว่าในเวลานั้นเปโตรยังไม่ได้รับพระวิญญาณบริสุทธิ์และเขายังไม่เชื่อมั่นในจิตใจของตนว่าพระเยซูจะทรงเป็นขึ้นมา

แต่การเปลี่ยนแปลงครั้งใหญ่ได้เกิดขึ้นกับคนเหล่านั้น พวกสาวกที่ทิ้งพระเยซูไปเพราะความกลัวได้กลับมาเป็นพยานยืนยันถึงพระเยซูคริสต์แม้ต้องเผชิญหน้ากับความตาย บางคนถูกนำไปเป็นเหยื่อของสิงโต บางคนถูกตัดศีรษะและบางคนถูกเลื่อยเป็นสองท่อน สาวกคนหนึ่งเรียกร้องให้ตนเองถูกตรึงบนกางเขนหัวกลับ

สาเหตุที่คนเหล่านั้นสามารถเป็นพยานยืนยันถึงองค์พระผู้เป็นเจ้าจนกระทั่งวาระสุดท้ายของชีวิต (แม้เขาจะอยู่ในความทุกข์ทรมานของการสละชีพเพื่อความเชื่อ) ก็เพราะเขาได้พบกับองค์พระผู้เป็นเจ้าที่ทรงเป็นขึ้นมาจากความตาย เนื่องจากคนเหล่านั้นได้พบกับองค์พระผู้เป็นเจ้าที่ทรงเป็นขึ้นมาด้วยตนเองเขาจึงมีความมั่นใจในเรื่องการเป็นขึ้นมา สาวกเหล่านั้นเต็มไปด้วยความหวังในเ

รื่องแผ่นดินสวรรค์ ไม่กลัวความตาย และพร้อมที่จะสละชีวิตของตนเพื่อพระองค์พระผู้เป็นเจ้า

ไม่เพียงแต่เหล่าสาวกของพระองค์เท่านั้น แต่สมาชิกคริสตจักรในยุคแรกหลายคนได้เห็นการเป็นขึ้นมาและการเสด็จขึ้นสู่สวรรค์ขององค์พระผู้เป็นเจ้าด้วยเช่นกัน คนเหล่านั้นมีความมั่นใจและความหวังในเรื่องการเป็นขึ้นมาด้วยเช่นกัน เนื่องจากคนเหล่านั้นได้สละชีวิตของตนคริสต์ศาสนาจึงแพร่กระจายออกไปอย่างรวดเร็วภายใต้การข่มเหงอย่างรุนแรงของจักรภพโรมจนในที่สุดคริสต์ศาสนาได้กลายเป็นศาสนาประจำจักรภพโรม

ภายใต้การข่มเหงอย่างรุนแรงดังกล่าว ถ้าหากผู้เชื่อเหล่านั้นไม่ได้เห็นและไม่เชื่อในการเป็นขึ้นมาขององค์พระผู้เป็นเจ้าด้วยตนเอง เขาจะรักษาความเชื่อของตนไว้จนถึงที่สุดได้อย่างไร คนเหล่านั้นสามารถประกาศพระกิตติคุณอย่างกล้าหาญก็เพราะเขาได้เห็นการเป็นขึ้นมาขององค์พระเป็นเจ้าด้วยตนเอง ผู้เชื่อเหล่านั้นไม่ได้ประกาศถึงการเป็นขึ้นมาขององค์พระผู้เป็นเจ้าด้วยคำพูดของตนเพียงอย่างเดียว

มาระโก 16:20 กล่าวว่า “พวกสาวกเหล่านั้นจึงออกไปเทศนาสั่งสอนทุกแห่งทุกตำบลและพระเป็นเจ้าทรงร่วมงานกับเขาและทรงสนับสนุนคำสอนของเขาโดยหมายสำคัญที่ประกอบนั้น” เนื่องจากมีหมายสำคัญและการอัศจรรย์ที่เกินความสามารถของมนุษย์เกิดขึ้นผู้คนจึงเชื่อถ้อยคำของคนเหล่านั้น

ประวัติศาสตร์โลกยืนยันถึงการเป็นขึ้นมาขององค์พระผู้เป็นเจ้า

ประวัติศาสตร์โลกยืนยันถึงการดำรงพระชนม์อยู่ของพระเยซู ประวัติศาสตร์ของโลกถูกแบ่งออกเป็นสองช่วงสำคัญ ได้แก่ช่วงก่อนคริสตศักราช (ก.ค.ศ.) และช่วงคริสตศักราช (ค.ศ.)

เมือพิจารณาถึงข้อเท็จจริงที่ว่ากระแสการไหลบ่าแห่งประวัติศาสตร์ของมนุษย์ถูกแบ่งออกตามช่วงเวลาก่อนและหลังการบังเกิดของพระเยซู ความจริงข้อนียืนยันอย่างชัดเจนว่าพระเยซูได้เสด็จเข้ามาในโลกนี นอกเหนือจากการบังเกิดของพระเยซูแล้วประวัติศาสตร์ของอิสราเอลยังพิสูจน์ให้เห็นถึงการตรึงและการเป็นขึ้นมาของพระเยซูด้วยเช่นกัน

ในช่วงทีพระเยซูทรงบังเกิดอิสราเอลอยู่ภายใต้การปกครองของจักรภพโรม การบังเกิดและการเป็นขึ้นมาของพระเยซูถูกบันทึกไว้เป็นหลักฐานทางประวัติศาสตร์เช่นกัน

ปีลาต (ผู้ทีตัดสินให้ประหารชีวิตพระเยซูด้วยการตรึงบนกางเขน) บันทึกเหตุการณ์ทีเกิดขึ้นไว้โดยละเอียดพร้อมกับส่งบันทึกฉบับนีไปให้กับจักรพรรดิโรม บันทึกฉบับนีถูกเก็บรวบรวมไว้ในมหาวิหาร “อายา โซเฟีย” ในกรุงอิสตันบูล ประเทศตุรกี ด้วยข้อเท็จจริงเพียงไม่กีข้อเหล่านีก็ทำให้เราสามารถเชือว่าการเป็นขึ้นมาของพระเยซูเป็นความจริง สิงนีทำให้เรามีความหวังใจอย่างแน่วแน่ในเรืองการเป็นขึ้นมา

ข่าวสารทีส่งไปยังคริสตจักรเมืองสเมอร์นาเป็นข่าวทีส่งมาถึงคริสตจักรและผู้เชือจำนวนมากซึงตกอยู่ในสถานการณ์ทีคล้ายคลึงกับคริสตจักรเมืองสเมอร์นา

เหตุการณ์ต่าง ๆ ในปัจจุบันสอดคล้องกับพระคำที่ส่งถึงคริสตจักรเมืองสเมอร์นา

ข่าวสารสำหรับคริสตจักรเมืองสเมอร์นาเป็นข่าวสารสำหรับผู้คนที่เดินทางไปยังประเทศต่าง ๆ ที่ห้ามการประกาศพระกิตติคุณ โดยเฉพาะอย่างยิ่งผู้คนที่เดินทางเข้าไปในประเทศเกาหลีเหนือ และกระทำการด้วยฤทธิ์อำนาจของพระเจ้า แม้จะเป็นเวลามากกว่าห้าสิบปีแล้วที่สงครามคาบสมุทรเกาหลีอุบัติขึ้น แต่ยังมีพ่อแม่พี่น้อง และญาติมิตรของชาวเกาหลีใต้หรือเกาหลีเหนืออีกจำนวนมากอาศัยอยู่ในอีกฟากหนึ่งของเกาหลี

อัครทูตเปาโลมีใจปรารถนาที่จะช่วยเพื่อนร่วมชาติของท่านให้รอด ท่านประกาศไว้ในโรม 9:3 ว่า "เพราะถ้าเป็นประโยชน์ข้าพเจ้าปรารถนาจะให้ข้าพเจ้าเองถูกสาปและถูกตัดขาดจากพระคริสต์เพราะเห็นแก่พี่น้องของข้าพเจ้า คือญาติของข้าพเจ้าตามเชื้อชาติ"

อัครทูตเปาโลมีความปรารถนาอย่างแรงกล้าเช่นนี้เพราะท่านรู้จักพระทัยของพระเจ้าที่มีต่อชนชาติที่พระองค์ทรงเลือกสรรและเพราะความรักและความร้อนรนที่ท่านมีต่อประชากรของท่านเอง

ในทำนองเดียวกัน เมื่อประตูแห่งการทำพันธกิจในเกาหลีเหนือเปิดออก ชาวเกาหลีใต้จำนวนมากจะมีความร้อนรนอย่างมากที่จะเข้าไปทำการของพระเจ้าในเกาหลีเหนือ มิชชันนารีและผู้ทำการมากมายจะเดินทางเข้าไปในเกาหลีเหนือเพื่อประกาศพระกิตติคุณ เมื่อคนเหล่านี้ไปถึงที่นั่นเขาจะพบกับความลำบากทางด้านเศรษฐกิจหรือสถานการณ์ที่ยุ่งยากมากกว่าที่เขาเคยคิดเอาไว้ก่อนหน้านี้ คนเหล่านี้จะไม่พบกับการข่มเหงเท่านั้น แต่บางคนอาจต้อง

สละชีวิตของตนเพื่อข่าวประเสริฐ

เมื่อวันเวลาผ่านไปการข่มเหงจะรุนแรงมากยิ่งขึ้น มิชชันนารีหลายคนจะเริ่มวิตกกังวลว่าเขาควรอยู่ในประเทศนั้นต่อไปหรือเดินทางกลับเกาหลีใต้ แต่ไม่ว่าในสถานการณ์ใดก็ตามถ้าเขามีจิตใจมั่นคง สถานการณ์เหล่านั้นจะไม่ทำให้เขาสะทกสะท้านเลย

คำว่า "จิตใจมั่นคง" ในที่นี้หมายความว่าเขาเต็มล้นไปด้วยความหวังในเรื่องแผ่นดินสวรรค์ คนเหล่านี้ประกอบด้วยความเชื่อและพระวิญญาณบริสุทธิ์และเฝ้าปรารถนาบำเหน็จรางวัลที่เขาจะได้รับในแผ่นดินสวรรค์ 2 โครินธ์ 6:10 กล่าวถึงคนเหล่านี้ว่า "เป็นคนที่มีความทุกข์ แต่ยังมีความยินดีอยู่เสมอ เป็นคนยากจนแต่ยังทำให้คนเป็นอันมากมั่งมี เป็นคนไม่มีอะไรเลยแต่ยังมีสิ่งสารพัดบริบูรณ์"

เมื่อเขามีจิตใจมั่นคงที่พระเจ้าประทานให้เขาก็จะทำให้น้ำพระทัยและการจัดเตรียมของพระเจ้าสำเร็จครบถ้วน

การทนทุกข์ในดินแดนที่กันดารพระกิตติคุณ

แม้กระทั่งในหมู่มิชชันนารีในเกาหลีเหนือก็จะมีบางคนที่ก่อกวนการทำงานของพระเจ้า แทนที่คนเหล่านั้นจะทำงานร่วมกันในการประกาศพระกิตติคุณ บางคนจะขัดขวางงานของพระเจ้า

พวกมหาปุโรหิต พวกปุโรหิต และพวกธรรมาจารย์ในสมัยพระเยซูอิจฉาพระองค์เนื่องจากพระเยซูทรงทำการอัศจรรย์และหมายสำคัญอันยิ่งใหญ่พร้อมกับประกาศข่าวประเสริฐเรื่องแผ่นดินสวรรค์ คนเหล่านั้นตัดสินพระองค์ด้วยกรอบความรู้ของตนในเรื่องบ

ทบัญญัติและร่วมกันฆ่าพระเยซูในที่สุด

ในประเทศเกาหลีเหนือจะมีบุคคลเช่นนี้ด้วยเช่นกัน เมื่อมิชชันนารีบางคนทำการอัศจรรย์และหมายสำคัญที่เขากำลังประกาศพระวจนะแห่งชีวิต มิชชันนารีบางคนจะขัดขวางการทำงานของเขาและก่อความยุ่งยากมากมายให้กับเขา แต่ถ้าคนเหล่านั้นเอาชนะปัญหาดังกล่าวด้วยความดี ความเชื่อ และความรัก ยิ่งการขัดขวางมีมากขึ้นเท่าใด การทำงานอันยิ่งใหญ่ของพระเจ้าก็จะบังเกิดมากขึ้นเท่านั้น

พระเจ้าทรงบอกเราว่าจะมีการก่อกวนจากมิชชันนารีคนอื่น แต่จะมีการข่มเหงในระดับชาติจากรัฐบาลซึ่งจะเป็นปัญหาที่ยิ่งใหญ่กว่านั้นด้วยเช่นกัน เมื่อถึงเวลาเกาหลีเหนือจำเป็นต้องเปิดประตูประเทศของตน ในเวลานั้นหลายคนจะเดินทางเข้าไปในเกาหลีเหนือด้วยนิมิตหมายอันดีที่จะประกาศพระกิตติคุณ

แต่ในไม่ช้าเกาหลีเหนือจะปิดประตูประเทศของตนอีกครั้งหนึ่งเพื่อรักษาระบบการปกครองของตนเอาไว้ ในเวลานั้นรัฐบาลเกาหลีเหนือจะเชื่อว่าภัยคุกคามหลักประการหนึ่งต่อระบบการปกครองของตนคือฤทธิ์อำนาจของพระเจ้า

มิชชันนารีบางคนจะไม่เพียงแต่ประกาศพระกิตติคุณเท่านั้นแต่เขาจะสำแดงการทำงานด้วยฤทธิ์อำนาจของพระเจ้าซึ่งเกินความสามารถของมนุษย์ด้วยเช่นกัน ดังนั้นรัฐบาลจะเฝ้าดูคนเหล่านี้เป็นพิเศษ แต่ภายหลัง การทำงานด้วยฤทธิ์เดชอำนาจของพระเจ้าจะเกิดขึ้นอย่างยิ่งใหญ่มากจนรัฐบาลเห็นถึงความจำเป็นที่ต้องข่มเหงผู้รับใช้ของพระเจ้าเหล่านั้นเพื่อหยุดเขา

ในที่สุด รัฐบาลจะปิดคริสตจักรที่สำแดงถึงฤทธิ์อำนาจของพร

ะเจ้า รัฐบาลจะจับมิชชันนารีและผู้ทำการบางคนจำคุกพร้อมกับม
องหาเหตุผลที่จะประหารคนเหล่านั้น ถ้ารัฐบาลประหารมิชชันนา
รีและผู้ทำการเหล่านั้นด้วยเหตุผลทางศาสนาเพียงอย่างเดียว เขา
ก็จะถูกรุมประณามและถูกต่อต้านจากประชาคมโลกอย่างรุนแรง
ดังนั้น ตราบใดที่เจ้าหน้าที่เกาหลียังไม่สามารถมองหาเหตุผลที่ดี
พอที่จะประหารคนเหล่านั้น ผู้รับใช้ของพระเจ้าจะต้องทนทุกข์อยู่
ในที่คุมขังต่อไป

วิวรณ์ 2:10 กล่าวว่า "อย่ากลัวความทุกข์ทรมานซึ่งจะได้รับ
นั้น นี่แน่ะ มารจะขังพวกเจ้าบางคนไว้ในคุกเพื่อจะลองใจเจ้าและ
เจ้าทั้งหลายจะได้รับความทุกข์ทรมานถึงสิบวัน แต่เจ้าจงมีใจมั่นค
งอยู่ตราบเท่าวันตายและเราจะมอบมงกุฎแห่งชีวิตให้แก่เจ้า"

ข้อนี้ไม่ได้หมายความว่าคนเหล่านั้นจะทนทุกข์ทรมานอยู่ในคุ
กเป็นเวลาสิบวัน แต่คำว่า "สิบวัน" ในที่นี้หมายถึงช่วงเวลาที่รัฐบา
ลเกาหลีเหนือจะมองหาเหตุผลเพื่อประหารคนเหล่านั้น

รางวัลและสง่าราศีของผู้สละชีพเพื่อพระคริสต์

ชาวเกาหลีเหนือหลายคนจะเห็นผู้สละชีพเพื่อพระคริสต์เหล่านี้
และชาวเกาหลีเหนือบางคนจะประกาศพระกิตติคุณด้วยวิญญาณ
ของผู้สละชีพเพื่อพระคริสต์ด้วยเช่นกัน

การส่งผู้คนไปประกาศในประเทศเกาหลีเหนือเป็นสิ่งที่สำคัญ
แต่การประกาศจะมีพลังอำนาจมากขึ้นถ้าชาวเกาหลีเหนือเองจะเ
ติบโตขึ้นในความเชื่อและประกาศพระกิตติคุณด้วยวิญญาณของ
ผู้สละชีพเพื่อพระคริสต์ การสละชีพของคนเหล่านี้จะจุดประกายแ
ห่งการประกาศพระกิตติคุณในจิตใจของคนเกาหลีเหนือที่อาศัยอ

ยู่ในพื้นที่ต่าง ๆ

แต่ไม่ใช่มิชชันนารีที่ทำงานอยู่ในเกาหลีเหนือทุกคนจะสละชีพของตน มีเพียงไม่กี่คนเท่านั้นที่จะอยู่ในข่ายของผู้สละชีพเพื่อพระคริสต์ คนเหล่านั้นจะตัดสินใจด้วยตนเองและเขาสามารถหลีกเลี่ยงการสละชีพดังกล่าวถ้าเขาเลือกเช่นนั้น

การเป็นผู้สละชีพเพื่อเห็นพระนามขององค์พระผู้เป็นเจ้าไม่ใช่เรื่องง่าย แต่ถ้าใครเอาชนะการข่มเหงและความทุกข์ยากลำบากด้วยความชื่นชมยินดีและการขอบพระคุณเหมือนอัครทูตเปาโล สง่าราศี รางวัล และคำชมเชยที่เขาจะได้รับในแผ่นดินสวรรค์จะยิ่งใหญ่มาก บำเหน็จรางวัลสำหรับผู้สละชีพเพื่อพระคริสต์จะยิ่งใหญ่เช่นกัน เขาจะได้รับรางวัลสำหรับดวงวิญญาณจำนวนมากที่ได้รับความรอดผ่านการสละชีพของเขาด้วยเช่นกัน

ด้วยเหตุนี้ เมื่อเราระลึกว่าการคงความสัตย์ซื่อตราบจนวันตายในดินแดนที่กันดารพระกิตติคุณนั้นมีสง่าราศีมากเพียงใด เราจะมองไปที่สง่าราศีและบำเหน็จรางวัลในแผ่นดินสวรรค์เพียงอย่างเดียวและเอาชนะความทุกข์ยากและการข่มเหงทุกรูปแบบ

คำแนะนำขององค์พระผู้เป็นเจ้าสำหรับคริสตจักรเมืองสเมอร์นา

เรารู้ว่าพวกเจ้ามีความทุกข์ลำบากและยากจน (แต่ว่าเจ้าก็มั่งมี) และรู้เรื่องการใส่ร้ายของคนเหล่านั้นที่กล่าวว่าเขาเป็นพวกยิวและหาได้เป็นไม่ แต่พวกเขาเป็นธรรมศาลาของซาตาน อย่ากลัวความทุกข์ทรมานซึ่งจะได้รับนั้น นี่แน่ะ มารจะขังพวกเจ้าบางคนไว้ในคุกเพื่อจะลองใจเจ้าและเจ้าทั้งหลายจะได้รับความทุกข์ทรมานถึงสิบวัน แต่เจ้าจงมีใจมั่นคงอยู่ตราบเท่าวันตายและเราจะมอบมงกุฎแห่งชีวิตให้แก่เจ้า (วิวรณ์ 2:9-10)

ในบรรดาคริสตจักรทั้งเจ็ดแห่ง คริสตจักรเมืองสเมอร์นาเป็นคริสตจักรเดียวที่ได้รับเฉพาะคำแนะนำโดยไม่มีคำชมเชยหรือคำตำหนิจากองค์พระผู้เป็นเจ้า แต่ข่าวสารที่ส่งไปถึงคริสตจักรเมืองสเมอร์นามีเนื้อหาที่สำคัญมาก จดหมายฉบับนี้บอกให้เร

าทราบว่าเพราะเหตุใดเราจึงพบกับการทดสอบและการทดลองธรรมศาลาของซาตานคืออะไร และบุคคลประเภทใดจะได้รับมงกุฎแห่งชีวิต

คริสตจักรเมืองสเมอร์นามีความทุกข์ลำบากและความยากจน

องค์พระผู้เป็นเจ้าทรงทราบความทุกข์ลำบากและความยากจนที่คริสตจักรเมืองสเมอร์นากำลังประสบและพระองค์ตรัสว่า "แต่ว่าเจ้าก็มั่งมี" บุคคลอาจมีชีวิตอยู่ในความยากจนก่อนที่เขาต้อนรับเอาองค์พระผู้เป็นเจ้า แต่เมื่อเขาดำเนินชีวิตคริสเตียนหลังจากเขาได้ต้อนรับเอาองค์พระผู้เป็นเจ้าพระเจ้าจะทรงปกป้องเขาและเขาจะมีชีวิตที่มั่งคั่ง

เพราะเหตุใดคริสตจักรเมืองสเมอร์นาจึงพบกับความทุกข์ยากลำบากและความยากจนทั้งที่คนเหล่านั้นก็เชื่อในองค์พระผู้เป็นเจ้า ความทุกข์ลำบากที่ผู้เชื่อประสบอาจดูคล้ายคลึงกับความทุกข์ลำบากที่คนไม่เชื่อประสบ แต่ที่จริงทั้งสองอย่างแตกต่างกัน วิญญาณจิตของเราจะจำเริญขึ้นผ่านทางความทุกข์ลำบากที่เราประสบอยู่ถ้าเราเอาชนะความทุกข์ยากนั้นด้วยความเชื่อ เราจะได้รับพระพรจากพระเจ้าและสิ่งเหล่านี้จะถูกสำสมไว้เพื่อเป็นรางวัลสำหรับเราในแผ่นดินสวรรค์ด้วยเช่นกัน

ในกรณีของคริสตจักรเมืองสเมอร์นาเราพบว่าความทุกข์ลำบากของผู้เชื่อมีอยู่สองชนิด ความทุกข์ลำบากชนิดแรกเกิดขึ้นเพราะเราเชื่อในองค์พระผู้เป็นเจ้าและอีกชนิดหนึ่งเกิดขึ้นเพราะเราไม่ได้

ดำเนินชีวิตตามพระคำของพระองค์ แต่บางคนคิดว่าเขากำลังทนทุกข์ลำบากเพื่อพระนามขององค์พระผู้เป็นเจ้าแม้ว่าในความเป็นจริงเขากำลังทนทุกข์เพราะเขาไม่ได้ดำเนินชีวิตตามพระคำของพระเจ้า นอกจากนั้น ยังมีบางคนที่นำการข่มเหงมาสู่ตนเพราะเขาไม่ได้ประพฤติตนอย่างชาญฉลาด แต่เขากลับคิดว่าตนกำลังถูกข่มเหงเพราะองค์พระผู้เป็นเจ้า ดังนั้นเขาจึงไม่พยายามแก้ปัญหาที่เกิดขึ้น

ความทุกข์ลำบากเพราะความเชื่อในพระเยซูคริสต์
ความทุกข์ลำบากที่เราได้รับในพระนามขององค์พระผู้เป็นเจ้าเป็นความทุกข์ลำบากเพื่อความชอบธรรม พระเจ้าจะทรงตอบแทนความทุกข์ลำบากชนิดนี้ด้วยพระพรอย่างแน่นอน ยกตัวอย่าง เช่น ผู้เชื่อที่เป็นคริสเตียนคนเดียวในครอบครัวอาจได้รับการข่มเหงจากคนในครอบครัวหรือจากคนที่อยู่รอบข้างเขา และเราอาจพบกับการข่มเหงจากเพื่อนในโรงเรียนหรือเพื่อนในที่ทำงาน เป็นต้น
ยกตัวอย่าง เช่น ในวันเสาร์อาทิตย์เราเคยไปเที่ยวหรือไปข้างนอกกับคนในครอบครัว แต่เมื่อเราเริ่มเข้าร่วมนมัสการในคริสตจักรเราจึงเข้าร่วมนมัสการในคริสตจักรเป็นประจำทุกวันอาทิตย์ ผลลัพธ์ก็คือ คนในครอบครัวของเราอาจไม่ค่อยพอใจหรือรู้สึกผิดหวังและเริ่มข่มเหงเรา ในสถานการณ์เช่นนี้ ถ้าเราแสดงความรักต่อคนเหล่านั้นและรับใช้เขามากขึ้น ในไม่ช้าพระเจ้าจะทรงทำงานในจิตใจของคนเหล่านั้นเพื่อให้เขายอมรับพระกิตติคุณ จากนั้นการข่มเหงจะหมดสิ้นไป

แต่ถ้าเรายังประสบกับการข่มเหงเช่นนั้นหลังจากที่เราดำเนินชีวิตคริสเตียนมาเป็นเวลาหลายปีเราควรตรวจสอบดูว่าต้นเหตุของการข่มเหงเกิดจากการที่เราไม่ได้ใช้สติปัญญาหรือไม่

เราอาจเต็มล้นด้วยพระวิญญาณบริสุทธิ์ แต่บางครั้งเราอาจขาดการควบคุมตนเองและพูดหรือทำบางสิ่งบางอย่างที่โง่เขลาซึ่งเป็นเหตุให้คนในครอบครัวรู้สึกเป็นปฏิปักษ์ต่อเรา ถ้าเราฉลาดมากกว่านี้เพียงเล็กน้อยเราก็สามารถหลีกเลี่ยงการถูกข่มเหงจากคนในครอบครัวของเราได้

แม้ว่าการข่มเหงชนิดนี้หมดสิ้นไป คนของพระเจ้าอาจพบกับการข่มเหงอีกชนิดหนึ่ง โมเสส เอลียาห์ เยเรมีย์ อิสยาห์ และผู้เผยพระวจนะคนอื่น ๆ รวมทั้งอัครทูตเปาโล เปโตร และยอห์นเป็นผู้ที่พระเจ้าทรงรักและคนเหล่านี้รักพระเจ้ามาก แต่ทุกคนล้วนถูกข่มเหงเพื่อองค์พระผู้เป็นเจ้า เพื่อแผ่นดินของพระองค์ และเพื่อดวงวิญญาณของคนอื่น ทุกคนพร้อมที่จะทนต่อการข่มเหงที่เกิดขึ้น

มัทธิว 5:11-12 กล่าวว่า "เมื่อเขาจะติเตียนข่มเหงและนินทาว่าร้ายท่านทั้งหลายเป็นความเท็จเพราะเรา ท่านก็เป็นสุข จงชื่นชมยินดีเพราะว่าบำเหน็จของท่านมีบริบูรณ์ในสวรรค์ เพราะเขาได้ข่มเหงผู้เผยพระวจนะทั้งหลายที่อยู่ก่อนท่านเหมือนกัน" พระคัมภีร์ข้อนี้กล่าวว่าเพราะคนเหล่านั้นมองไปที่บำเหน็จรางวัลในสวรรค์เขาจึงไม่รู้สึกถึงความยากลำบากและไม่รู้สึกอับอายหรือขวยเขิน คนเหล่านั้นมีแต่ความชื่นชมยินดี

ความทุกข์ลำบากที่มีต้นเหตุมาจากการกล่าวโทษของผีมา

รซาตานเพราะการไม่ได้ดำเนินชีวิตตามพระคำของพระเจ้า นอกจากนั้นเราอาจพบกับความทุกข์ลำบากเพราะเราไม่ได้ดำเนินชีวิตตามความจริงแห่งพระคำของพระเจ้า ผีมารซาตานจึงกล่าวโทษเราเพราะเหตุนี้

เมื่อเราต้อนรับเอาพระเยซูคริสต์เป็นพระผู้ช่วยให้รอดและเป็นบุตรของพระเจ้า เรากลายเป็นพลเมืองของแผ่นดินสวรรค์ (ฟีลิปปี 3:20) จากจุดนี้เป็นต้นไปเราต้องเชื่อฟังกฎของแผ่นดินสวรรค์ในฐานะพลเมือง เราจะได้รับการปกป้องและได้รับพระพรอย่างบริบูรณ์ก็ต่อเมื่อเราเชื่อฟังกฎนี้เท่านั้น

ตรงกันข้าม ถ้าเราฝ่าฝืนพระบัญญัติของพระเจ้าผีมารซาตานก็จะกล่าวโทษเรา แต่ในเมื่อเราได้ต้อนรับเอาองค์พระผู้เป็นเจ้าและเป็นบุตรพระเจ้า ผีมารซาตานจึงพยายามอย่างสุดกำลังที่จะดึงเราไปอยู่ฝ่ายเดียวกับมัน เพราะเหตุนี้ เมื่อใดก็ตามที่ผีมารซาตานมีบางสิ่งบางอย่างที่จะกล่าวโทษเรามันก็จะพยายามกล่าวโทษเราและนำการทดสอบและการทดลองมาสู่เรา

ในท่ามกลางผู้คนที่ประสบกับความทุกข์ลำบากเพราะเหตุนี้บางคนเข้าใจผิดโดยคิดว่าพระเจ้าทรงกำลังสร้างปัญหาให้กับเขา

แต่ยากอบ 1:13 กล่าวว่า "เมื่อผู้ใดถูกล่อให้หลงอย่าให้ผู้นั้นพูดว่า 'พระเจ้าทรงล่อข้าพเจ้าให้หลง' เพราะว่าความชั่วจะมาล่อพระเจ้าให้หลงไม่ได้และพระองค์เองก็ไม่ทรงล่อผู้ใดให้หลงเลย" พระคัมภีร์ข้อนี้กล่าวว่าพระเจ้าไม่ทรงทดสอบเราหรือสร้างปัญหาให้กับเรา

สาเหตุที่เรายังพบกับการทดสอบและการทดลองก็เพราะกิเลสตั

ณหาของเราเอง (ยากอบ 1:14) เพราะเราฝ่าฝืนพระบัญญัติของพระเจ้า และเพราะเราทำบาป ถ้าเราฝ่าฝืนกฎหมายในโลกนี้เราก็จะถูกลงโทษด้วยเช่นกัน ในทำนองเดียวกัน เมื่อเราฝ่าฝืนพระบัญญัติของพระเจ้าเราก็จะถูกลงโทษ

เพราะพระเจ้าทรงยุติธรรมพระองค์จึงไม่ทรงสามารถปกป้องเราจากการกล่าวโทษของผีมารซาตานเมื่อเราทำบาปแม้เราจะเป็นบุตรของพระเจ้า ซาตานคือผู้ที่นำการทดสอบและการทดลองมาสู่เรา พระเจ้าทรงอนุญาตให้ซาตานกล่าวโทษเราเพราะพระองค์ทรงรักเราเช่นกัน

ยากอบ 1:15 กล่าวว่า "ครั้นตัณหาเกิดขึ้นแล้วก็ทำให้เกิดบาปและเมื่อบาปเจริญเต็มที่แล้วก็นำไปสู่ความตาย" โรม 6:23 กล่าวว่า "เพราะว่าค่าจ้างของความบาปคือความตาย แต่ของประทานจากพระเจ้าคือชีวิตนิรันดร์ในพระเยซูคริสต์องค์พระผู้เป็นเจ้าของเรา" ถ้าพระเจ้าทรงอนุญาตให้บุตรของพระองค์ทำในสิ่งที่เขาพอใจในขณะที่คนเหล่านี้กำลังมุ่งหน้าไปสู่หนทางแห่งความตาย จะเกิดอะไรขึ้นกับคนเหล่านี้

พระเจ้าทรงต้องการให้บุตรของพระองค์ที่กำลังมุ่งหน้าไปสู่หนทางแห่งความตายหันหลังกลับแม้ต้องผ่านการลงโทษถ้าสิ่งนั้นเป็นวิธีการที่ดีที่สุดที่จะทำให้เขากลับใจ พระเจ้าทรงอนุญาตให้การทดสอบและการทดลองเกิดขึ้นกับบุตรของพระองค์ผ่านการกล่าวโทษของผีมารซาตาน

ฮีบรู 12:5-6 พูดถึงความรักของพระเจ้าดังกล่าวนี้ว่า "และท่านได้ลืมคำเตือนที่พระองค์ได้ทรงเตือนในฐานะที่เป็นบุตรว่า

'บุตรชายของเราเอ๋ย อย่าละเลยต่อการตีสอนขององค์พระผู้เป็นเจ้า และอย่าท้อถอยในเมื่อพระองค์ทรงตีสอนนั้น เพราะองค์พระผู้เป็นเจ้าทรงตีสอนผู้ที่พระองค์ทรงรักและเมื่อพระองค์ทรงรับผู้ใดเป็นบุตรพระองค์ก็ทรงตีสอนผู้นั้น'"

ด้วยเหตุนี้ ถ้าเรากำลังประสบกับความทุกข์ยากลำบาก อันดับแรกเราควรตรวจสอบดูว่าอะไรคือต้นเหตุของความทุกข์ดังกล่าว ถ้าความทุกข์ลำบากเกิดจากความผิดพลาดของเราเราต้องกลับใจอย่างรวดเร็วและหันหลังกลับเพื่อว่าเราจะกลับมาสู่พระพรขององค์พระผู้เป็นเจ้าอีกครั้งหนึ่ง

ต้นเหตุของความยากจน

คริสตจักรเมืองสเมอร์นาไม่เพียงแต่พบกับความทุกข์ลำบากเท่านั้นแต่เขายังประสบกับความยากจนด้วยเช่นกัน เมื่อเราเชื่อในพระเจ้าและมาหาองค์พระผู้เป็นเจ้าเราจะได้รับพระพรในเรื่องสุขภาพและทรัพย์สินเงินทองเมื่อวิญญาณจิตของเราจำเริญขึ้น แต่บางครั้งผู้เชื่ออาจประสบกับความยากจนเหมือนในกรณีของคริสตจักรเมืองสเมอร์นา

แม้เราจะทำงานหนักมากขึ้นกว่าสมัยก่อนที่เราเชื่อในองค์พระผู้เป็นเจ้าแต่เราก็อาจพบกับการข่มเหงในที่ทำงานหรืออาจได้รับการปฏิบัติอย่างไม่เป็นธรรม เพราะบริษัทที่เราทำงานอยู่ในปัจจุบันไม่ยอมให้เรารักษาวันขององค์พระผู้เป็นเจ้าให้บริสุทธิ์เราอาจต้องลาออกจากงานหรือย้ายไปอีกบริษัทหนึ่ง

เนื่องจากสิ่งเหล่านี้อาจทำให้เราประสบปัญหาทางด้านการเ

งิน แต่เพราะสิ่งนี้เกิดจากความเชื่อที่เรามีในองค์พระผู้เป็นเจ้า ปัญหานี้จึงไม่ยืดเยื้ออีกต่อไป แม้คนอื่นจะข่มเหงเราอย่างต่อเนื่อง แต่ถ้าเราปฏิบัติกับเขาด้วยความดีตลอดเวลาเขาก็จะยอมรับเราในที่สุด องค์พระผู้เป็นเจ้าจะทรงตอบแทนเราด้วยพระพรอย่างบริบูรณ์

นอกจากต้นเหตุเหล่านี้แล้วยังมีความยากจนที่เกิดจากการตัดสินใจของแต่ละคน สมมุติว่าท่านมีเงินทองมากพอที่จะชื่นชมกับหลายสิ่งหลายอย่างได้ แต่เพราะท่านรักพระเจ้าท่านจึงไม่ต้องการใช้จ่ายเงินเหล่านั้นเพื่อตนเองแต่ท่านต้องการใช้จ่ายเพื่อแผ่นดินของพระเจ้า ท่านยอมอยู่ในสภาพของคนยากจนโดยสมัครใจด้วยความรู้สึกขอบพระคุณ

พระเจ้าทรงยอมให้บุคคลเช่นนี้ตกอยู่ในสภาพที่ยากจนได้อย่างไร พระเจ้าจะทรงตอบแทนเขาด้วยบำเหน็จรางวัลมากมายในสวรรค์ ในโลกนี้พระองค์จะทรงทำให้วิญญาณจิตของเขาจำเริญขึ้นและทรงให้สุขภาพที่แข็งแรงแก่เขา ดังนั้นเขาจึงเป็นคนมั่งมี

“แต่ว่าเจ้าก็มั่งมี”

2 โครินธ์ 8:9 กล่าวว่า “เพราะว่าท่านทั้งหลายรู้จักพระคุณของพระเยซูคริสตเจ้าของเราแล้วว่าแม้พระองค์มั่งคั่ง พระองค์ก็ยังทรงยอมเป็นคนยากจนเพราะเห็นแก่ท่านทั้งหลายเพื่อท่านทั้งหลายจะได้เป็นคนมั่งมีเนื่องจากความยากจนของพระองค์” พระเยซูทรงเป็นพระบุตรของพระเจ้าและทรัพย์สมบัติทั้งสิ้นล้วนเป็นของพระองค์ แต่พระองค์ทรงยอมถือกำเนิดในคอกสัตว์และนอนอยู่ในรางหญ้า

ในขณะที่ดำเนินชีวิตอยู่บนโลกนี้บางครั้งพระองค์ทรงหิวโหยและบางครั้งพระองค์ไม่มีแม้กระทั่งที่วางศีรษะของพระองค์และทรงใช้ถิ่นทุรกันดารเป็นที่หลับนอน พระเยซูทรงกระทำสิ่งเหล่านี้ก็เพื่อไถ่เราให้พ้นจากความยากจน ด้วยเหตุนี้ เราที่เชื่อในองค์พระผู้เป็นเจ้าต้องไม่ยากจน แต่เราควรถวายเกียรติแด่พระเจ้าด้วยทรัพย์สินเงินทองที่เรามีอยู่

แต่ไม่ใช่บุตรทุกคนของพระเจ้าจะกลายเป็นคนมั่งมีได้โดยไม่มีเงื่อนไข เฉลยธรรมบัญญัติบทที่ 28 กล่าวว่าเพื่อให้เราเป็นคนมั่งมีเราต้องฟังพระคำของพระเจ้าและรักษาพระบัญญัติทั้งสิ้นของพระองค์

ถ้าท่านทั้งหลายเชื่อฟังพระสุรเสียงของพระเยโฮวาห์พระเจ้าของท่านและระวังที่จะกระทำตามพระบัญญัติของพระองค์ซึ่งข้าพเจ้าบัญชาท่านในวันนี้ พระเยโฮวาห์พระเจ้าของท่านจะทรงตั้งท่านไว้ให้สูงกว่าบรรดาประชาชาติทั้งหลายทั่วโลก พระพรเหล่านี้จะตามมาทันท่าน ถ้าท่านทั้งหลายฟังพระสุรเสียงของพระเยโฮวาห์พระเจ้าของท่าน ท่านทั้งหลายจะรับพระพรในเมือง ท่านทั้งหลายจะรับพระพรในทุ่งนา พงศ์พันธุ์ของตัวท่านเอง ผลแห่งพื้นดินของท่านและพันธุ์แห่งสัตว์ของท่านจะรับพระพร คือฝูงวัวของท่านที่เพิ่มขึ้นฝูงแกะของท่านที่เพิ่มลูกขึ้น กระจาดของท่านและรางนวดแป้งของท่านจะรับพระพร ท่านจะรับพระพรเมื่อท่านเข้ามาและท่านจะรับพระพรเมื่อท่านออกไป (เฉลยธรรมบัญญัติ 28:1-6)

ถ้าเราดำเนินชีวิตด้วยพระคำของพระเจ้าและประพฤติตนอยู่ใน

ความสว่างอย่างแท้จริงเราจะไม่พบกับการทดสอบและการทดลอง ถึงแม้ว่าเราจะพบกับการทดสอบและการทดลองในบางครั้ง สิ่งเหล่านั้นก็จะสิ้นสุดลงอย่างรวดเร็ว

เหนือสิ่งอื่นใด แผ่นดินสวรรค์นิรันดร์ถูกจัดเตรียมไว้พร้อมแล้วสำหรับบุตรของพระเจ้าที่ได้รับความรอด นอกจากนั้น ในขณะที่อยู่ในโลกนี้เขาจะเจริญสุขทุกประการเมื่อวิญญาณจิตของเขาจำเริญขึ้น ด้วยเหตุนี้ เราจึงมั่งมีกว่าคนทั่วไป

"คนเหล่านั้นที่กล่าวว่าเขาเป็นยิวและหาได้เป็นไม่"
ในทางประวัติศาสตร์มีชาวยิวจำนวนไม่น้อยตั้งถิ่นฐานอยู่ในเมืองสเมอร์นา คนเหล่านั้นร่วมมือกับรัฐบาลโรมในการสังหารคริสเตียนเป็นจำนวนมาก

ชาวยิวเป็นชนชาติที่พระเจ้าทรงเลือกสรรตั้งแต่แรก แต่ชาวยิวในสมัยพระเยซูกลับไม่ยอมรับว่าพระเยซูทรงเป็นพระบุตรของพระเจ้าและคนเหล่านั้นได้ข่มเหงพระองค์

พวกมหาปุโรหิต พวกปุโรหิต และพวกธรรมาจารย์ซึ่งเป็นผู้นำของชาวยิวเกิดความอิจฉาพระเยซูเพราะพระองค์ทรงกระทำการด้วยฤทธิ์อำนาจของพระเจ้าและประกาศเรื่องแผ่นดินสวรรค์ คนเหล่านั้นพิพากษาและกล่าวประณามพระเยซูด้วยกรอบความรู้ของเขาในเรื่องธรรมบัญญัติ ในที่สุดเขาได้ร่วมกันตรึงพระเยซูบนกางเขน

แม้แต่ในท่ามกลางผู้เชื่อในองค์พระผู้เป็นเจ้าในปัจจุบันก็ยังมีผู้คนที่รบกวนงานของพระเจ้า แม้คนเหล่านี้จะเข้าร่วมนมัสการในคริสตจักร แต่เมื่อบางสิ่งบางอย่างไม่สอดคล้องกับความคิดเห็นและ

ความเชื่อของเขาคนเหล่านี้จะพิพากษาและกล่าวประณาม คนเหล่านี้อิจฉาและเกลียดชังผู้อื่น

พระคัมภีร์ตอนนี้กล่าวว่า "คนเหล่านั้นที่กล่าวว่าเขาเป็นพวกยิวและหาได้เป็นไม่ แต่เขาเป็นธรรมศาลาของซาตาน" องค์พระผู้เป็นเจ้าตรัสว่าคนเหล่านี้ไม่ใช่ยิว นั่นหมายความว่าเราไม่อาจเรียกคนเหล่านี้ว่าเป็นลูกของพระเจ้าได้

ถ้ามองจากภายนอกคนเหล่านี้อาจดูเหมือนว่ามีความเชื่อและเป็นคนดี แต่ถ้าพระเจ้าไม่ยอมรับความเชื่อและความดีของเขา สิ่งเหล่านั้นก็ไร้ประโยชน์ แม้คนเหล่านี้จะยืนกรานว่าเขาเป็นลูกของพระเจ้า แต่ถ้าคำพูดและการกระทำของเขาไม่ใช่คำพูดและการกระทำของผู้ที่เป็นบุตรของพระเจ้า คนเหล่านี้ก็เป็นได้เพียงแค่คนที่พูดว่าตนเป็นคนยิวแต่หาไม่ได้เป็นไม่ ทุกสิ่งจะถูกเปิดเผยออกมาในวันแห่งการพิพากษาครั้งสุดท้าย

ที่จริงเราไม่ต้องรอไปจนถึงวันแห่งการพิพากษาครั้งสุดท้าย เราสามารถวินิจฉัยคนเหล่านี้ด้วยการดูผลที่เกิดจากชีวิตของเขา ถ้าคนเหล่านี้เป็นคนของพระเจ้า เขาก็จะสำแดงผลของพระวิญญาณบริสุทธิ์ออกมา เขาจะรักความจริง รักซึ่งกันและกัน และอยู่อย่างสงบสุขกับทุกคน เขาจะพูดดีและทำดี

ถ้าผลที่ปรากฏออกมาคือความอิจฉา ความริษยา การพิพากษา การกล่าวประณาม ความเกลียดชัง และการทะเลาะวิวาท สิ่งนี้ถือเป็นการทำงานของผีมารซาตาน เมื่อมีคนสองสามคนสำแดงการงานของซาตานเหล่านี้ออกมา เราเรียกคนเหล่านี้ว่า "ธรรมศาลาของซาตาน"

ธรรมศาลาของซาตานรบกวนแผ่นดินของพระเจ้า

คริสตจักรจำนวนมากในปัจจุบันกำลังประสบกับความยุ่งยากต่าง ๆ เนื่องจากธรรมศาลาของซาตาน

เอเฟซัส 1:23 กล่าวว่าคริสตจักรเป็นพระกายของพระคริสต์ คริสตจักรเป็นพระกายขององค์พระผู้เป็นเจ้าที่พระองค์ทรงซื้อมาด้วยพระโลหิตของพระองค์เอง 1 โครินธ์ 12:27 กล่าวว่า “ฝ่ายท่านทั้งหลายเป็นกายของพระคริสต์และต่างก็เป็นอวัยวะของพระกายนั้น” พระคัมภีร์ข้อนี้กล่าวว่าผู้นำและสมาชิกทุกคนของคริสตจักรล้วนเป็นอวัยวะส่วนหนึ่งในพระกายขององค์พระผู้เป็นเจ้า

ถ้าอวัยวะแต่ละส่วนของร่างกายอิจฉาและทะเลาะวิวาทกันจะเกิดอะไรขึ้น ในทำนองเดียวกันคริสตจักรต้องเป็นอันหนึ่งอันเดียวกันด้วยความรัก ถ้ามีการทะเลาะวิวาทในท่ามกลางอวัยวะในพระกาย พระวิญญาณบริสุทธิ์ก็ไม่สามารถกระทำการของพระองค์ได้ ความรักในคริสตจักรจะเยือกเย็นลง ไฟแห่งการอธิษฐานจะดับมอด ในที่สุดการฟื้นฟูจะหยุดชะงัก ต้นเหตุสำคัญประการหนึ่งของสิ่งเหล่านี้คือธรรมศาลาของซาตาน

สิ่งสำคัญก็คือธรรมศาลาของซาตานอยู่ใกล้ตัวเรามากกว่าที่เราคิด ตัวอย่างของเรื่องนี้ก็คือเมื่อเราได้ยินคนหนึ่งพูดความเท็จและพูดใส่ร้ายป้ายสีเราก็เห็นพ้องกับคนนั้นโดยไม่ได้คิดไตร่ตรองถึงสิ่งที่เขาพูดอย่างถี่ถ้วน

แม้เราจะไม่ได้เห็นพ้องกับความคิดที่ชั่วร้ายแต่ถ้าเราแค่เห็นชอบกับความคิดนั้นเพียงเล็กน้อย สิ่งนี้เพียงพอที่จะทำให้เกิดข่าวลืออันเป็นเท็จและนำไปสู่การแพร่ข่าวลือดังกล่าวออกไป

เราจะไม่รู้ว่าเรามีความคิดที่ชั่วร้ายจนกว่าเราจะกำจัดความชั่วร้ายทุกชนิดออกไปจากชีวิตของเรา ดังนั้นความชั่วร้ายภายในเราอาจปรากฏออกมาได้ทุกเมื่อ ขึ้นอยู่กับว่าเราคบค้ากับคนชนิดใดและเราอยู่ในสถานการณ์แบบไหน

บางคนพร่ำบ่นและแสดงความขุ่นเคืองจนเป็นนิสัย แม้ในยามที่เขาต้องรวมใจกันเป็นหนึ่งเดียวเขาก็ยังพูดจาคัดค้านคนอื่นอยู่ตลอดเวลาเพียงเพราะเขาไม่เห็นพ้องกับความเห็นของคนอื่น แต่คนเหล่านี้กลับไม่รู้ว่าตนกำลังทำอะไรอยู่

คนเหล่านี้มองหาคนที่เห็นพ้องกับแนวคิดของตนอย่างเงียบ ๆ ถ้าเราพูดกับคนเหล่านี้โดยไม่ใช้ความคิดและเห็นพ้องกับเขา เราอาจกลายเป็นส่วนหนึ่งของธรรมศาลาของซาตานโดยไม่รู้ตัว เราไม่ควรเห็นพ้องกับคำพูดเท็จทุกชนิด แต่เราควรทำให้คนเหล่านั้นตื่นตัวด้วยความจริง

ความมืดจะจางหายไปเมื่อความสว่างสาดส่องเข้ามา ถ้าเพียงแต่เราดูเฉพาะสิ่งที่ดี ฟังเฉพาะสิ่งที่ดี พูดเฉพาะสิ่งที่ดี และคิดเฉพาะสิ่งที่ดี ธรรมศาลาของซาตานก็อยู่ในคริสตจักรไม่ได้ คนเหล่านี้จะออกไปจากคริสตจักรด้วยตนเอง

คริสตจักรเมืองสเมอร์นาจะพบกับความทุกข์ทรมาน

องค์พระผู้เป็นเจ้าตรัสกับคริสตจักรเมืองสเมอร์นาว่าเขาจะพบกับความทุกข์ทรมานแต่อย่ากลัว พระองค์ตรัสว่า “นี่แน่ะ มารจะขังพวกเจ้าบางคนไว้ในคุกเพื่อจะลองใจเจ้าและเจ้าทั้งหลายจะได้รับความทุกข์ทรมานถึงสิบวัน” (ข้อ 10)

เราจะพบกับการทดสอบและการทดลองหรือความทุกข์ทร

มานหลากหลายรูปแบบจนกว่าเราจะได้รับการชำระให้บริสุทธิ์ แต่เราไม่จำเป็นต้องกลัว สิ่งเหล่านี้จะนำความมั่งคั่งทางด้านวิญญาณและทางด้านวัตถุมาสู่เรา สิ่งเหล่านี้จะนำเราไปสู่ชีวิตนิรันดร์

เราไม่ควรกลัวการข่มเหงและความทุกข์ยากลำบากที่เราได้รับเพราะพระนามขององค์พระผู้เป็นเจ้า เราควรชื่นชมยินดี ถึงแม้ว่าการทดสอบและความทุกข์ยากลำบากจะมีต้นเหตุมาจากการที่เราไม่ได้ดำเนินชีวิตด้วยความจริง แต่เราก็ควรชื่นชมยินดีและขอบพระคุณ

ยากอบ 1:2-4 กล่าวว่า “ดูก่อนพี่น้องของข้าพเจ้า เมื่อท่านทั้งหลายประสบความทุกข์ยากลำบากต่าง ๆ ก็จงถือว่าเป็นเรื่องน่ายินดี เพราะท่านทั้งหลายรู้ว่าการทดลองความเชื่อของท่านนั้นทำให้เกิดความหนักแน่นมั่นคงและจงให้ความมั่นคงนั้นบรรลุผลอันสมบูรณ์ เพื่อท่านทั้งหลายจะได้รับเป็นคนที่ดีพร้อมมีคุณสมบัติครบถ้วนไม่มีสิ่งใดบกพร่องเลย” พระคัมภีร์ข้อนี้กล่าวว่าการทดสอบเหล่านี้จะทำให้เราสมบูรณ์แบบมากขึ้นและไม่ขาดแคลนสิ่งหนึ่งสิ่งใดเลย

องค์พระผู้เป็นเจ้าตรัสว่าผู้เชื่อบางคนในคริสตจักรเมืองสเมอร์นาจะถูกจำคุก นี่เป็นการทำงานของพวกปีศาจ

ผู้เชื่อหลายคนไม่สามารถแยกแยะระหว่างการทำงานของซาตานและการทำงานของปีศาจได้อย่างแท้จริง

บทบาทหน้าที่ของซาตานและของปีศาจ

พูดง่าย ๆ ก็คือซาตานเป็นหัวใจของลูซิเฟอร์ซึ่งเป็นหัวหน้าของวิญญาณชั่วทั้งปวง ปีศาจเป็นวิญญาณที่อยู่ภายใต้อำนาจของซาต

าน ปีศาจแต่ละตัวมีบทบาทและหน้าที่แตกต่างกัน

ซาตานทำงานผ่านทางความคิดของมนุษย์เพื่อทำให้เขามีความคิดที่ชั่วร้าย ซาตานยุยงให้เกิดความอสัตย์อธรรมในจิตใจของมนุษย์ เมื่อบุคคลรับเอาการงานของซาตานเข้าไปในความคิดของตน ปีศาจจะทำงานจิตใจของเขาเพื่อให้เขาสำแดงความคิดที่ชั่วร้ายออกมาเป็นการกระทำ

เมื่อการงานของซาตานที่อยู่ในความคิดของมนุษย์ปรากฏออกมาเป็นการกระทำ เราเรียกสิ่งนี้ว่า "การทำงานของพวกปีศาจ"

ยกตัวอย่าง สมมุติว่าบางคนกำลังใส่ร้ายป้ายสีและวิพากษ์วิจารณ์เรา จากนั้นซาตานจะใส่ความคิดชั่วร้ายให้กับเราเพื่อทำให้เรารู้สึกขุ่นเคืองใจและเกลียดชังคนนั้น ซาตานจะทำให้เราคิดในลักษณะที่ว่า "ฉันทนไม่ไหวแล้ว ฉันจะวิพากษ์วิจารณ์เขาหรือโจมตีเขาให้หนักกว่าเดิมอีกหลายเท่า"

ถ้าสิ่งนี้เป็นเพียงความคิดชั่วร้าย นี่เป็นการงานของซาตาน แต่ถ้าความคิดนี้ปรากฏออกมาเป็นการกระทำด้วยการแช่งด่าหรือการโจมตีคนนั้นกลับไป นี่เป็นการทำงานของพวกปีศาจ

ลูกา 22:3 กล่าวว่า "ฝ่ายซาตานเข้าดลใจยูดาสที่เรียกว่าอิสคาริโอทที่นับเข้าในพวกสาวกสิบสองคน" สิ่งนี้หมายความว่าซาตานได้ครอบงำความคิดของยูดาสจนทำให้ยูดาสอิสคาริโอทคิดในลักษณะที่ว่า "ฉันจะขายพระเยซูเพื่อฉันจะมีเงินใช้"

ยอห์น 13:2 กล่าวว่า "ขณะเมื่อรับประทานอาหารเย็นอยู่นั้นมาร (ปีศาจ) ได้ดลใจยูดาสอิสคาริโอทบุตรของซีโมนให้อายัดพระองค์ไว้"

สิ่งนี้ไม่ได้หมายความว่าปีศาจทำงานผ่านความคิดของยูดาส แต่หมายความว่าปีศาจได้ครอบงำจิตใจของยูดาสเอาไว้อย่างราบคาบ เนื่องจากจิตใจของเขาถูกปีศาจครอบงำยูดาสจึงกระทำสิ่งที่ชั่วร้ายด้วยการขายพระเยซูในที่สุด

แต่ซาตานไม่สามารถใส่ความคิดที่ชั่วร้ายให้กับมนุษย์คนใดก็ได้ตามที่มันต้องการ ในกรณีของยูดาส เขามอบความคิดของตนให้กับซาตานเพราะจิตใจของเขาชั่วร้ายจนในที่สุดเขาก็ทำสิ่งที่ชั่วร้ายด้วยการขายพระอาจารย์ของตนเอง

1 ยอห์น 3:8 กล่าวว่า "ผู้ที่กระทำบาปก็มาจากมาร (ปีศาจ)" การกระทำบาปในที่นี้หมายถึงการแสดงสิ่งที่อยู่ในความคิดออกมาเป็นการกระทำ เพราะพระเยซูทรงทราบถึงเรื่องนี้พระองค์จึงตรัสว่า "เราเลือกพวกท่านสิบสองคนมิใช่หรือและคนหนึ่งในพวกท่านเป็นมารร้าย (ปีศาจ)" (ยอห์น 6:70) พระเยซูตรัสว่ายูดาสอิสคาริโอทซึ่งทรยศและขายพระเยซูคือปีศาจร้าย

ด้วยเหตุนี้ ข้อความที่ว่า "นี่แน่ะ มาร (ปีศาจ) จะขังพวกเจ้าบางคนไว้ในคุกเพื่อจะลองใจเจ้า" จึงหมายความว่าปีศาจจะครอบงำจิตใจของคนชั่วร้ายบางคนเพื่อให้เขาแสดงความชั่วร้ายของตนออกมา "คุก" หมายถึงสถานที่ชดใช้ความผิดของคนที่ก่ออาชญากรรม ดังนั้นการกล่าวถึง "คุก" ในที่นี้จึงหมายความบ่งชี้ว่ามีกฎหมายและมีผู้ฟ้องร้องตามกฎหมาย

การลงโทษแตกต่างกันตามขนาดของความบาปและตามขนาดของความเชื่อ

แม้แต่ในโลกนี้ก็มีกฎหมายและเราก็ถูกพิพากษาตัดสินตามขนาดความรุนแรงของความผิดที่เราได้กระทำ ในมิติฝ่ายวิญญาณก็เช่นเดียวกัน เมื่อเราดำเนินชีวิตอยู่ในความจริงเราก็จะได้รับการปกป้องจากพระเจ้า แต่เมื่อเราฝ่าฝืนความจริงผีมารซาตานก็จะทำการทดสอบและการทดลองมาสู่เรา นั่นหมายความว่าเราต้องชดใช้ความผิดบาปของเรา

โดยเฉพาะอย่างยิ่งถ้าเราทำตามการงานของเนื้อหนัง (ซึ่งเป็นบาปที่แสดงออกมาเป็นการกระทำ) เราก็จะถูกลงโทษ นี่คือความหมายของข้อความที่ว่า "มาร (ปีศาจ) จะขังพวกเจ้าบางคนไว้ในคุกเพื่อจะลองใจเจ้า"

การทดสอบและการทดลองจะแตกต่างกันออกไปตามขนาดความรุนแรงของบาปและจะแตกต่างกันออกไปตามขนาดของความเชื่อของแต่ละคนด้วยเช่นกัน แม้บุคคลอาจทำบาปแบบเดียวกันแต่การลงโทษที่แต่ละคนได้รับจะแตกต่างกันตามขนาดของความเชื่อ ลูกา 12:47-48 กล่าวว่า "บ่าวนั้นที่ได้รู้ใจนายและมิได้เตรียมตัวไว้ มิได้กระทำตามใจนาย จะต้องถูกเฆี่ยนมาก แต่ผู้ที่มิได้รู้แล้วได้กระทำสิ่งซึ่งสมจะถูกเฆี่ยนก็จะถูกเฆี่ยนน้อย ผู้ใดได้รับมากจะต้องเรียกเอาจากผู้นั้นมากและผู้ใดได้รับฝากไว้มากก็จะต้องทวงเอาจากผู้นั้นมาก"

"ผู้ใดได้รับมาก" หมายถึงคนที่มีความเชื่อมาก คนที่ไม่รู้ใจนายหมายถึงคนที่มีความเชื่อน้อย พระเจ้าจะทวงคืนจากคนที่รู้ใจนายมากแต่ไม่ประพฤติตาม คนเหล่านี้คือคนที่มีความเชื่อมากแต่เขาไม่ได้ทำตามน้ำพระทัยของพระเจ้า

ยากอบ 3:1 กล่าวว่า "ดูก่อนพี่น้องของข้าพเจ้า อย่าให้เป็นอาจารย์กันมากหลายคนเลยเพราะท่านก็รู้ว่าเราทั้งหลายที่เป็นผู้สอนนั้น จะได้รับการทรงพิพากษาที่เข้มงวดกว่าผู้อื่น" ถ้าเรามีความเชื่อมากกว่าคนอื่นและเป็นผู้สอนคนอื่น เราต้องดำเนินชีวิตตามพระคำของพระเจ้า

ไม่เช่นนั้นเราก็อาจพบกับการทดสอบ การทดลอง และความทุกข์ยากลำบาก ขนาดของการทดลองและความทุกข์ยากลำบากจะแตกต่างกันออกไปตามขนาดแห่งความเชื่อของเรา ในบางกรณี การทดลองและความยากลำบากจะสิ้นสุดลงทันทีที่เรากลับใจและหันหลังกลับ แต่ในบางกรณี เราจะถูกลงโทษแม้หลังจากที่เรากลับใจ

ในกรณีของกษัตริย์ดาวิด (ซึ่งเป็นผู้ที่พระเจ้าทรงชอบพระทัย) เมื่อท่านแย่งชิงเอาภรรยาของนายทหารคนสนิทคนหนึ่งของท่านไปเป็นภรรยาของตนเอง ดาวิดได้วางแผนสั่งให้นายทหารคนนั้นไปรบที่ชายแดนเพื่อให้เขาถูกฆ่า เพราะเหตุนี้แม้หลังจากที่ดาวิดกลับใจ ท่านต้องประสบกับปัญหาและความยุ่งยากมากมาย กษัตริย์ดาวิดต้องหนีหัวซุกหัวซุนจากถูกตามล่าของอับซาโลมโอรสของตน ท่านต้องพบกับความโศกเศร้าเสียใจมากมาย เพราะดาวิดมีความเชื่อมากการลงโทษของท่านก็มากด้วยเช่นกัน

"สิบวัน" ในข้อนี้หมายถึงการทดสอบ การทดลอง และความทุกข์ลำบากต่าง ๆ เหล่านี้ เลขสิบเป็นเลขจำนวนเต็มในระบบทศนิยม เลขสิบจึงหมายถึง "ทุกชนิด" ด้วยเหตุนี้ ข้อความที่ว่า "ความทุกข์ทรมานถึงสิบวัน" จึงเล็งถึงความทุกข์ทรมานทุกรูปแบบ

ที่เราจะได้รับบนโลกนี้

วิธีการหลุดพ้นจากความทุกข์ทรมาน
พระคัมภีร์บอกถึงวิธีการทั้งสิ้นของการที่จะได้รับพระพรและบอกให้เรารู้ว่าเราจะพบกับการทดสอบ การทดลองและความทุกข์ทรมานอย่างไร

ผู้เชื่อบางคนพูดว่าตนมีความเชื่อ แต่คนเหล่านี้ยังคงทำบาปและไม่ได้รักษาวันสะบาโตหรือไม่ได้ถวายสิบลดอย่างครบถ้วนซึ่งเป็นเรื่องพื้นฐานสำหรับชีวิตคริสเตียน ดังนั้นคนเหล่านี้จึงประสบกับการทดสอบ การทดลอง และความทุกข์ทรมานรูปแบบต่าง ๆ แต่เราจะไม่ได้รับการปกป้องจากทุกสิ่งทุกอย่างเพียงเพราะว่าเรารักษาวันสะบาโตและถวายสิบลด

ในกรณีของผู้เชื่อใหม่ที่เพิ่งเริ่มต้นชีวิตคริสเตียน เมื่อเขารักษาวันขององค์พระผู้เป็นเจ้าให้บริสุทธิ์และถวายสิบลด พระเจ้าจะทรงถือว่าการแสดงออกของเขาเป็นความเชื่อและจะทรงปกป้องเขา แต่สำหรับคนที่มีความเชื่อมานานพอสมควรจะแตกต่างกัน เขาควรสำแดงการประพฤติที่ดีพร้อมให้ปรากฏเมื่อความเชื่อของเขาจำเริญขึ้น

เมื่อความเชื่อของเขาจำเริญขึ้นเขาจะพบกับการทดลองและการขัดเกลารูปแบบต่าง ๆ เพื่อทำให้เขามีความเชื่อมากขึ้น ดังนั้นคนเหล่านี้ต้องยืนหยัดอยู่บนความจริงอย่างครบถ้วนมากขึ้น

เราไม่ควรกล่าวถ้อยคำที่เป็นเท็จซึ่งจะเป็นเหตุให้ซาตานกล่าวโทษเรา เราต้องพยายามที่จะอยู่อย่างสงบกับทุกคนและมีชีวิตที่บริสุ

ทธีเพราะว่าเมื่อความเชื่อของเราจำเริญขึ้นซาตานจะพยายามกล่าวโทษเราในเรื่องเล็ก ๆ น้อย ๆ เพื่อรบกวนเรา

เหนือสิ่งอื่นใด สิ่งที่สำคัญที่สุดก็คือเราต้องกลับใจจากความผิดบาปของเราและทำลายกำแพงบาปที่ขวางกันระหว่างเรากับพระเจ้า จากนั้นเราต้องหันหลังกลับและทำงานเพื่อแผ่นดินของพระเจ้าอย่างสัตย์ซื่อ พระเจ้าไม่ทรงต้องการเพียงแค่ความสัตย์ซื่อฝ่ายเนื้อหนังแต่พระองค์ทรงปรารถนาความสัตย์ซื่อฝ่ายวิญญาณ

เมื่อพระเยซูทรงกำชับให้คริสตจักรเมืองสเมอร์นามีความสัตย์ซื่อมั่นคงตราบเท่าวันตาย พระองค์ไม่ได้ตรัสถึงความสัตย์ซื่อของการสละชีวิตฝ่ายร่างกายเท่านั้นแต่พระองค์ทรงกล่าวถึงความสัตย์ซื่อฝ่ายวิญญาณด้วยเช่นกัน ความสัตย์ซื่อมั่นคงตราบเท่าวันตายหมายถึงอะไร

ความสัตย์ซื่อมั่นคงตราบเท่าวันตายคือความเชื่อของผู้สละชีพ

สมมุติว่ารัฐมนตรีคนหนึ่งกล่าวว่าเขามีความสัตย์ซื่อต่อพระมหากษัตริย์ของประเทศตนเขากำลังพูดว่าเขาสามารถสละชีวิตของตนเพื่อกษัตริย์และเพื่อประเทศ ในทำนองเดียวกัน ความสัตย์ซื่อต่อแผ่นดินของพระเจ้าคือการที่เราสามารถสละชีวิตของตนเพื่อพระเจ้า สิ่งนี้หมายถึงการทำงานหนักด้วยความเชื่อของผู้สละชีพ

แต่เราไม่ควรคิดว่าการสละชีพนี้เป็นเพียงเรื่องของการสละชีวิตฝ่ายร่างกายของเราเท่านั้น สิ่งที่สำคัญกว่านั้นคือการสละชีพฝ่ายวิญญาณ

การสละชีพฝ่ายวิญญาณคือการต่อสู้กับความผิดบาปและความชั่วร้ายทุกรูปแบบ การละทิ้งสิ่งเหล่านั้น และการไม่ประนีประนอมกับโลกเพื่อที่จะรักพระเจ้าและทำให้พระองค์พอพระทัย

เช่นเดียวกัน ถ้าเราต่อสู้และกำจัดความบาปทุกรูปแบบทิ้งไป เราก็จะไม่มีคำว่า "อัตตา" หรือ "ตัวตน" หลงเหลืออยู่ในเรา เราจะมีเพียงพระคำแห่งความจริงของพระเจ้าเท่านั้นในชีวิตของเรา และเราจะประพฤติตามพระคำทั้งสิ้นที่บรรจุอยู่ในหนังสือทั้ง 66 เล่มของพระคัมภีร์

อัครทูตเปาโลประกาศไว้ใน 1 โครินธ์ 15:31 ว่า "ข้าพเจ้าตายทุกวัน" ถ้า "ตัวตน" ของเราตายสนิทและเรากำจัดความชั่วร้ายทุกรูปแบบทิ้งไป เราก็จะสามารถทำหน้าที่ของเราได้อย่างสัตย์ซื่อ เราจะสามารถร้องไห้คร่ำครวญในคำอธิษฐานเพื่อดวงวิญญาณที่กำลังพินาศด้วยความรัก

ความสัตย์ซื่อฝ่ายวิญญาณจะทำให้จิตใจของเราได้รับการชำระให้บริสุทธิ์และทำให้เราสามารถทำหน้าที่ของตนให้สำเร็จลุล่วงด้วยการสละชีวิตของเราจากส่วนลึกแห่งจิตใจที่บริสุทธิ์ของเรา

ในปัจจุบัน ดูเหมือนว่าเราไม่ได้อยู่ในสถานการณ์ที่เราต้องแสดงความเชื่อของผู้สละชีพและเราอาจคิดว่าเราไม่มีโอกาสที่จะตรวจสอบว่าเรามีความเชื่อของผู้สละชีพหรือไม่ เหตุผลก็เพราะว่าเราไม่ได้ประกาศพระกิตติคุณในประเทศที่เป็นคอมมิวนิสต์หรือรัฐอิสลามที่เข้มงวด

แต่ความจริงไม่ได้เป็นเช่นนั้น พระเจ้าทรงอนุญาตให้เราตรว

จสอบดูว่าเรามีความเชื่อของผู้สละชีพหรือไม่ด้วยการอนุญาตให้เราเข้าไปอยู่ในสถานการณ์ที่สามารถทำให้เรากลายเป็นผู้สละชีพเพื่อความเชื่อได้ แน่นอน ถ้าความเชื่อของเราไม่สามารถเอาชนะการทดสอบประเภทนี้ได้พระเจ้าจะไม่ทรงอนุญาตให้เราพบกับการทดสอบเช่นนี้ตั้งแต่แรก

ยากอบ 1:12 กล่าวว่า "คนที่อดทนต่อการทดลองใจก็เป็นสุขเพราะเมื่อปรากฏว่าผู้นั้นทนได้แล้วเขาจะได้รับมงกุฎแห่งชีวิตซึ่งพระเจ้าได้ทรงสัญญาไว้แก่คนทั้งหลายที่รักพระองค์"

มงกุฎแห่งชีวิตไม่ได้มีไว้สำหรับทุกคน แต่มีไว้สำหรับคนที่เอาชนะการทดลองและได้รับการยอมรับจากพระเจ้าเท่านั้น

แต่ไม่ได้หมายความว่าถ้าเราผ่านการทดสอบหนึ่งครั้งเราจะได้รับการยอมรับจากพระเจ้า คนที่พระเจ้าทรงยอมรับคือคนที่ได้รับการชำระให้บริสุทธิ์อย่างสมบูรณ์ซึ่งยืนอยู่บนศิลาแห่งความเชื่ออันมั่นคงและมีจิตใจที่ไม่เปลี่ยนแปลง คนเหล่านี้ไม่หวั่นไหวหรือไม่เป็นคนสองใจในทุกสถานการณ์

มงกุฎแห่งชีวิตที่มอบให้กับคนที่สัตย์ซื่อมั่นคงตราบเท่าวันตาย

พระเจ้าจะทรงมอบมงกุฎแห่งชีวิตให้แก่เราเมื่อเราเอาชนะการทดสอบ การทดลอง และความทุกข์ทรมานรูปแบบต่าง ๆ และสัตย์ซื่อมั่นคงตราบเท่าวันตาย ที่จริงมงกุฎชนิดนี้มีไว้สำหรับผู้คนที่เข้าสู่สวรรค์ชั้นที่สามซึ่งเป็นหนึ่งในที่อยู่อาศัยหลาย ๆ แห่งในแผ่นดินสวรรค์

เพือให้เข้าใจในเรืองนี ขอให้เราสำรวจทีอยู่อาศัยแห่งต่าง ๆ ในแผ่นดินสวรรค์ทีพระเจ้าทรงมอบให้กับผู้คนทีมีขนาดความเชือแตกต่างกันโดยสรุป

สมมุติว่าคนหนึงมีความเชือเพียงแค่ทำให้เขาได้รับความรอด และอีกคนหนึงมีความสัตย์ซือมันคงตราบเท่าวันตาย คงไม่เป็นธรรมถ้าทังสองคนได้รับการปฏิบัติแบบเดียวกันในแผ่นดินสวรรค์ ด้วยเหตุนี พระเจ้าจึงทรงมอบทีอยู่อาศัยและบำเหน็จรางวัลทีแตกต่างกันให้กับเราในแผ่นดินสวรรค์ตามรูปแบบการดำเนินชีวิตของเราตามพระคำของพระเจ้าในโลกนี

คนทีเข้าไปสู่สวรรค์ชันทีหนึงจะได้รับ “มงกุฎทีไม่ร่วงโรย” ตามทีบันทึกไว้ใน 1 โครินธ์ 9:25 คนเหล่านีมีความเชือทีทำให้เขาพยายามดำเนินชีวิตตามพระคำของพระเจ้าและพยายามควบคุมตนเองจากการมีส่วนร่วมกับสิงของทีเปือยเน่าฝ่ายเนือหนังของโลกนี เพราะเหตุนีเขาจึงได้รับมงกุฎทีไม่ร่วงโรย

คนทีเข้าไปสู่สวรรค์ชันทีสองจะได้รับ “มงกุฎแห่งศักดีศรี” (1 เปโตร 5:4) เพราะคนเหล่านีดำเนินชีวิตแห่งการถวายเกียรติแด่พระเจ้าเขาจึงได้รับมงกุฎแห่งศักดีศรี

สวรรค์ชันทีสามเป็นทีอยู่อาศัยสำหรับผู้คนทีได้กำจัดความชัวร้ายทุกชนิดทิงไปและมีความเชือทีทำให้เขารักพระเจ้าอย่างสุดจิตสุดใจของตน คนเหล่านีจะได้รับมงกุฎแห่งชีวิตตามทีพระองค์ทรงสัญญาไว้กับคริสตจักรเมืองสเมอร์นา

สุดท้าย ผู้คนทีได้รับการชำระให้บริสุทธิอย่างสมบูรณ์และสัตย์ซือต่อสิงสารพัดในชุมชนของพระเจ้าจะได้รับมงกุฎทองคำ (วิวรณ์

4:4) และมงกุฎแห่งความชอบธรรม (2 ทิโมธี 4:8) เป็นรางวัล

นอกเหนือจากนี้ยังมีมงกุฎอีกหลายชนิดในแผ่นดินสวรรค์ที่พระเจ้าทรงมอบให้กับแต่ละคนตามสิ่งที่เขาได้กระทำ

โรม 8:35 กล่าวว่า “แล้วใครจะให้เราทั้งหลายขาดจากความรักของพระคริสต์ได้เล่า จะเป็นความทุกข์ หรือความยากลำบาก หรือการเคียวเข็ญ หรือการกันดารอาหาร หรือการเปลือยกาย หรือการถูกโพยภัย หรือการถูกคมดาบหรือ” ถ้าเรามีความรักอย่างสุดซึ้งและสมบูรณ์แบบต่อองค์พระผู้เป็นเจ้าเหมือนกับอัครทูตเปาโลเราก็จะมีความสัตย์ซื่อมั่นคงต่อคริสตจักรซึ่งเป็นพระกายของพระคริสต์ตราบเท่าวันตาย

นอกจากนี้ เราจะมีชีวิตฝ่ายวิญญาณที่ลึกซึ้งมากยิ่งขึ้นซึ่งจะทำให้เราได้รับความรักจากพระเจ้าและถวายเกียรติยศแด่พระองค์อย่างยิ่งใหญ่มากขึ้นเช่นกัน

พระสัญญาที่องค์พระผู้เป็นเจ้าทรงมอบให้กับคริสตจักรเมืองสเมอร์นา

ใครมีหูก็ให้ฟังข้อความซึ่งพระวิญญาณตรัสไว้แก่คริสตจักรทั้งหลาย ผู้ที่มีชัยชนะจะไม่ได้รับอันตรายจากความตายครั้งที่สองเลย (วิวรณ์ 2:11)

ผู้เชื่อในคริสตจักรเมืองสเมอร์นาได้ทนทุกข์ทรมาน และจะทนทุกข์ทรมานเพื่อพระนามขององค์พระผู้เป็นเจ้า แต่พระองค์ไม่ได้ทรงเล้าโลมคนเหล่านั้นในทำนองว่า "เรารู้จักความทุกข์ทรมานของเจ้า พวกเจ้าจงอดทนต่อไปอีกสักหน่อยเถิด"

ตรงกันข้าม พระองค์ทรงแนะนำให้คนเหล่านั้นสัตย์ซื่อมั่นคงมากยิ่งขึ้นตราบเท่าวันตาย สาเหตุก็เพราะว่าพระองค์ทรงต้องการมอบพระพรและรางวัลที่ยิ่งใหญ่กว่าให้กับคนเหล่านั้น ความทุกข์ทรมานและการทดสอบทุกรูปแบบที่คริสตจักรเมืองสเมอร์นาได้รับจะนำพระพรและรางวัลมาสู่เขาอย่างแน่นอน

การที่เราเอาชนะการทดสอบและความทุกข์ทรมานจะไม่ทำให้

เราได้รับคำชมเชยต่อพระพักตร์ของพระเจ้า เราจะได้รับคำชมเชยจากพระเจ้าเมื่อเราทำสิ่งสารพัดมากกว่าที่เราควรกระทำ

ในแง่หนึ่ง การที่ลูกของพระเจ้าจะพบกับความทุกข์ทรมานและการข่มเหงเพื่อพระนามของององค์พระผู้เป็นเจ้าถือเป็นเรื่องธรรมชาติ ดังนั้น แทนที่องค์พระผู้เป็นเจ้าจะทรงเล้าโลมคนเหล่านั้นพระองค์ทรงบอกให้เขาสัตย์ซื่อมั่นคงตราบเท่าวันตายเพื่อเขาจะได้รับพระพรและรางวัลที่ยิ่งใหญ่กว่า นี่เป็นการสำแดงความรักของพระเจ้า

เราต้องให้ความสนใจต่อพระคำของพระเจ้า

แม้ว่าพระเจ้าทรงมอบคำสัญญาของพระองค์ให้กับเรา แต่คำสัญญานี้จะไร้ประโยชน์ถ้าเราไม่ให้ความสนใจต่อพระสัญญานั้น ยอห์น 10:27 กล่าวว่า “แกะของเราย่อมฟังเสียงของเราและเรารู้จักแกะเหล่านั้นและแกะนั้นตามเรา” บุตรของพระเจ้าที่ได้รับพระวิญญาณบริสุทธิ์ต้องฟังพระสุรเสียงที่พระวิญญาณบริสุทธิ์ตรัสกับเขา เพราะเหตุนี้องค์พระผู้เป็นเจ้าจึงตรัสกับคริสตจักรเมืองสเมอร์นาว่า “ใครมีหูก็ให้ฟังข้อความซึ่งพระวิญญาณตรัสไว้แก่คริสตจักรทั้งหลาย” (ข้อ 11)

คำว่า “หู” ในข้อนี้ไม่ได้หมายถึงหูฝ่ายร่างกายที่เราใช้ฟังเสียงเท่านั้น แต่ยังหมายถึงหูฝ่ายวิญญาณที่เราใช้เพื่อวินิจฉัยความจริงด้วยเช่นกัน เราควรมีหูฝ่ายวิญญาณเพื่อฟังพระสุรเสียงของพระวิญญาณบริสุทธิ์ผู้ทรงนำเราไปสู่ความจริงและทรงอนุญาตให้เรารู้จักพระทัยและน้ำพระทัยของพระเจ้า เราจะเข้าใจ ความหมายฝ่ายวิญญาณที่บรรจุอยู่ในพระคำของพระเจ้าได้ก็ต่อเมื่อเรามีหูฝ่ายวิญญาณเท่านั้น

หูฝ่ายวิญญาณของเราจะมีความรู้สึกไวในการฟังมากเท่าใดขึ้นอยู่กับว่าเราได้กำจัดความชั่วร้ายออกไปจากจิตใจของเรามากน้

อยแค่ไหน ถ้าเรามีความชั่วร้ายอยู่ในจิตใจของเรามากหูฝ่ายวิญญาณของเราก็จะมีความไวต่อพระสุรเสียงน้อยลง ดังนั้นเราจึงไม่อาจเข้าใจพระคำของพระเจ้าเมื่อเราได้ยินพระคำนั้นและเราไม่สามารถรับการทรงนำจากพระวิญญาณบริสุทธิ์ได้เช่นกัน

แต่เราอาจมีความชั่วร้ายบางอย่างอยู่ในจิตใจของเราซึ่งจะทำให้เราไม่สามารถได้ยินพระสุรเสียงของพระวิญญาณบริสุทธิ์อย่างชัดเจนเท่าที่ควร แม้แต่ในกรณีนี้ ถ้าเราเชื่อฟังพระคำของพระเจ้าด้วยการตอบสนองต่อพระคำว่า “อาเมน” ในไม่ช้าเราก็จะสามารถได้ยินพระสุรเสียงของพระวิญญาณบริสุทธิ์ชัดเจนมากยิ่งขึ้น จากนั้นเราก็จะสามารถวินิจฉัยสิ่งต่าง ๆ ด้วยพระคำของพระเจ้าซึ่งจะทำให้เราเอาชนะการทดสอบ การทดลองและความทุกข์ทรมานทุกรูปแบบได้

“ผู้ที่มีชัยชนะ” หมายถึงผู้คนที่ต่อสู้กับความบาปและละทิ้งความชั่วร้ายด้วยพระคำของพระเจ้าเหมือนที่เรากล่าวถึงก่อนหน้านี้ องค์พระผู้เป็นเจ้าตรัสว่าบุคคลเช่นนี้จะไม่ได้รับอันตรายจากความตายครั้งที่สองเลย ความตายครั้งที่สองและการไม่ได้รับอันตรายจากความตายครั้งที่สองในที่นี้หมายถึงอะไร

“ไม่ได้รับอันตรายจากความตายครั้งที่สอง”

เมื่อพระเจ้าทรงเรียกวิญญาณจิตของเรากลับไป ร่างกายของเราจะเปลี่ยนเป็นซากศพในไม่ช้า เมื่อเวลาผ่านไปร่างกายนี้จะกลับไปเป็นผงคลีดิน เราเรียกการดับสูญของร่างกายนี้ว่าการตายครั้งแรก

การตายครั้งสองจะเกิดขึ้นเมื่อวิญญาณจิตของเรา (ซึ่งเป็นเหมือนเจ้านายมีอำนาจควบคุมมนุษย์) ถูกทิ้งลงไปในบึงไฟนรกชั่วนิรันดร์

ในหนังสือวิวรณ์เราพบว่าแม้แต่รายชื่อที่ถูกบันทึกไว้ในหนังสื

อแห่งชีวิตก็จะถูกลบออกไปเช่นกันและคนเหล่านี้จะถูกโยนลงไปในบึงไฟนรก

ข้าพเจ้าได้เห็นบรรดาผู้ที่ตายแล้วทั้งผู้ใหญ่และผู้น้อยยืนอยู่หน้าพระที่นั่งนั้นและหนังสือต่าง ๆ ก็เปิดออก หนังสืออีกเล่มหนึ่งก็เปิดออกด้วย คือหนังสือแห่งชีวิตและผู้ที่ตายไปแล้วทั้งหมดก็ถูกพิพากษาตามข้อความที่จารึกไว้ในหนังสือเหล่านั้นและตามที่เขาได้กระทำ ทะเลก็ส่งคืนคนทั้งหลายที่ตายในทะเล ความตายและแดนมรณาก็ส่งคืนคนทั้งหลายที่อยู่ในแดนนั้นและคนทั้งหลายก็ถูกพิพากษาตามการกระทำของตนหมดทุกคน แล้วความตายและแดนมรณาก็ถูกผลักทิ้งลงไปในบึงไฟ บึงไฟนี้แหละเป็นความตายครั้งที่สอง และถ้าผู้ใดที่ไม่มีชื่อจดไว้ในหนังสือชีวิตผู้นั้นก็ถูกทิ้งลงไปในบึงไฟ (วิวรณ์ 20:12-15)

คนที่ดำเนินชีวิตอยู่ในความผิดบาปและความอสัตย์อธรรม (นั่นคือ ผู้คนที่ไม่ได้ดำเนินชีวิตตามพระคำของพระเจ้าและผู้ที่ไม่มีชัยชนะ) จะพบกับความตายครั้งที่สอง คนเหล่านี้จะทนทุกข์ทรมานชั่วนิรันดร์ในบึงไฟนรก

แต่คนที่ดำเนินชีวิตตามพระคำของพระเจ้า (นั่นคือ คนที่ไม่หวั่นไหวในการทดสอบและในความทุกข์ลำบากแต่กลับมีชัยชนะต่อสิ่งเหล่านั้น) จะไม่ได้รับอันตรายจากความตายครั้งที่สอง คนเหล่านี้จะมีชีวิตนิรันดร์

องค์พระผู้เป็นเจ้าทรงส่งข่าวสารนี้ไปถึงคริสตจักรเมืองสเมอร์นาเพราะพระองค์ทรงปรารถนาให้ผู้อ่านข่าวสารของพระองค์ทุกคนมีชัยชนะเหนือความทุกข์ลำบาก สัตย์ซื่อมั่นตราบเท่าวันตายและได้รับมงกุฎแห่งชีวิตเป็นรางวัล

นอกจากนี้ องค์พระผู้เป็นทรงกำลังบอกให้เราประกาศพระกิตติคุณกับผู้คนที่ยังไม่รู้จักความจริงและมุ่งหน้าไปสู่ความพินาศ เราต้องประกาศพระกิตติคุณกับคนเหล่านั้นด้วยใจกล้าหาญโดยไม่

ต้องหวาดเกรงต่อความทุกข์ลำบากเพื่อเขาจะได้รับความรอดเมื่อเขาตอบสนองต่อความจริงแห่งพระคำของพระเจ้า

พระเจ้าทรงมอบหมายหน้าที่ดังกล่าวนี้ให้กับเราทุกคน ผู้เชื่อหรือคริสตจักรที่ทำหน้าที่ของตนให้สำเร็จลุล่วงอย่างสัตย์ซื่อจะได้รับพระพรและรางวัลที่ยั่งยืนในแผ่นดินสวรรค์

ณ จุดนี้มีอีกสิ่งหนึ่งที่เราไม่ควรหลงลืม 1 ทิโมธี 5:22 กล่าวว่า "อย่าด่วนเอามือวางเจิมผู้ใดและอย่ามีส่วนร่วมในการกระทำบาปเลย จงรักษาตัวให้บริสุทธิ์" เราต้องไม่เกียจคร้านที่จะรักษาตนเองให้สะอาดบริสุทธิ์

"ขอให้องค์พระผู้เป็นเจ้าแห่งสันติสุขทรงให้ท่านเป็นคนบริสุทธิ์หมดจดและทรงรักษาทั้งวิญญาณ จิตใจ และร่างกายของท่านไว้ให้ปราศจากการติเตียนจนถึงวันที่พระเยซูคริสต์เจ้าของเราเสด็จมา" (1 เธสะโลนิกา 5:23) พระคัมภีร์ข้อนี้เรียกร้องให้เราชำระตนเองให้บริสุทธิ์ปราศจากตำหนิและข้อด่างพร้อยเพื่อเราจะเข้าไปสู่นครเยรูซาเล็มใหม่

บทที่ 3

คริสจักรเมืองเปอร์กามัม
– ความเฉยเมยและการเปรอะเปื้อนไปด้วยคำสอนเทียมเท็จ

คริสตจักรเมืองเปอร์กามัมได้รับคำชมเชยจากการที่เขารักษาความเชื่อของตนไว้แม้จะตกอยู่ในการข่มเหงและความยากลำบาก แต่คนเหล่านั้นก็ถูกตำหนิอย่างรุนแรงเพราะมีผู้เชื่อบางคนที่ทำตามคำสอนของพวกนิโคเลาส์นิยม
ข่าวสารนี้มีไปถึงคริสตจักรต่าง ๆ ในปัจจุบันที่กำลังเฉยเมยและประนีประนอมกับโลกหรือทำตามคำสอนเทียมเท็จ

วิวรณ์ 2:12-17

จงเขียนถึงทูตสวรรค์แห่งคริสตจักรที่เมืองเปอร์กามัมว่า พระองค์ผู้ทรงถือดาบสองคมตรัสดังนี้ว่า “เรารู้จักที่อยู่ของเจ้า รู้ว่าที่นั่งของซาตานอยู่ที่ไหน เจ้ายึดนามของเราไว้มั่นและไม่ปฏิเสธความเชื่อในเราแม้ในเวลาที่อันพาที่ผู้เป็นพยานที่ซื่อสัตย์ของเราต้องถูกฆ่าในท่ามกลางพวกเจ้าในที่ซึ่งซาตานอยู่ แต่เรามีข้อที่จะต่อว่าเจ้าสองสามข้อ คือพวกเจ้าบางคนถือตามคำสอนของบาลาอัมซึ่งสอนบาลาคให้ก่อเหตุเพื่อให้พวกอิสราเอลทำผิด คือให้เขากินของที่ได้บูชาแก่รูปเคารพแล้วและให้เขาล่วงประเวณี และมีพวกเจ้าบางคนที่ถือคำสอนของพวกนิโคเลาส์นิยมด้วยเหมือนกัน เหตุฉะนั้น จงกลับใจเสียใหม่ มิฉะนั้นเราจะรีบมาหาเจ้าและจะสู้กับเขาเหล่านั้นด้วยดาบแห่งปากของเรา ใครมีหูก็ให้ฟังข้อความซึ่งพระวิญญาณได้ตรัสไว้แก่คริสตจักรทั้งหลาย เราจะให้มานาที่ซ่อนอยู่แก่ผู้ที่มีชัยชนะและจะให้หินขาวแก่เขาด้วย ที่หินนั้นมีชื่อใหม่จารึกไว้ซึ่งไม่มีผู้ใดรู้เลยนอกจากผู้ที่รับเท่านั้น”

จดหมายขององค์พระผู้เป็นเจ้าที่เขียนถึงคริสตจักรเมืองเปอร์กามัม

จงเขียนถึงทูตสวรรค์แห่งคริสตจักรที่เมืองเปอร์กามัมว่า พระองค์ผู้ทรงถือดาบสองคมตรัสดังนี้ว่า (วิวรณ์ 2:12)

เมืองเปอร์กามัมเริ่มปรากฏอยู่ในประวัติศาสตร์ในราวช่วงสมัยของลิสิมาคอสผู้เป็นนายพลคนหนึ่งของอเล็กซานเดอร์มหาราช ท่านเห็นว่าเมืองนี้เหมาะที่จะเป็นป้อมปราการตามธรรมชาติและเริ่มพัฒนาเมืองนี้ขึ้น นับจากนั้นเป็นต้นมาเปอร์กามัมก็กลายเป็นศูนย์กลางทางวัฒนธรรมของกรีก ความเป็นศูนย์กลางทางวัฒนธรรมของเมืองนี้อยู่ในระดับที่เทียบเคียงได้กับเมืองอเล็กซานเดรียซึ่งถือเป็นนครแห่งวัฒนธรรมที่ยิ่งใหญ่ที่สุดแห่งหนึ่งในประวัติศาสตร์

เปอร์กามัมเป็นเมืองที่มีศาสนาต่าง ๆ อยู่มากมาย การกราบไหว้รูปเคารพมีอยู่อย่างดาษดื่นเพราะผู้คนในเมืองนั้นถือว่าสถานที่บู

ชาพระอัสเคลปีอัสเป็นเหมือนโรงพยาบาล

เนื่องจากเปอร์กามัมเป็นเมืองที่มั่งคั่งเมืองหนึ่งในจักรภพโรม ผู้คนจึงสร้างสถานที่สำหรับบูชาจักรพรรดิโรม คริสเตียนที่ไม่ยอมกราบไหว้บูชาจักรพรรดิจะถูกข่มเหงอย่างรุนแรง

คริสตจักรเมืองเปอร์กามัมถูกสร้างขึ้นภายใต้การกดขี่ข่มเหงมากมาย คนเหล่านั้นยึดมั่นในความเชื่อของตนในช่วงแรก แต่เมื่อจักรภพโรมยอมรับเอาคริสต์ศาสนาเป็นศาสนาประจำจักรภพ คนเหล่านั้นเริ่มฝักใฝ่กับโลกมากขึ้น เพราะเหตุนี้คริสตจักรเมืองเปอร์กามัมจึงได้รับทั้งคำชมเชยและการตำหนิจากองค์พระผู้เป็นเจ้า

"พระองค์ผู้ทรงถือดาบสองคม"

จดหมายถึงคริสตจักรเมืองเปอร์กามัมเริ่มต้นด้วยข้อความที่ว่า "จงเขียนถึงทูตสวรรค์แห่งคริสตจักรที่เมืองเปอร์กามัมว่า พระองค์ผู้ทรงถือดาบสองคมตรัสดังนี้ว่า" (ข้อ 12) จดหมายฉบับนี้บอกให้ทราบเป็นครั้งแรกว่าใครคือผู้ส่งจดหมายและส่งไปถึงใคร

ทูตสวรรค์แห่งคริสตจักรหมายถึงศิษยาภิบาลของคริสตจักร ดาบสองคมหมายถึงพระวจนะของพระเจ้า ฮีบรู 4:12 กล่าวว่า "เพราะว่าพระเจ้านั้นไม่ตายและทรงพลานุภาพอยู่เสมอ คมยิ่งกว่าดาบสองคมใด ๆ แทงทะลุกระทั่งจิตและวิญญาณ ตลอดข้อกระดูกและไขในกระดูกและสามารถวินิจฉัยความคิดและความมุ่งหมายในใจด้วย"

ผู้ที่ถือพระวจนะของพระเจ้าเหมือนถือดาบสองคือพระเยซูคริสต์ ยอห์น 1:14 กล่าวว่า "พระวาทะได้ทรงบังเกิดเป็นมนุษย์และ

ทรงอยู่ท่ามกลางเรา บริบูรณ์ด้วยพระคุณและความจริง เราทั้งหลายได้เห็นพระสิริของพระองค์ คือพระสิริอันสมกับพระบุตรองค์เดียวของพระบิดา" พระเยซูทรงเป็นพระบุตรของพระเจ้าและทรงเป็นพระวาทะผู้เสด็จมายังโลกนี้ในสภาพของมนุษย์

นอกจากนั้น ท่อนที่สองของยอห์น 1:1 ยังกล่าวเช่นกันว่า "พระวาทะทรงเป็นพระเจ้า" พระเยซูทรงเป็นอันหนึ่งอันเดียวกันกับพระเจ้าผู้ทรงเป็นพระวาทะ พระเยซูพระบุตรของพระเจ้าผู้ทรงเสด็จมาในโลกนี้ในสภาพของมนุษย์คือทรงมีสภาพดังเดิมเป็นพระเจ้า พระองค์ทรงเป็นผู้ครอบครองเหนือสรรพสิ่งในฟ้าสวรรค์และแผ่นดินโลก พระองค์ทรงเป็นกษัตริย์เหนือกษัตริย์และทรงเป็นองค์พระผู้เป็นเจ้าเหนือเจ้าทั้งหลาย

ถ้าเช่นนั้นพระวจนะของพระเจ้าซึ่งคมยิ่งกว่าดาบสองคมทำงานในชีวิตของเราอย่างไร

วิธีการทำงานของพระวจนะของพระเจ้าในชีวิตของเรา
ไม่มีหนังสือเล่มใดในโลกนี้ที่มีชีวิตหรือพลังอำนาจที่สามารถกระทำการได้ พระคำของพระเจ้าเท่านั้นที่มีชีวิตและทำให้เกิดชีวิต เมื่อเราเชื่อในพระคำและประพฤติตามพระคำนั้น ทุกสิ่งก็จะเกิดขึ้นตามที่บันทึกไว้ในพระคัมภีร์ พระคำของพระเจ้าชี้ให้เห็นถึงการทำงานของชีวิตและการรื้อฟื้นดวงวิญญาณที่ตายไปแล้วให้เป็นขึ้นมาใหม่

สดุดี 37:4 กล่าวว่า "จงปีติยินดีในพระเจ้าและพระองค์จะประทานตามใจปรารถนาของท่าน" การที่จะปีติยินดีในพระเจ้า

ได้นั้นอันดับแรกเราต้องทำให้พระเจ้าปีติยินดีก่อน จากนั้นเราจะได้รับคำตอบในทุกสิ่งที่เราทูลขอ (สุภาษิต 11:20; 12:22; 15:8; ฮีบรู 11:6) เมื่อเราเชื่อในพระคำและประพฤติตามพระคำเราก็จะได้รับคำตอบ จากนั้นเราจะรู้แน่ว่าพระคำของพระเจ้ามีชีวิต

นอกจากนั้น พระคำของพระเจ้ายังเป็นดาบที่แหลมคมซึ่งสามารถแทงทะลุกระทั่งจิตและวิญญาณตลอดจนข้อกระดูกและไขในกระดูก โดยทั่วไป "จิต" หมายถึงระบบความทรงจำที่อยู่ในสมองของมนุษย์ซึ่งเป็นความรู้ที่บรรจุอยู่ในสมองนั้นและหมายถึงระบบการนำเอาความรู้ที่บรรจุอยู่นั้นออกมาใช้ "วิญญาณ" เป็นสิ่งที่ไม่เปลี่ยนแปลงหรือไม่เน่าเปื่อย แต่เป็นอยู่ชั่วนิรันดร์ วิญญาณคือชีวิตและความจริง

มนุษย์ประกอบด้วยวิญญาณ จิตใจ และร่างกาย ในตอนแรกวิญญาณมีอำนาจควบคุมเหนือจิตใจและร่างกาย แต่เพราะความบาปของอาดัมจึงทำให้วิญญาณ (ซึ่งมีอำนาจควบคุมมนุษย์) ของมนุษย์ตายลงและตกอยู่ภายใต้การครอบงำของจิตใจอย่างสิ้นเชิง

แต่ถ้าผู้ใดต้อนรับเอาพระเยซูคริสต์เป็นพระผู้ช่วยให้รอดผู้นั้นก็จะได้รับพระวิญญาณบริสุทธิ์เป็นของขวัญและวิญญาณที่ตายไปแล้วของเขาจะได้รับการรื้อฟื้นขึ้นมาใหม่ นอกจากนั้น วิญญาณของเราจะจำเริญขึ้นและได้รับการรื้อฟื้นอย่างครบถ้วนมากน้อยเพียงใดขึ้นกับว่าเราได้กำจัดความรู้ในเรื่องความเท็จออกไปจากจิตใจของเรามากน้อยแค่ไหน

"ข้อกระดูก" หมายถึงเค้าโครงต่าง ๆ ที่ถูกสร้างขึ้นจากความคิดว่าตนเป็นฝ่ายถูก

พระวจนะของพระเจ้าสามารถทำลายความเท็จในจิตใจและทำให้วิญญาณมีพลังในการทำหน้าที่ของตนได้มากขึ้นและยังสามารถแทงทะลุข้อกระดูกและไขในกระดูกด้วยเช่นกัน คำว่า "ข้อกระดูก" ในที่นี้ไม่ใช่ข้อของกระดูกที่อยู่ในร่างกายของเรา แต่คำนี้เป็นสัญลักษณ์ของเค้าโครงฝ่ายวิญญาณที่แต่ละคนได้สร้างขึ้น

เค้าโครงของเราถูกสร้างขึ้นจากสิ่งที่เราเห็น ได้ยิน และเรียนรู้ ดังนั้นในเค้าโครงนี้จึงมีความเท็จอยู่อย่างมากมาย เค้าโครงนี้ถูกสร้างขึ้นเมื่อ "ความคิดว่าตนเป็นฝ่ายถูก" ถูกทำให้แข็งแกร่งจากการที่บุคคลหนึ่งเริ่มคิดว่าเขาเป็นฝ่ายถูกในสายตาของตน

สำหรับบางคนบุคลิกภาพส่วนตัวอาจกลายเป็นเค้าโครงของเขา สำหรับคนอื่น ความรู้ การศึกษา รสนิยม นิสัย และพฤติกรรมอื่น ๆ อาจกลายเป็นเค้าโครงของเขา ถ้าเราวางเค้าโครงเหล่านี้ไว้เราอาจมีความขัดแย้งกับคนอื่นเมื่อความคิดเห็นของเราแตกต่างจากความคิดเห็นของเขา เราอาจสร้างปัญหาให้กับคนอื่นและเราอาจพิพากษาและกล่าวประณามเขาโดยปราศจากความเข้าใจ

เหตุการณ์ในทำนองนี้ปรากฏให้เห็นอย่างมากมายในชีวิตประจำวัน ยกตัวอย่าง ในกรณีของคนที่ชอบเก็บตัวและไม่ยอมเปิดใจกับผู้ใด บุคคลเช่นนี้อาจมีปัญหาเรื่องความสัมพันธ์กับคนอื่น บุคลิ

กภาพของการเป็นคนทีถูกครอบงำด้วยความคิดและความรู้สึกของตนเองจะกลายเป็นเค้าโครงของเขาและจะทำให้เขาใกล้ชิดสนิทสนมกับคนอืนได้ยาก

ในกรณีเช่นนี ถ้าผู้คนรอบข้างเขาเป็นคนทีชอบเข้าสังคมคนเหล่านันอาจเข้าใจบุคคลเช่นนีผิด คนเหล่านันอาจตัดสินเขาโดยคิดว่าเขาเป็น “คนเห็นแก่ตัวและหยิ่งผยอง”

แม้แต่คนทีมีเค้าโครงเด็ดเดียวและรุนแรงก็อาจไม่แสดงบุคลิกภาพเช่นนันออกมาภายนอกเช่นกัน นันหมายความว่าเขาจะไม่ยืนกรานแบบกระต่ายขาเดียวว่าความคิดของตนเท่านันทีถูกต้องและเขาจะไม่ขัดแย้งกับคนอืน แต่บุคคลเช่นนีจะไม่ยอมรับคำแนะนำจากคนอืน ดังนันจึงเป็นการยากสำหรับเขาทีจะเปลียนแปลง

พระวจนะของพระเจ้าเท่านันทีสามารถทำลายเค้าโครงต่าง ๆ เหล่านีลงได้ แต่ถ้าบุคคลมีเค้าโครงส่วนตัวทีแข็งแกร่งและไม่ยอมเปิดใจของตนเอง เราก็ไม่สามารถบีบบังคับให้พระคำของพระเจ้าเข้าไปในชีวิตเขาได้

พระคำของพระเจ้าจะเข้าไปในชีวิตและเปลียนแปลงเขาได้ก็ต่อเมือเขาเปิดจิตใจของตนออกเท่านัน ทังนีก็เพราะว่าพระเจ้าทรงกระทำการตามความยุติธรรม

ถ้าเรายอมรับความจริงว่าเรามีเค้าโครงส่วนตัว เปิดจิตใจของเราออกด้วยความถ่อม และมีท่าทียอมรับเอาพระคำของพระเจ้า จากนันพระเจ้าจะทรงทุบทำลายเค้าโครงทีแข็งแกร่งทีสุดลงด้วยพระวจนะของพระองค์

"ไขในกระดูก" หมายถึงความชั่วร้ายรูปแบบต่าง ๆ ที่ฝังลึกอยู่ในจิตใจของแต่ละคน

ไขในกระดูกคือเนื้อเยื่อที่มีความยืดหยุ่นสูงซึ่งเป็นเหมือนท่อทรงกลวงที่ทำหน้าที่เชื่อมต่ออยู่ในโพรงของกระดูกส่วนใหญ่ของมนุษย์ ในฝ่ายวิญญาณ "ไขในกระดูก" หมายถึงความบาปและความชั่วที่หยั่งรากลึกอยู่ภายใน ไขกระดูกฝังลึกอยู่ในกระดูกฉันใด ความชั่วร้ายรูปแบบต่าง ๆ ก็ฝังลึกอยู่ในจิตใจของมนุษย์ด้วยฉันนั้น

เราสามารถมองเห็นความชั่วร้ายรูปแบบต่าง ๆ ที่ปรากฏออกมาภายนอกได้ไม่ยาก แต่ปกติเราไม่ทราบถึงความชั่วร้ายที่ฝังลึกอยู่ในธรรมชาติของเรา เราอาจคิดว่าเราไม่ความอิจฉาและความริษยา แต่เมื่อเราตกอยู่ในสถานการณ์ที่รุนแรงเราพบว่าความชั่วร้ายที่ซุกซ่อนลึกอยู่ภายในเราก็ปรากฏออกมา

เราพบเห็นตัวอย่างนี้ในชีวิตของโยบในพระคัมภีร์เดิม โยบไม่คิดว่าท่านมีความชั่วร้าย เท่าที่ท่านรู้ท่านเป็นคนที่มีความดีงามทั้งในจิตใจและในการประพฤติ แต่โยบมีความชั่วร้ายที่ฝังลึกอยู่ในธรรมชาติของท่าน เพราะเหตุนี้ เมื่อซาตานกล่าวโทษท่านพระเจ้าจึงทรงอนุญาตให้การทดลองและความทุกข์ทรมานเกิดขึ้นเพื่อท่านจะรู้จักความชั่วร้ายของตนเอง

โยบทนทุกข์ทรมานอย่างมาก ท่านสูญเสียครอบครัวและทรัพย์สมบัติทั้งสิ้นของท่านไป ท่านได้รับความเจ็บปวดจากฝีร้ายตามร่างกายของท่าน บัดนี้ความชั่วร้ายที่ท่านไม่เคยรู้มาก่อนเริ่มปรากฏออกมา

โยบรู้ถึงความชั่วร้ายของท่านเมื่อพระเจ้าทรงอธิบายให้ท่านทราบ ท่านกลับใจอย่างถ่องแท้และกำจัดความชั่วร้ายทิ้งไป จากนั้นท่านกลายเป็นบุคคลที่มีความลึกซึ้งฝ่ายวิญญาณมากขึ้น ท่านมีความมั่งคั่งร่ำรวยมากกว่าแต่ก่อนถึงสองเท่า

ความคิดว่าตนเป็นฝ่ายถูกและเค้าโครงเป็นส่วนหนึ่งของร่างกายมนุษย์เหมือนกับข้อกระดูกและไขในกระดูก สิ่งเหล่านี้จะถูกกำจัดออกไปด้วยดาบแห่งพระคำของพระเจ้าเท่านั้น เราจะเป็นบุตรที่บริสุทธิ์ของพระเจ้าได้ก็ต่อเมื่อเราทุบทำลายความคิดว่าตนเป็นฝ่ายถูกและเค้าโครงดังกล่าวนี้ลงไปเท่านั้น

แต่ไม่ใช่นักเทศน์ทุกคนจะสามารถแทงทะลุเข้าไปในข้อกระดูกและไขในกระดูก คำเทศนาที่จะแทงทะลุเข้าไปในส่วนนั้นได้ต้องเป็นคำเทศนาฝ่ายวิญญาณ นอกจากนี้ ถ้อยคำของนักเทศน์ต้องมีสิทธิอำนาจด้วยเช่นกัน

พระคำที่องค์พระผู้เป็นเจ้า (ซึ่งสิทธิอำนาจเหมือนดาบสองคม) ส่งไปถึงคริสตจักรเมืองเปอร์กามัมเป็นพระคำที่พระองค์ทรงมอบให้กับคริสตจักรทุกแห่งในปัจจุบันนี้ด้วยเช่นกัน

คริสตจักรในปัจจุบันที่มีสภาพเหมือนกับคริสตจักรเปอร์กามัม

ข่าวสารที่องค์พระผู้เป็นเจ้าทรงส่งไปถึงคริสตจักรเมืองเปอร์กามัมเป็นข่าวสารที่พระองค์ทรงส่งมายังคริสตจักรและผู้เชื่อที่ปล่อยปละละเลยและผู้คนที่ทำให้ตนเองด่างพร้อยไปด้วยคำสอนเทียมเท็จในปัจจุบันด้วย ข่าวสารนี้ยังมีไปถึงผู้คนที่ร้องออกพระนามขอ

งพระเจ้าแต่กลับปฏิเสธพระเยซูคริสต์และผู้คนที่ปรับเปลี่ยนพระคำของพระเจ้าอย่างมีเล่ห์เหลี่ยมเช่นกัน

คนเหล่านี้ไม่เพียงแต่หลอกลวงตนเองเท่านั้นแต่เขายังตบตาคนอื่นให้เชื่อในแนวคิดที่ไม่ถูกต้องของตนเช่นกัน องค์พระผู้เป็นเจ้าไม่ทรงทอดทิ้งคนเหล่านี้ พระองค์ทรงส่งความสว่างของพระองค์เข้าไปในความคิดที่ผิดพลาดของเขาด้วยพระคำของพระเจ้าซึ่งคมยิ่งกว่าดาบสองคม พระองค์ทรงมอบพระคำของพระองค์แก่เขาเพื่อให้เขากลับใจ หันหลังกลับ และรับเอาความรอด

ในวันพิพากษาบุคคลอาจแก้ตัวว่าเขาไม่รู้ แต่เมื่อคำพูดและการกระทำของเขาถูกสะท้อนออกมาด้วยพระคำของพระเจ้า ความเท็จของเขาจะปรากฏออกมาให้เห็นอย่างชัดเจน

แม้เมื่อดูจากภายนอกคนเหล่านี้จะเทศนาพระคำของพระเจ้าและมีคริสตจักร แต่ลัทธิเทียมเท็จเป็นการงานของซาตาน

เราไม่ควรวินิจฉัยลัทธิเทียมเท็จด้วยมาตรฐานของมนุษย์แต่เราควรวิเคราะห์สิ่งนี้ด้วยพระคำของพระเจ้าเท่านั้น แต่ในความเป็นจริงก็คือมีคริสตจักรจำนวนเพิ่มมากขึ้นที่พิพากษาและกล่าวประณามคนอื่นว่าเป็นผู้สอนเทียมเท็จเพียงเพราะเขามีความแตกต่างกันบ้างเล็กน้อยในเรื่องแนวคิดและหลักคำสอน

เกณฑ์ในการวินิจฉัยลัทธิเทียมเท็จในพระคัมภีร์

2 เปโตร 2:1 กล่าวว่า "แต่ว่าได้มีคนที่ปลอมตัวเป็นผู้เผยพระวจนะเกิดขึ้นในชนชาตินั้นเช่นเดียวกับที่จะมีผู้สอนผิดเกิดขึ้นในพวกท่านทั้งหลายซึ่งจะลอบเอามิจฉาลัทธิ (ลัทธิเทียมเท็จ) อันจะใ

ห้ถึงความพินาศเข้ามาเสียมสอนจนถึงกับปฏิเสธองค์พระผู้เป็นเจ้าผู้ได้ทรงไถ่เขาไว้ซึ่งจะทำให้เขาพินาศโดยเร็วพลัน”

เกณฑ์ที่ชัดเจนที่สุดในการวินิจฉัยลัทธิเทียมเท็จคือการตรวจสอบดูว่าคนเหล่านั้นยอมรับหรือปฏิเสธองค์พระผู้เป็นเจ้าผู้ทรงไถ่เขาไว้หรือไม่ กล่าวคือถ้าใครก็ตามไม่เชื่อว่าพระเยซูคริสต์ทรงเป็นพระผู้เป็นช่วยให้รอดเราอาจเรียกบุคคลนั้นว่าเป็นพวก “ลัทธิเทียมเท็จ” พระเยซูทรงชำระเราให้พ้นจากบาปและทรงช่วยเราให้รอดด้วยพระโลหิตของพระองค์ ดังนั้นบุตรของพระเจ้าทุกคนที่ได้รับความรอดจึงถูกซื้อมาด้วยพระโลหิตขององค์พระผู้เป็นเจ้า

ด้วยเหตุนี้ ก่อนที่พระเยซูทรงถูกตรึงและทรงทำหน้าที่ความเป็นพระคริสต์ของพระองค์ให้สำเร็จลุล่วงด้วยการเป็นขึ้นมา ในเวลานั้นยังไม่มีคำว่า “ลัทธิเทียมเท็จ” เกิดขึ้น คำว่า “เยซู” หมายความว่า “ผู้ที่จะช่วยประชากรของพระองค์ให้พ้นจากบาปของเขา” (มัทธิว 1:21) และคำว่า “พระคริสต์” เป็นคำภาษากรีกสำหรับคำว่า “เมสสิยาห์” ซึ่งหมายถึง “ผู้ถูกเจิม”

หลังจากที่พระเยซูทรงทำหน้าที่ของพระองค์ในฐานะพระคริสต์ให้สำเร็จด้วยการเป็นขึ้นมาจากความตายแล้วเท่านั้นที่เราสามารถเรียกบางคนว่าเป็น “ลัทธิเทียมเท็จ” เมื่อคนนั้นปฏิเสธพระเยซูคริสต์ “ผู้ทรงไถ่เขาไว้” เพราะเหตุนี้ในพระคัมภีร์เดิมหรือในพระกิตติคุณทั้งสี่เล่มจึงไม่มีคำว่า “ลัทธิเทียมเท็จ” ปรากฏให้เห็น

เมื่อโลกก้าวเข้าใกล้วาระสุดท้ายมากขึ้นลัทธิเทียมเท็จก็จะปรา

กฏให้เห็นมากขึ้นเช่นกัน บางคนประพฤติตนราวกับว่าเขาเป็นผู้ช่วยให้รอด คนเหล่านี้หลอกลวงผู้คนด้วยคำสอนที่ทำให้ฟังดูเหมือนว่าเราจะรอดได้โดยผ่านทางเขา

เมื่อวันเวลาผ่านไปคนเหล่านี้เริ่มเปิดเผยตัวเอง เขาหมกมุ่นในโลกีย์วิสัย ขัดขวางวิถีแห่งความจริง และเรียไรเงินทองจากผู้ติดตามของตน คนเหล่านี้ทำสิ่งที่ไม่ถูกต้องมากมาย แน่นอนเราไม่ควรตัดสินคนอื่นว่าเป็นลัทธิเทียมเท็จเพียงเพราะเขาทำสิ่งที่ไม่ถูกต้องถ้าหากคนเหล่านั้นไม่ได้ปฏิเสธองค์พระผู้เป็นเจ้า

บางทีเราอาจจำเป็นต้องแนะนำเขาหรือเตือนสติเขาให้กลับใจ แต่เราไม่สามารถพิพากษาว่าเขาเป็นพวกลัทธิเทียมเท็จเพียงเพราะเขาทำบางสิ่งบางอย่างไม่ถูกต้องเว้นแต่เขาจะปฏิเสธพระเยซูคริสต์

ถ้อยคำต่อไปนี้ของท่านกามาลิเอลผู้เป็นฟาริสีและบาเรียนอาจช่วยให้เราเข้าใจเรื่องนี้ชัดเจนมากขึ้นเมื่อท่านกล่าวกับผู้คนที่กำลังพิพากษาและประณามบรรดาคนที่เชื่อในพระเยซูคริสต์

ท่านจึงได้กล่าวแก่เขาว่า “ท่านชนชาติอิสราเอล ซึ่งท่านหวังจะทำแก่คนเหล่านี้ จงระวังตัวให้ดี เมื่อคราวก่อนมีคนหนึ่งชื่อธุดาสอวดตัวว่าเป็นผู้วิเศษ มีผู้คนติดตามประมาณสี่ร้อย แต่ธุดาสถูกฆ่าเสีย คนที่เป็นพรรคพวกก็กระจัดกระจายสาบสูญไป ภายหลังผู้นี้มีอีกคนหนึ่งชื่อยูดาสเป็นชาวกาลิลีได้ปรากฏขึ้นในคราวจดบัญชีสำมะโนครัวและได้เกลี้ยกล่อมผู้คนให้ติดตามตัวไป ผู้นั้นก็พินาศด้วย คนที่เป็นพรรคพวกก็กระจัดกระจายไป ในกรณีข้าพเจ้าจึงว่าแก่ท่านทั้งหลายว่า

จงปล่อยคนเหล่านี้ไปตามเรื่อง อย่าทำอะไรแก่เขาเลยเพราะว่าถ้าความคิดหรือกิจการนี้มาจากมนุษย์ก็จะล้มละลายไปเอง แต่ถ้ามาจากพระเจ้า ท่านทั้งหลายจะทำลายเสียก็ไม่ได้เกลือกว่าท่านกลับจะเป็นผู้สู้รบกับพระเจ้า” (กิจการ 5:35-39)

ผู้เผยพระวจนะเทียมเท็จ ผู้สอนผิด และผู้เป็นปฏิปักษ์ของพระคริสต์

2 เปโตร 2:1 พูดถึงผู้เผยพระวจนะเทียมเท็จและผู้สอนผิดที่ลอบนำเอาลัทธิเทียมเท็จมาเสียมสอนอย่างลับ ๆ ซึ่งจะทำให้ถึงความพินาศจนถึงกับการปฏิเสธองค์พระผู้เป็นเจ้าผู้ได้ทรงไถ่เขาไว้ คำว่า “ผิด” หรือ “เทียมเท็จ” ในที่นี้ไม่ได้หมายถึงการพูดโกหกเพื่อหลอกลวงคนอื่น แต่คำนี้หมายถึงการปฏิเสธพระเยซูคริสต์ผู้ทรงเป็นความจริง

1 ยอห์น 2:22 กล่าวว่า “ใครเล่าเป็นผู้ที่พูดมุสา ไม่ใช่ใครอื่น แต่เป็นผู้ที่ปฏิเสธว่าพระเยซูมิใช่พระคริสต์ ผู้ใดที่ปฏิเสธพระบิดาและพระบุตร ผู้นั้นแหละเป็นปฏิปักษ์ของพระคริสต์” พระคัมภีร์ข้อนี้กล่าวว่าคนมุสาคือคนที่ปฏิเสธพระเยซูคริสต์และผู้เป็นปฏิปักษ์ของพระคริสต์คือคนที่ปฏิเสธพระบิดาและพระบุตร

ด้วยเหตุนี้ 1 ยอห์น 4:1-3 จึงกล่าวว่า “ท่านที่รักทั้งหลาย อย่าเชื่อวิญญาณเสียทุก ๆ วิญญาณ แต่จงพิสูจน์วิญญาณนั้น ๆ ว่ามาจากพระเจ้าหรือไม่ เพราะว่ามีผู้พยากรณ์เท็จเป็นอันมากจาริกไปในโลก โดยข้อนี้ท่านทั้งหลายก็จะรู้จักพระวิญญาณของพระ

เจ้า คือวิญญาณทั้งปวงที่ยอมรับว่าพระเยซูคริสต์ได้เสด็จมาเป็นมนุษย์ วิญญาณนั้นก็มาจากพระเจ้า และวิญญาณทั้งปวงที่ไม่ยอมรับเชื่อพระเยซู วิญญาณนั้นก็ไม่ได้มาจากพระเจ้า วิญญาณนั้นแหละเป็นปฏิปักษ์ของพระคริสต์ซึ่งท่านทั้งหลายได้ยินว่าจะมาและบัดนี้ก็อยู่ในโลกแล้ว ลูกทั้งหลายเอ๋ย ท่านเป็นฝ่ายพระเจ้าและได้ชนะเขาเหล่านั้น เพราะว่าพระองค์ผู้ทรงอยู่ในท่านทั้งหลายเป็นใหญ่กว่าผู้นั้นที่อยู่ในโลก"

ปฏิปักษ์ของพระคริสต์คือผู้คนที่ต่อต้านพระเยซูคริสต์ด้วยพระคำของพระเจ้า คนเหล่านี้ปฏิเสธหนทางแห่งความรอดผ่านทางพระเยซูคริสต์ การปฏิเสธพระเยซูคริสต์คือการต่อสู้กับพระเจ้า

เราถ้าไม่อยากถูกล่อลวงให้หลงเราต้องวินิจฉัยลัทธิเทียมเท็จและสามารถแยกแยะระหว่างผู้เผยพระวจนะเทียมเท็จ ผู้สอนผิด และผู้เป็นปฏิปักษ์ของพระคริสต์ตามหลักเกณฑ์ของพระคัมภีร์ นอกจากนั้นเราต้องทำให้คนอื่นเข้าใจด้วยพระวจนะของพระเจ้าที่คมยิ่งกว่าดาบสองคมเช่นกัน แต่ไม่ได้หมายความว่าเราต้องโต้เถียงกับคนเหล่านั้น

ติตัส 3:10 กล่าวว่า "คนใด ๆ ที่ยุให้แตกนิกายกัน เมื่อได้ตักเตือนเขาหนหนึ่งหรือสองหนแล้วก็จงอย่าเกี่ยวข้องกับเขาเลย" พระคัมภีร์ข้อนี้กล่าวว่าเราสามารถแนะนำคนเหล่านั้นได้เพียงหนึ่งหรือสองครั้งด้วยพระคำของพระเจ้า ถ้าเขารับฟังและหันหลังกลับก็ถือเป็นเรื่องดี แต่ถ้าเขาปฏิเสธ เราก็ไม่ควรเกี่ยวข้องกับเขา

สาเหตุก็เพราะถ้าเราไม่ยืนหยัดอย่างมั่นคงอยู่บนความจริงเราก็อาจได้รับผลกระทบจากคำสอนของเขาในขณะที่กำลังโต้เถียง

กัน คนเหล่านี้เปลี่ยนความจริงเพียงเล็กน้อยและสามารถทิ่มแทงจุดอ่อนของแต่ละคน ดังนั้นเราจึงไม่ควรโต้เถียงกับเขาโดยปราศจากความรู้ในพระคำของพระเจ้าอย่างถ่องแท้

เมื่อคนที่ไม่สามารถวินิจฉัยได้รับผลกระทบจากคำสอนของลัทธิเทียมเท็จ การที่เขาจะสำนึกตัวและหันหลังกลับถือเป็นสิ่งที่ยากลำบากอย่างยิ่ง เพราะเหตุนี้องค์พระผู้เป็นเจ้าจึงทรงกำชับเราให้หลีกเลี่ยงการโต้เถียงและไม่มีส่วนเกี่ยวข้องกับคนเหล่านี้

ความรักของพระเจ้าที่จะช่วยทุกคนให้รอด

องค์พระผู้เป็นเจ้าทรงให้โอกาสกับผู้คนที่ยึดมั่นอยู่กับลัทธิเทียมเท็จ (เช่น พยานพระยะโฮวาห์และลัทธิมอร์มอน) กลับใจและหันหลังกลับ องค์พระผู้เป็นเจ้าทรงต้องการที่จะฝากข้อเตือนใจให้กับผู้เชื่อและคริสตจักรต่าง ๆ ในปัจจุบันที่มีลักษณะเหมือนคริสตจักรเมืองเปอร์กามัมเพื่อให้เขาตื่นตัวผ่านทางถ้อยคำที่พระองค์ทรงส่งไปถึงคริสตจักรแห่งนี้

พระองค์ทรงตักเตือนเขาในเรื่องการประนีประนอมกับโลกด้วยเช่นกัน เนื่องจากมนุษย์มีธรรมชาติของเนื้อหนังที่พยายามทำตามที่ตนต้องการแม้เขาจะรู้จักน้ำพระทัยของพระเจ้า เราพูดว่าเราทำตามน้ำพระทัยของพระเจ้า แต่ถ้าเรายอมให้กับธรรมชาติฝ่ายเนื้อหนังที่อยู่ในจิตใจของเรา สิ่งนี้อาจนำเราไปสู่การบิดเบือนพระคำของพระเจ้าได้ ในที่สุดสิ่งนี้อาจนำเราเข้าไปสู่หลักคำสอนเทียมเท็จ

เพื่อช่วยให้คนเหล่านี้รู้ถึงสิ่งที่กำลังเกิดขึ้นเราต้องมีพระคำแห่

งชีวิตที่ประกอบด้วยสิทธิอำนาจซึ่งสามารถแทงทะลุเข้าไปในจิตและวิญญาณตลอดจนข้อกระดูกและไขในกระดูก นอกจากนั้น เราต้องยืนยันถึงพระคำที่ประกาศออกไปด้วยการอัศจรรย์แห่งฤทธิ์อำนาจของพระเจ้า ผู้คนที่ได้รับผลกระทบจากคำสอนเทียมเท็จจะกลับใจและหันหลังกลับจากคำสอนเหล่านั้นด้วยวิธีการเหล่านี้เท่านั้น

แม้ผู้คนที่อยู่ในกลุ่มคนเหล่านี้จะมีจำนวนไม่มากก็ตาม แต่พระเจ้าก็ทรงต้องการให้ทุกคนได้รับความรอดและรู้จักความจริง (1 ทิโมธี 2:4) แม้แต่ในกรณีของบุคคลที่ยากต่อการได้รับความรอด แต่ถ้าเขามีความดีงามในจิตใจของตน เขาก็จะมีโอกาสได้รับความรอดด้วยพระคุณของพระเจ้าและด้วยความช่วยเหลือของพระวิญญาณบริสุทธิ์

เมื่อเราประกาศพระกิตติคุณเราพบว่าการประกาศกับคนที่มีความรู้พระคัมภีร์อย่างจำกัดและผิวเผินและได้รับผลกระทบจากคำสอนที่ผิดจะยากกว่าการประกาศกับคนที่ไม่มีความรู้ในพระกิตติคุณเลย ด้วยเหตุนี้เราจึงต้องการฤทธิ์อำนาจและสิทธิอำนาจในการเผยพระแพร่ความจริง

เราต้องพิสูจน์ให้ผู้คนเห็นหลักฐานเมื่อเราประกาศถึงพระเยซูคริสต์และบอกข่าวดีเรื่องแผ่นดินสวรรค์เพื่อเขาจะยอมรับเอาพระกิตติคุณโดยไม่มีทางปฏิเสธได้ ไม่เช่นนั้น แม้เราจะใช้ความพยายามมากเพียงใดก็ตามในการประกาศพระกิตติคุณ เราก็จะไม่อาจเก็บเกี่ยวผลของการประกาศได้อย่างครบถ้วนบริบูรณ์เท่าที่ควร

องค์พระผู้เป็นเจ้าทรงชมเชยคริสตจักรเมืองเปอร์กามัม

เรารู้จักที่อยู่ของเจ้า รู้ว่าที่นั่งของซาตานอยู่ที่ไหน เจ้ายึดนามของเราไว้มั่นและไม่ปฏิเสธความเชื่อในเราแม้ในเวลาที่อันทีพาผู้เป็นพยานที่ซื่อสัตย์ของเราต้องถูกฆ่าในท่ามกลางพวกเจ้าในที่ซึ่งซาตานอยู่ (วิวรณ์ 2:13)

เปอร์กามัมเป็นเมืองที่มีความสำคัญเมืองหนึ่งในสมัยนั้น เปอร์กามัมเป็นศูนย์กลางของการเมืองและการศึกษา เมืองนี้เป็นเมืองแห่งความสุรุ่ยสุร่ายและการกราบไหว้รูปเคารพ เปอร์กามัมเต็มไปด้วยสถานที่บูชารูปเคารพและวิหารสำหรับรูปเคารพ (อาทิ เช่น วิหารของพระซุส พระดิโอนิซุส พระเอเธนส์ และพระอัสเคลปิอัสเป็นต้น) รวมทั้งสถานที่บูชาจักรพรรดิโรมขนาดใหญ่อีกสามแห่ง ที่นั่นมีวิหารพิเศษแห่งหนึ่งชื่อวิหารของพระอัสเคลปิอัสซึ่งเป็นสถานที่บูชางู

เมืองเปอร์กามัมเป็นที่ตั้งของที่นั่งของซาตาน คริสตจักรเมืองเ

ปอร์กามัมดำเนินชีวิตในความเชื่อของตนในสภาพแวดล้อมเช่นนี้ เพราะเหตุนี้องค์พระผู้เป็นเจ้าจึงตรัสว่า "เรารู้จักที่อยู่ของเจ้ารู้ว่าที่นั่งของซาตานอยู่ที่ไหน"

คริสตจักรเมืองเปอร์กามัมยึดมั่นความเชื่อเอาไว้ในสถานที่ซึ่งเป็นที่นั่งของซาตาน

เมื่อองค์พระผู้เป็นเจ้าตรัสกับคริสตจักรเมืองเปอร์กามัมว่าพระเจ้าทรงรู้จักที่อยู่ของเขาพระองค์ทรงหมายความว่าพระองค์ทรงทราบว่าคนเหล่านั้นกำลังดำเนินชีวิตอยู่ในสถานที่ซึ่งเต็มไปด้วยรูปเคารพ พระองค์ทรงหมายความเช่นกันว่าพระองค์ทรงทราบว่าความเชื่อของเขายังไม่มั่นคงบนพระคำของพระเจ้า พระองค์กำลังตรัสกับคนเหล่านั้นว่าเขาอยู่ในสถานการณ์ที่อาจถูกล่อลวงได้ง่ายจากคำสอนผิดซึ่งเป็นผลมาจากการเปลี่ยนแปลงพระคำของพระเจ้าเพียงเล็กน้อย

คำว่า "ที่นั่งของซาตาน" หมายความว่าเมืองเปอร์กามัมเต็มไปด้วยรูปเคารพ การรักษาความเชื่อของตนเอาไว้ในสถานที่ซึ่งเต็มไปด้วยความบาปและเป็นเหมือนถ้ำของซาตานเป็นสิ่งที่ทำได้ยากเนื่องจากซาตานนำการข่มเหง การทดสอบ การทดลอง และความทุกข์ลำบากมาสู่ผู้เชื่อเพื่อทำให้เขาพบกับความยากลำบากในการรักษาความเชื่อของตนเอาไว้

อันทีพาถูกประหารชีวิตเพราะความเชื่อของท่านภายใต้การข่มเหงอย่างรุนแรง การสละชีวิตของท่านกลายเป็นแหล่งแห่งพลังสำหรับผู้เชื่อคนอื่นเพื่อให้เขารักษาความเชื่อของตนเอาไว้และมีชัยชนะ องค์พระผู้เป็นเจ้าทรงชมเชยเขาในจุดนี้

องค์พระผู้เป็นเจ้าทรงเรียกอันทีพาว่า "พยานที่ซื่อสัตย์ของเรา"

คำตรัสตรงนี้ขององค์พระผู้เป็นเจ้าทำให้เรารู้ว่าอันทีพามีความเชื่อแบบใด ท่านได้กำจัดความชั่วร้ายออกไปจากจิตใจของตน พยายามเป็นเหมือนองค์พระผู้เป็นเจ้า และประกาศพระกิตติคุณด้วยชีวิตของตน ท่านถูกประหารชีวิตในขณะที่กำลังทำหน้าที่ของตนในฐานะพยานขององค์พระผู้เป็นเจ้า

มีเรื่องเล่าสืบต่อกันมาเกี่ยวกับการสละชีพเพื่อองค์พระผู้เป็นเจ้าของอันทีพา ทหารโรมนำตัวอันทีพาไปอยู่ต่อหน้ารูปเคารพและบังคับให้ท่านก้มกราบรูปปั้นของจักรพรรดิโรม

ทหารคนนั้นพูดว่า "อันทีพา จงก้มกราบลงต่อหน้ารูปปั้นของจักรพรรดิโรมเดี๋ยวนี้"

จากนั้น อันทีพาตอบว่า "กษัตริย์เหนือกษัตริย์และองค์พระผู้เป็นเจ้าเหนือเจ้าทั้งหลายมีอยู่องค์เดียว พระองค์นั้นคือพระเยซูคริสต์ ข้าพเจ้าจะไม่ยอมก้มกราบลงต่อหน้าผู้ใดอีก"

ทหารโรมคนนั้นรู้สึกเดือดดาลและตะโกนออกมาว่า "อันทีพา คุณไม่รู้หรือว่าคนทั้งโลกล้วนต่อต้านคุณ"

อันทีพาตอบว่า "ถ้าเช่นนั้นข้าพเจ้าก็ขอยอมรับต่อหน้าคนทั้งโลกว่าพระเยซูคริสต์ทรงเป็นองค์พระผู้เป็นเจ้าเหนือเจ้าหลาย"

ด้วยความโกรธ ทหารโรมจึงผลักอันทีพาเข้าไปในกองเพลิงที่กำลังลุกโชนและท่านเสียชีวิตในกองเพลิงนั้น แต่การข่มเหงและความทุกข์ทรมานอย่างแสนสาหัสเหล่านี้กลับทำให้สมาชิกคริสตจักรเมืองเปอร์กามัมรักษาความเชื่อของตนเอาไว้

ผู้เชื่อบางคนที่ยังไม่รู้จักความจริงอย่างชัดเจนอาจตั้งคำถามในทำนองว่า "สมาชิกเหล่านั้นเชื่อในพระเจ้าและสัตย์ซื่อต่อพระองค์มิใช่หรือ ทำไมเขาจึงถูกข่มเหงและทำไมเขาจึงต้องสละชีพเพื่อค

วามเชื่อของตนด้วยเล่า" หรือ "ถ้าพระเจ้าทรงพระชนม์อยู่จริงทำไมพระองค์จึงปล่อยคนเหล่านั้นเผชิญกับการข่มเหงโดยลำพังเล่า" แต่ถ้าผู้เชื่อเหล่านี้เข้าใจน้ำพระทัยและการจัดเตรียมของพระเจ้าเขาจะรู้ว่าทำไมสิ่งเหล่านี้จึงเกิดขึ้น

การจัดเตรียมของพระเจ้าผ่านผู้สละชีพเพื่อความเชื่อ
การเสียชีวิตของผู้สละชีพเพื่อความเชื่อไม่ได้เกิดขึ้นเฉพาะในคริสตจักรยุคแรกอย่างในคริสตจักรเมืองเปอร์กามัมที่อันทีพาสละชีวิตของท่านเพื่อความเชื่อเท่านั้น แต่การเสียชีวิตแบบนี้เกิดขึ้นในทุกที่ทุกแห่งที่คริสเตียนและคริสต์ศาสนาเพิ่งเริ่มลงหลักปักฐานเป็นครั้งแรก

ในกรณีของจักรภพโรมซึ่งครอบครองโลกทั้งโลกไว้ในเวลานั้นก็เช่นเดียวกัน พลเมืองโรมเฝ้ามองดูคริสเตียนจำนวนมากเสียชีวิตในสนามกีฬาโคลีเซียมในฐานะผู้สละชีพเพื่อความเชื่อ ชาวโรมมองว่าการสละชีพเช่นนั้นเป็นความโง่เขลา พวกเขาชื่นชอบการดูคริสเตียนสละชีพของตนด้วยซ้ำไป แต่ในไม่ช้าคนเหล่านั้นก็เริ่มรู้สึกประหลาดใจกับสิ่งที่เกิดขึ้น

"ทำไมคนเหล่านี้จึงมีรอยยิ้มบนใบหน้าของตนในขณะที่กำลังเสียชีวิต"

"อะไรทำให้คนเหล่านี้ทำในสิ่งที่เขาทำอยู่"

"ใครนะคือพระเยซูที่คนเหล่านี้เชื่อถือ"

จากนั้นชาวโรมก็เริ่มสนใจในคริสต์ศาสนาและผู้คนที่ต้องการรู้จักคริสต์ศาสนาก็เพิ่มจำนวนมากขึ้นเรื่อย ๆ ในที่สุดผู้คนจำนวนได้ยินถึงพระกิตติคุณและได้ต้อนรับเอาพระเยซูคริสต์

นอกจากนี้ ในสมัยของจักรพรรดิคอนสแตนตินมหาราชที่ 1

111

คริสต์ศาสนาได้รับการรับรองจากจักรภพและได้รับการสถาปนาให้เป็นศาสนาประจำจักรภพในเวลาต่อมา นี่เป็นการจัดเตรียมของพระเจ้าที่มนุษย์ไม่มีวันเข้าใจ ถ้าปราศจากเหตุการณ์เหล่านี้คริสต์ศาสนาก็คงไม่สามารถแพร่กระจายไปอย่างรวดเร็วทั่วยุโรปและทั่วโลก

บุคคลที่ดำเนินชีวิตคริสเตียนตามที่ตนเห็นสมควรจะไม่สามารถรักษาความเชื่อของตนเอาไว้ได้เมื่อเขาพบกับความเจ็บปวดของการสละชีพเพื่อความเชื่อและความน่ากลัวของความตาย โอกาสที่เขาจะละทิ้งความเชื่อเมื่อเขาเผชิญกับสถานการณ์ที่รุนแรงหรือเมื่อชีวิตของเขาถูกคุกคามก็มีมากเนื่องจากเขาไม่ได้กำจัดความชั่วในจิตใจของตนทิ้งไป

คนที่สัตย์ซื่อและมีหัวใจหนักแน่นมั่นคงเท่านั้นจะสามารถรักษาความเชื่อของตนเอาไว้พบกับการคุกคามเอาชีวิต คนเหล่านี้จะกล้าตายอย่างผู้สละชีพเพื่อความเชื่อของตนได้หรือไม่นั้นขึ้นอยู่กับว่าเขาได้กำจัดความชั่วออกจากจิตใจของตนและรับการชำระให้บริสุทธิ์มากน้อยเพียงใด คนที่ตายอย่างผู้สละชีพเพื่อความเชื่อจะได้รับเกียรติและศักดิ์ศรีอันยิ่งใหญ่จากพระเจ้า ดังนั้นการสละชีพจึงเป็นพระพรอันยิ่งใหญ่สำหรับคนเหล่านี้

องค์พระผู้เป็นเจ้าทรงตำหนิคริสตจักรเมืองเปอร์กามัม

แต่เรามีข้อที่จะต่อว่าเจ้าสองสามข้อ คือพวกเจ้าบางคนถือตามคำสอนของบาลาอัมซึ่งสอนบาลาคให้ก่อเหตุเพื่อให้พวกอิสราเอลทำผิด คือให้เขากินของที่ได้บูชาแก่รูปเคารพแล้วและให้เขาล่วงประเวณี และมีพวกเจ้าบางคนที่ถือคำสอนของพวกนิโคเลาส์นิยมด้วยเหมือนกัน เหตุฉะนั้นจงกลับใจเสียใหม่ มิฉะนั้นเราจะรีบมาหาเจ้าและจะสู้กับเขาเหล่านั้นด้วยดาบแห่งปากของเรา (วิวรณ์ 2:14-16)

แม้คริสตจักรเมืองเปอร์กามัมจะได้รับคำชมเชย แต่องค์พระผู้เป็นเจ้าก็ทรงเริ่มตำหนิเขาอย่างรุนแรงเช่นกัน ในคริสตจักรเมืองเปอร์กามัมมีคนอย่างอันทีพาที่ถูกฆ่าเพื่อองค์พระผู้เป็นเจ้าและสมาชิกคนอื่นที่รักษาความเชื่อของตนเอาไว้ตามแบบอย่างของอันทีพา แต่ยังมีผู้เชื่อคนอื่นที่ทำเช่นนั้นไม่ได้

องค์พระผู้เป็นเจ้าตรัสว่าคนเหล่านี้บางคนถือตามคำสอนของบาลาอัมและพระองค์ทรงตำหนิเขาอย่างรุนแรง

บาลาอัมถูกทดลองจากเรื่องเงินและชื่อเสียง

คนที่ถือตามคำสอนของบาลาอัมและคำสอนของพวกนิโคเลาส์นิยมคือใคร เพื่อให้เข้าใจในเรื่องนี้เราจำเป็นต้องกลับไปดูเหตุการณ์ที่เกิดขึ้นระหว่างคนอิสราเอลกับบาลาอัมซึ่งบันทึกไว้ในหนังสือกันดารวิถีบทที่ 22-24

บาลาอัมเป็นบุตรของเบโอร์และอาศัยอยู่ใกล้แม่น้ำเปโธร์ บาลาอัมสามารถพูดคุยกับพระเจ้า วันหนึ่งบาลาคได้ขอให้บาลาอัมไปแช่งสาปคนอิสราเอล ในเวลานั้นคนอิสราเอลได้ผ่านช่วงเวลาสี่สิบของการเดินทางในถิ่นทุรกันดารแล้วหลังจากการอพยพและเขากำลังจะเข้าไปสู่แผ่นดินคานาอัน

บาลาคกษัตริย์ของคนโมอับได้ยินว่าพระเจ้าสถิตอยู่กับคนอิสราเอลและเมื่อท่านรู้ว่าคนอิสราเอลกำลังมุ่งหน้ามายังประเทศของท่าน ท่านจึงเกิดความกลัวและได้ขอความช่วยเหลือจากบาลาอัม

เมื่อบาลาอัมทูลถามพระเจ้าว่าพระองค์มีน้ำพระทัยอย่างไรในเรื่องนี้ พระเจ้าตรัสกับบาลาอัมว่า “เจ้าอย่าไปกับเขาทั้งหลาย เจ้าอย่าแช่งชนชาตินั้นเพราะเขาทั้งหลายเป็นคนที่ได้รับพร” (กันดารวิถี 22:12)

เมื่อบาลาอัมได้รับคำตอบจากพระเจ้าเขาก็ปฏิเสธข้อเสนอของบาลาค แต่กษัตริย์ของโมอับได้ส่งบรรดาเจ้านายไปหาบาลาอัมอีกครั้งหนึ่งพร้อมกับเงินและทองคำจำนวนมาก จากนั้นจิตใจของบ

าลาอัมก็หวั่นไหว เราก็อาจเข้าไปอยู่ในสถานการณ์เช่นนี้ได้เช่นกัน

ถ้าเรากำจัดการทดลองออกไปทันทีด้วยพระคำของพระเจ้า เราก็จะไม่ถูกทดลองอีก แต่ถ้าจิตใจของเรามีช่องว่างให้กับความหวั่นไหวแม้แต่เพียงเล็กน้อย ซาตานก็จะทดลองเราอีกทันที นอกจากนั้น แม้เมื่อดูจากภายนอกเราอาจผ่านการทดลอง แต่ถ้าจิตใจของเราไม่ผ่านการทดลองอย่างเด็ดขาด ซาตานก็อาจทดลองเราอีก

ดูเหมือนว่าบาลาอัมผ่านการทดสอบครั้งแรกเช่นกัน แต่เมื่อเขาเกิดความโลภและความอยากได้ทรัพย์สินเงินทองและเกียรติยศเขาจึงถูกทดลองครั้งที่สอง จากนั้นพระเจ้าตรัสกับบาลาอัมว่า "ถ้ามีผู้ชายมาเรียกเจ้าจงลุกขึ้นไปกับเขา แต่เจ้าจะกระทำตามที่เราสั่งเจ้าเท่านั้น" (กันดารวิถี 22:20)

พระเจ้าไม่มีน้ำพระทัยให้เขาไป แต่เพราะพระเจ้าทรงทราบจิตใจของบาลาอัมและทรงรู้ว่าทำไมบาลาอัมจึงทูลถามพระองค์อีก พระองค์จึงปล่อยให้เขาใช้เสรีภาพในการตัดสินใจ ในที่สุดเขาก็ไม่สามารถเอาชนะการทดลองในเรื่องเงิน จากนั้นบาลาอัมจึงสอนบาลาคกษัตริย์ของคนโมอับถึงวิธีการที่จะทำให้คนอิสราเอลพบกับความยากลำบาก (กันดารวิถี 25:1-2)

คนอิสราเอลคุ้นเคยกับการมีชีวิตอยู่ในสภาพแวดล้อมที่เป็นถิ่นทุรกันดารอันเรียบง่าย คนเหล่านั้นรู้เบื่อหน่ายกับการชีวิตอยู่ในถิ่นทุรกันดาร

แต่เมื่อคนอิสราเอลถูกเชิญชวนให้ไปยังสถานที่ซึ่งมีการกรา

บไหว้รูปเคารพ คนเหล่านั้นก็ถูกแวดล้อมไปด้วยสิ่งของฝ่ายโลก ผลก็คือคนอิสราเอลรับประทานอาหารที่บูชารูปเคารพและเขาเริ่มเล่นชู้กับหญิงชาวโมอับ สถานการณ์ของคนเหล่านั้นแตกต่างจากเราในปัจจุบันเมื่อเราเข้าสุหนัตในจิตใจของเราและกำจัดความผิดบาปทิ้งไปด้วยความช่วยเหลือของพระวิญญาณบริสุทธิ์ คนเหล่านั้นจึงจมปลักอยู่กับสิ่งของฝ่ายโลก

พระเจ้าทรงลงโทษคนเหล่านั้นด้วยภัยพิบัติซึ่งทำให้มีคนตายถึงสองหมื่นสี่พันคน (กันดารวิถี 25:9) แต่น่าสังเกตว่า 1 โครินธ์ 10:8 บันทึกว่ามีคนตายสองหมื่นสามพันคน

หนังสือกันดารวิถีบันทึกว่ามีคนตายสองหมื่นสี่พันคนซึ่งรวมทั้งคนอิสราเอลและหญิงชาวโมอับ แต่จำนวนของผู้ตายใน 1 โครินธ์ 10:8 (สองหมื่นสามพันคน) เป็นการนับเฉพาะคนอิสราเอล ถ้าเราอ่านพระคัมภีร์ด้วยการดลใจของพระวิญญาณบริสุทธิ์เราจะเห็นว่าพระคัมภีร์มีความถูกต้องแม่นยำมากขึ้น

องค์พระผู้เป็นเจ้ากำลังตรัสกับคนที่เดินตามแนวทางของบาลาอัมซึ่งได้แก่ "บางคนที่ถือตามคำสอนของบาลาอัม" อะไรคือบทเรียนฝ่ายวิญญาณที่เราต้องเรียนรู้จากเรื่องราวของบาลาอัม

การตักเตือนไม่ให้ดำเนินชีวิตคริสเตียนตามที่เราเห็นว่าเหมาะสม

ประการแรก เรื่องนี้ตักเตือนเกี่ยวกับการดำเนินชีวิตคริสเตียนตามที่เราเห็นว่าเหมาะสมและการใช้ความจริงเป็นเครื่องมือประนี

ประนอมกับโลก บาลาอัมมุ่งหน้าไปสู่หนทางแห่งความตายแม้เขาจะรู้จักน้ำพระทัยของพระเจ้าฉันใด คริสเตียนที่ดำเนินชีวิตอย่างประนีประนอมกับโลกก็มุ่งหน้าไปสู่หนทางแห่งความตายด้วยฉันนั้น สิ่งนี้หมายความว่าคนเหล่านี้รักโลกและสิ่งของในโลกมากกว่ารักพระเจ้า

1 ทิโมธี 6:10 กล่าวถึงยุคปัจจุบันได้อย่างเฉพาะเจาะจงว่า "ด้วยว่าการรักเงินทองนั้นเป็นมูลรากแห่งความชั่วทั้งมวลและเพราะความโลภนี้แหละจึงทำให้บางคนห่างไกลจากความเชื่อและตรอมตรมด้วยความทุกข์" เนื่องจากความโลภในเรื่องเงินทองหลายคนจึงละเมิดวันขององค์พระผู้เป็นเจ้าหรือฉ้อโกงสิบลดซึ่งเป็นของพระเจ้า (มาลาคี 3:8)

ผู้รับใช้พระเจ้าต้องอุทิศตนเองให้กับการอธิษฐานและการศึกษาพระคำ แต่ก็มีผู้รับใช้หลายคนที่โลภเงินทองและเกียรติยศชื่อเสียงหรือยอมประนีประนอมกับอำนาจของโลก

แต่มัทธิว 6:24 กล่าวว่า "ไม่มีผู้ใดเป็นข้าสองเจ้าบ่าวสองนายได้ เพราะว่าจะชังนายข้างหนึ่งและจะรักนายอีกข้างหนึ่ง หรือจะนับถือนายฝ่ายหนึ่งและจะดูหมิ่นนายอีกฝ่ายหนึ่ง ท่านจะปฏิบัติพระเจ้าและจะปฏิบัติเงินทองพร้อมกันไม่ได้" ทั้งผู้รับใช้พระเจ้าและบุตรของพระเจ้าทุกคนต้องรักพระเจ้าและทำตามน้ำพระทัยของพระองค์เท่านั้น ความเชื่อของเราต้องไม่เป็นเหมือนความเชื่อของบาลาอัมที่ยอมประนีประนอมกับโลก

ถ้าเรายอมละทิ้งความจริงและหันไปประนีประนอมกับโลกแม้ในสิ่งที่เล็กน้อย ในไม่ช้าเราก็จะล้มไปในการทดลองและซาตานก็

จะกล่าวโทษเรา เชื้อขนมปังทำให้ขนมปังทั้งก้อนฟูขึ้นได้ฉันใด ถ้ายอมรับเอาการงานของซาตานเข้ามาแม้แต่เพียงเล็กน้อยในไม่ช้าความคิดทั้งสิ้นของเราก็จะถูกครอบงำด้วยการงานของซาตานเช่นกัน

บ่อยครั้งเราเห็นคนที่ครั้งหนึ่งเคยทำงานเพื่อพระเจ้าแล้วหลงหายไป ถูกทอดทิ้งหรือเสื่อมทรามลงเพราะเขามีความด่างพร้อยด้วยสิ่งที่อยู่ฝ่ายเนื้อหนัง สมาชิกบางคนของคริสตจักรเมืองเปอร์กามัมมีลักษณะเช่นนี้ ในขณะที่คริสตจักรเห็นการสละชีพเพื่อความเชื่อของอันทีพาแต่สมาชิกบางคนกลับดำเนินชีวิตคริสเตียนตามที่ตนคิดว่าเหมาะสมและมุ่งหน้าไปสู่หนทางแห่งความตาย

องค์พระผู้เป็นเจ้าจึงทรงตำหนิไม่เฉพาะผู้คนที่มีพฤติกรรมเช่นนี้ในคริสตจักรเมืองเปอร์กามัมเท่านั้น แต่พระองค์ทรงตำหนิผู้คนที่ทำตามแนวทางของบาลาอัมในปัจจุบันด้วยเช่นกัน พระองค์ทรงบอกให้คนเหล่านี้กลับใจ

การตักเตือนในเรื่องการเป็นคนสองใจ

ประการที่สอง เราควรสำนึกถึงความจริงว่าเราต้องไม่เป็นคนสองใจ บางคนพูดว่าเขารักพระเจ้าแต่กลับดำเนินชีวิตคริสเตียนแบบหลวม ๆ ตามที่ตนเห็นสมควร บางคนหันหลังให้กับน้ำพระทัยของพระเจ้าทั้งที่รู้ว่าน้ำพระทัยนั้นคืออะไรเพียงเพราะความอยากได้ทรัพย์สินเงินทอง เกียรติยศชื่อเสียง และอำนาจฝ่ายโลกนี้ เราไม่ควรเป็นเหมือนคนเหล่านี้

หลังจากได้รับพระคุณจากพระเจ้า

บางคนประกาศออกมาด้วยใจกตัญญูว่า “ผมจะอุทิศชีวิตของผมให้กับพระเจ้า ผมจะมอบชีวิตของผมให้กับพระเจ้าและผมจะอยู่เพื่อพระเจ้า” แต่เมื่อคนเหล่านี้พบกับปัญหาชีวิตในเวลาต่อมาเขากลับเปลี่ยนความคิดของตนพร้อมกับพูดว่า “ทำไมผมต้องมีชีวิตแบบนี้ด้วย

หล่ะ ทำไมฉันจึงไม่ดำเนินชีวิตคริสเตียนแบบง่าย ๆ เหมือนคนอื่นเล่า”

บาลาอัมรู้จักน้ำพระทัยของพระเจ้า แต่เมื่อเขาพบกับการทดลองในเรื่องเงินทองและชื่อเสียง จิตใจของเขาก็ถูกล่อลวง แต่คนของพระเจ้าที่แท้จริงจะไม่มีวันเป็นคนสองใจแม้วันเวลาจะผ่านไปหรือแม้สถานการณ์จะเปลี่ยนแปลงไปก็ตาม

เราสามารถพบผู้คนเช่นนี้ในพระคัมภีร์ หนึ่งในผู้คนเหล่านั้นได้แก่หญิงชาวต่างชาติคนหนึ่งซึ่งเป็นที่รักของพระเจ้าเพราะเธอมีความดีของการมีจิตใจหนักแน่นมั่นคง เธอคือนางรูธที่อยู่ในพระคัมภีร์เดิม

รูธเป็นหญิงชาวโมอับ เธอแต่งงานกับคนอิสราเอลคนหนึ่งซึ่งหนีการกันดารอาหารไปอาศัยอยู่ในดินแดนโมอับ สามีของเธอเสียชีวิตโดยที่ไม่มีลูกกับเธอ นางโอรปาห์ซึ่งเป็นคู่สะใภ้ของเธอก็ตกอยู่ในสถานการณ์เดียวกัน

นางนาโอมีผู้เป็นแม่สามีของเธอจะเดินทางกลับไปยังแผ่นดินยูดาห์บ้านเมืองของตน นางนาโอมีจึงแนะนำให้ลูกสะใภ้ทั้งสองคนของเธอกลับไปหามารดาของเขาซึ่งถือเป็นข้อเสนอที่มีน้ำใจจากนางนาโอมี ไม่เช่นนั้นลูกสะใภ้ทั้งสองคนของนางก็ต้องทิ้งแผ่นดิ

นโมอับบ้านเมืองของตนไปอาศัยอยู่ในแผ่นดินยูดาห์ซึ่งเขาไม่คุ้นเคยโดยไม่มีสามีหรือบุตร

ครั้งแรกลูกสะใภ้ทั้งสองคนกล่าวว่าเขาจะติดตามแม่สามีของตนไปจนถึงที่สุด แต่เมื่อนางนาโอมีขอร้องอีก นางโอรปาห์คู่สะใภ้ของนางรูธก็จูบลานางนาโอมีไป แต่รูธไม่ยอมเปลี่ยนความคิด

แต่รูธตอบว่า “ขอแม่อย่าวิงวอนให้ฉันจากแม่หรือเลิกติดตามแม่ไปเลย เพราะแม่จะไปไหนฉันจะไปด้วยและแม่จะอาศัยอยู่ที่ไหนฉันก็จะอยู่ที่นั่นด้วย ญาติของแม่จะเป็นญาติของฉันและพระเจ้าของแม่จะเป็นพระเจ้าของฉัน แม่ตายที่ไหนฉันจะตายที่นั่นและจะขอให้ฝังฉันไว้ที่นั่นด้วย ถ้ามีอะไรมาพรากฉันจากแม่นอกจากความตายก็ขอพระเจ้าทรงลงโทษฉันและให้หนักยิ่ง” (นางรูธ 1:16-17)

พระคัมภีร์ตอนนี้ชี้ให้เห็นถึงจิตใจของรูธอย่างชัดเจนซึ่งไม่เคยเปลี่ยนแปลงไม่ว่าในสถานการณ์หรือสภาพแวดล้อมใดก็ตาม จิตใจของเธอไม่เปลี่ยนแม้หลังจากที่เธอเดินทางมาถึงแผ่นดินยูดาห์ เธอปรนนิบัติแม่สามีของเธออย่างสุดหัวใจ

ผลลัพธ์ก็คือเธอได้รับพระพรจากพระเจ้า ต่อมาเธอแต่งงานมีครอบครัวที่แสนสุขกับผู้ชายคนหนึ่งชื่อโบอาส นอกจากนี้ ชื่อของเธอถูกบันทึกไว้ในลำดับพงศ์ของพระเยซูในฐานะหญิงชาวต่างชาติคนหนึ่ง

ถ้าบาลาอัมมีจิตใจแน่วแน่ที่ไม่มีวันเปลี่ยนแปลงเขาก็คงเชื่อฟังน้ำพระทัยของพระเจ้าเมื่อเผชิญหน้ากับการทดลองหรือการทดสอบ แต่เพราะเขาเป็นคนสองใจ ความโลภในเรื่องเงินทองและเกีย

รติยศจึงถูกกระตุ้น เขาเดินทางผิดและเป็นต้นเหตุให้คนจำนวนมากพบกับความตาย

เราควรจดจำไว้ว่าบทเรียนของบาลาอัมเป็นบทเรียนที่คริสเตียนในยุคปัจจุบันซึ่งมีชีวิตอยู่ในยุคสุดท้ายที่เต็มไปด้วยความชั่วและความบาปต้องเรียนรู้ บทเรียนนี้สอนให้เรารู้ว่าเราไม่ควรดำเนินชีวิตคริสเตียนตามที่เราเห็นสมควร เราควรดำเนินชีวิตคริสเตียนด้วยความคิดและจิตใจที่แน่วแน่ไม่ว่าเราจะอยู่ในสถานการณ์ใดก็ตาม

ผู้ติดตามคำสอนของพวกนิโคเลาส์นิยม

ในคริสตจักรเมืองเปอร์กามัม ไม่มีเฉพาะผู้คนที่ถือตามคำสอนของบาลาอัมเท่านั้นแต่ยังมีบางคนที่ถือตามคำสอนของพวกนิโคเลาส์นิยมด้วยเช่นกัน ผมอธิบายไว้ในจดหมายถึงคริสตจักรเอเฟซัสว่าลัทธินิโคเลาส์นิยมถูกตั้งขึ้นโดยนิโคลาซึ่งเป็นหนึ่งในมัคนายกเจ็ดคนที่ถูกเลือกไว้ในคริสตจักรยุคแรก

เราเรียนรู้แล้วว่าเมื่อผู้คนทำตามคำสอนของบาลาอัมและดำเนินชีวิตคริสเตียนตามที่ตนเห็นสมควรด้วยการประนีประนอมกับโลก ในที่สุดคนเหล่านี้จะถลำลึกเข้าไปในโลกมากขึ้น ในไม่ช้าการประนีประนอมในลักษณะนี้จะนำเขาไปสู่การทำตามคำสอนของพวกนิโคเลาส์นิยม

พวกนิโคเลาส์นิยมกล่าวอ้างว่าวิญญาณของมนุษย์ยังคงสะอาดบริสุทธิ์ไม่ว่าร่างกายของเขาจะทำบาปมากเพียงใดก็ตาม เราจะเห็นว่าคำกล่าวอ้างนี้ผิดเพี้ยนไปจากคำสอนของพระคัมภีร์ (1

โครินธ์ 6:9-10; 1 เธสะโลนิกา 5:23)

1 ยอห์น 1:7 กล่าวว่า “แต่ถ้าเราดำเนินอยู่ในความสว่างเหมือนอย่างพระองค์ทรงสถิตในความสว่าง เราก็ร่วมสามัคคีธรรมซึงกันและกัน และพระโลหิตของพระเยซูคริสต์พระบุตรของพระองค์ก็ชำระเราทังหลายให้ปราศจากบาปทังสิน” เราจะได้รับการชำระให้สะอาดจากบาปทังสินโดยพระโลหิตของพระเยซูคริสต์ได้ก็ต่อเมือเราละทิงความบาปทังสินและเดินอยู่ในความสว่างเท่านัน

เราจะพูดว่าเรารอดได้อย่างไรถ้าเรายังดำเนินชีวิตอยู่ในความบาป เมือเราดำเนินชีวิตคริสเตียนแบบประนีประนอมมากขึนเรือย ๆ ในไม่ช้าสิงนีจะนำไปสู่การถือตามคำสอนของลัทธิเทียมเท็จทีอ้างว่าแม้เราทำบาปเราก็จะรอด ผู้เชือบางคนรักโลกนีมากเกินไปจนเขารู้สึกว่าการประพฤติตามพระคำของพระเจ้าเป็นสิงทียากลำบาก คนเหล่านีจึงให้ความสนใจกับคำสอนทีว่าแม้เราจะทำบาปเราก็จะรอด ในทีสุดเขาก็ทำตามคำสอนนี

การดำเนินชีวิตคริสเตียนแบบนีมีให้เห็นอยู่อย่างมากมากในปัจจุบัน เราต้องระมัดระวังเป็นพิเศษทีจะไม่ทำตามคำสอนของพวกนิโคเลาส์นิยม ถ้าเราอธิษฐานอย่างเฉือยชา รับใช้พระเจ้าตามทีเราเห็นว่าสมควร ตีความพระคำและเชือฟังพระคำตามความคิดเห็นของเราพร้อมกับพูดว่า “แค่นีก็พอแล้ว ผมไม่จำเป็นต้องทำสิงนันก็ได้” เราก็ไม่แตกต่างอะไรกับคนทีถือตามคำสอนของพวกนิโคเลาส์นิยม

การทำตามคำสอนของบาลาอัมอาจนำไปสู่การถือตามคำสอนของพวกนิโคเลาส์นิยม

คนที่ดำเนินชีวิตคริสเตียนตามที่ตนเห็นสมควรคือคนที่ทำตามคำสอนของบาลาอัมและคำสอนของพวกนิโคเลาส์นิยม แต่คำสอนของสองกลุ่มมีข้อแตกต่างกันอยู่บ้างเช่นกัน

คำสอนของบาลาอัมเน้นการรับพระเจ้าแบบสองใจ การรักเงินทองและวัตถุสิ่งของ และการยอมประนีประนอมเพื่อเห็นแก่อำนาจและเกียรติยศของโลกในขณะที่ปากพูดว่าตนรักและรับใช้พระเจ้า คนเหล่านี้เป็นคนสองใจที่จดจ่ออยู่ที่พระเจ้าส่วนหนึ่งแต่อีกส่วนหนึ่งฝักใฝ่อยู่กับโลก ในที่สุดเขาก็ล้มลงสู่ความพินาศ

แต่พวกนิโคเลาส์นิยมสอนแตกต่างออกไป กลุ่มนี้สอนว่าการทำบาปไม่มีส่วนเกี่ยวข้องกับความรอดของมนุษย์ ดังนั้นเขาจึงสอนคนอื่นว่าเขาก็จะรอดแม้เขาจะทำบาป การกระทำเช่นนี้จึงเป็นการชักนำคนอื่นเข้าไปสู่หนทางแห่งความพินาศด้วยกัน

พวกนิโคเลาส์นิยมตั้งข้อสงสัยในเรื่องการถูกตรึงเพื่อเราบนกางเขนของพระเยซู พระบาทและพระหัตถ์ของพระองค์ถูกตอกด้วยตะปูเพื่อไถ่เราให้พ้นจากบาปที่เราทำด้วยมือและเท้า แต่คนเหล่านี้สอนว่าแม้เราทำบาปเราก็จะรอด การสอนเช่นนี้เป็นการปฏิเสธองค์พระผู้เป็นเจ้าผู้ทรงไถ่เราไว้ด้วยพระโลหิตของพระองค์

กาลาเทีย 5:13 กล่าวว่า "ดูก่อนพี่น้องทั้งหลาย ที่ทรงเรียกท่านก็เพื่อให้มีเสรีภาพ อย่าเอาเสรีภาพของท่านเป็นช่องทางที่จะปล่อยตัวไปตามเนื้อหนัง แต่จงรับใช้กันและกันด้วยความรักเถิด" เราเป็นอิสระและมีเสรีภาพเพราะพระเยซูคริสต์ อย่าเอาเสรีภาพของเรา

เป็นช่องทางที่จะปล่อยตัวไปตามเนื้อหนัง

แต่ไม่ได้หมายความว่าการทำบาปทุกอย่างเป็นการทำตามแนวคิดของพวกนิโคเลาส์นิยมเสมอไป เมื่อผู้เชื่อใหม่มีความเชื่ออ่อนแอ เขาไม่มีกำลังที่จะประพฤติตามพระคำของพระเจ้า ดังนั้นบางครั้งเขาจึงหลงทำบาปแต่เขาก็กลับใจและหันหลังกลับ เมื่อเวลาผ่านไปเขาจะค่อย ๆ กำจัดความบาปเหล่านี้ทิ้งไป

แต่เราควรจดจำไว้ว่าถ้าเราทำตามคำสอนของพวกนิโคเลาส์นิยมและประนีประนอมกับโลกอย่างต่อเนื่อง เราอาจถูกครอบงำจากซาตานและได้รับผลกระทบจากคำสอนของพวกนิโคเลาส์นิยมจนทำให้เราเชื่อว่าเราจะรอดแม้ว่าเราจะทำบาป

พระเจ้าทรงต้องการให้เรากลับใจและหันหลังกลับ

องค์พระผู้เป็นเจ้าตรัสกับบรรดาคนที่ถือตามคำสอนของบาลาอัมและคำสอนพวกนิโคเลาส์นิยมว่า "เหตุฉะนั้นจงกลับใจเสียใหม่ มิฉะนั้นเราจะรีบมาหาเจ้าและจะสู้กับเขาเหล่านั้นด้วยดาบแห่งปากของเรา" (ข้อ 16)

คำว่า "ดาบแห่งปากของเรา" ที่องค์พระผู้เป็นเจ้าตรัสถึงในข้อนี้หมายถึงพระคำของพระเจ้า ดังนั้นข้อความที่ว่า "(เรา) จะสู้กับเขาเหล่านั้นด้วยดาบแห่งปากของเรา" จึงหมายความว่าองค์พระผู้เป็นเจ้าจะทำให้คนเหล่านี้รู้ถึงสิ่งที่ถูกและสิ่งที่ผิดด้วยพระคำของพระเจ้าเพื่อเขาจะกลับใจ นี่เป็นความรักของพระเจ้าที่ทรงต้องการให้เรากลับใจและหันหลังกลับ

เมื่อมีคนหนึ่งเดินทางผิด อีกคนหนึ่งอาจแนะนำหรือตักเตือนเ

ขาด้วยพระคำของพระเจ้า ถ้าคนที่ถูกตักเตือนเข้าใจและหันหลังกลับ สิ่งนี้ก็จะเป็นพระพร แต่มีหลายคนที่ไม่ยอมฟังแม้เขาจะมีหูสองข้าง คนเหล่านี้เป็นคนหูหนวกฝ่ายวิญญาณ

สุภาษิต 22:17 กล่าวว่า "เอียงหูของเจ้าและฟังถ้อยคำของปราชญ์และเอาใจใส่ความรู้ของเรา" ถ้าเราเป็นบุตรที่แท้จริงของพระเจ้าเราต้องเอียงหูของเราฟังพระคำของพระเจ้าซึ่งเป็นความจริง แม้ถ้อยคำเหล่านั้นอาจดูเป็นเหมือนไม้เรียวสำหรับเรา แต่เราต้องให้ความสนใจกับพระคำนั้น ค้นหาตัวตนที่แท้จริงของเราและเปลี่ยนแปลงใหม่ จากนั้นพระคำของพระเจ้าจะเป็นเหมือนยาดีสำหรับเราและช่วยเราในการกำจัดความผิดบาป

แต่คนที่เย่อหยิ่งและมีจิตใจที่ชั่วร้ายจะไม่รับฟังการตักเตือนและการตำหนิจากพระคำของพระเจ้า หูของเขาจะรับฟังเฉพาะสิ่งที่ชั่วร้าย สุภาษิต 17:4 กล่าวว่า "ผู้กระทำชั่วฟังริมฝีปากชั่วร้ายและคนมุสาให้ความสนใจแก่ลิ้นหายนะ"

เราต้องรู้ว่าวาระสุดท้ายของสิ่งสารพัดกำลังจะมาถึง จงวินิจฉัยทุกอย่างด้วยความสุขุมรอบคอบและด้วยการอธิษฐาน จงให้ความสนใจกับความจริงเพียงอย่างเดียว อย่ายอมให้คำสอนผิดมีผลกระทบต่อชีวิตของเรา ถ้าหากเราได้ผลกระทบจากคำสอนเหล่านั้นเราต้องฟังพระสุรเสียงของพระเจ้าที่ทรงปรารถนาให้เรากลับใจและหันหลังกลับอย่างรวดเร็ว

องค์พระผู้เป็นเจ้าทรงสัญญากับคริสตจักรเมืองเปอร์กามัม

ใครมีหูก็ให้ฟังข้อความซึ่งพระวิญญาณได้ตรัสไว้แก่คริสตจักรทั้งหลาย เราจะให้มานาที่ซ่อนอยู่แก่ผู้ที่มีชัยชนะและจะให้หินขาวแก่เขาด้วย ที่หินนั้นมีชื่อใหม่จารึกไว้ซึ่งไม่มีผู้ใดรู้เลยนอกจากผู้ที่รับเท่านั้น (วิวรณ์ 2:17)

เราต้องฟังพระสุรเสียงของพระวิญญาณบริสุทธิ์และจดจำถ้อยคำนั้นเอาไว้ ถ้าเรากำลังทำตามคำสอนส่วนหนึ่งส่วนใดของบาลาอัมหรือของพวกนิโคเลาส์นิยมเราต้องกลับใจและหันหลังกลับ เราจะมีชัยชนะตราบใดที่เรายึดมั่นในความเชื่อของเราที่มีอยู่ในองค์พระผู้เป็นเจ้าจนถึงที่สุด องค์พระผู้เป็นเจ้าทรงสัญญากับคนเหล่านี้ว่าพระองค์จะมอบมานาที่ซ่อนอยู่ให้กับเขาและจะให้หินขาวแก่เขาด้วย

พระสัญญาในเรื่องชีวิตนิรันดร์เมื่อเรากลับใจ

มานาที่ซ่อนอยู่หมายถึงพระเยซูคริสต์องค์พระผู้เป็นเจ้าของเรา พระเจ้าทรงให้มานากับคนอิสราเอลในขณะที่เขากำลังเดินทางอยู่ในถิ่นทุรกันดารหลังจากการอพยพออกจากอียิปต์ อพยพ 16:31 บรรยายถึงลักษณะของมานาไว้ว่า “เหล่าวงศ์วานของอิสราเอลเรียกชื่ออาหารนั้นว่ามานา เป็นเมล็ดขาวเหมือนเมล็ดผักชี มีรสเหมือนขนมแผ่นผสมน้ำผึ้ง” พระเจ้าประทานมานาแก่เขาเพื่อบำรุงชีวิตฝ่ายร่างกายของคนเหล่านั้น

แต่ยอห์น 6:49-51 กล่าวว่า “บรรพบุรุษของท่านทั้งหลายได้กินมานาในถิ่นทุรกันดารและสิ้นชีวิต แต่นี่เป็นอาหารที่ลงมาจากสวรรค์เพื่อให้ผู้ที่ได้บริโภคแล้วไม่ตาย เราเป็นอาหารที่ธำรงชีวิตซึ่งลงมาจากสวรรค์ ถ้าผู้ใดบริโภคอาหารนี้ผู้นั้นจะมีชีวิตนิรันดร์และอาหารที่เราจะให้เพื่อเห็นแก่ชีวิตของโลกนั้นก็คือเลือดเนื้อของเรา”

ในฝ่ายวิญญาณ มานาหมายถึงเนื้อขององค์พระผู้เป็นเจ้าซึ่งได้แก่พระคำของพระเจ้า ข้อความนี้หมายความว่าคนที่บริโภคพระคำของพระเจ้าจะมีชีวิตนิรันดร์

การให้มานาที่ซ่อนอยู่หมายความว่าเราจะรอดโดยทางพระเยซูคริสต์ พระสัญญานี้มีไว้สำหรับทุกคนแม้กระทั่งผู้คนที่ดำเนินชีวิตคริสเตียนตามที่ตนเห็นสมควรถ้าคนเหล่านี้กลับใจและหลังกลับ

เพราะเหตุใดองค์พระผู้เป็นเจ้าจึงตรัสว่ามานานี้ถูกซ่อนไว้

1 โครินธ์ 2:7-8 กล่าวว่า “แต่เรากล่าวถึงเรื่องปัญญาของพระเจ้าซึ่งเป็นข้อลับลึกและซึ่งพระเจ้าได้ทรงกำหนดไว้ก่อนปฐมกาลเพื่อให้เราถือศักดิ์ศรีของเรา ไม่มีอำนาจครอบครองใด ๆ ในยุคนี้

ได้รู้จักพระปัญญานั้นเพราะว่าถ้ารู้แล้วจะมิได้เอาองค์พระผู้เป็นเจ้าแห่งพระสิริตรึงไว้ที่กางขน"

ความจริงเรื่องการเสด็จมาบังเกิดเป็นมนุษย์ในโลกนี้และการสิ้นพระชนม์บนกางเขนของพระเยซูเพื่อไถ่มนุษย์ให้พ้นจากความผิดบาปของตนเป็นการจัดเตรียมของพระเจ้าที่พระองค์ได้ทรงวางแผนไว้ตั้งแต่ก่อนปฐมกาล แต่ความลับในเรื่องนี้ไม่มีใครสามารถเปิดเผยได้จนกว่าจะถึงเวลา ดังนั้นความลับในเรื่องนี้จึงถูกปิดซ่อนเอาไว้ เพราะเหตุนี้พระเยซูคริสต์จึงตรัสว่า "มานา" นี้เป็นมานาที่ถูกซ่อนไว้

ความหมายของหินขาว

องค์พระผู้เป็นเจ้าตรัสเช่นกันว่าพระองค์จะให้หินขาวแก่เขาด้วย หินขาวนี้คืออะไร 1 โครินธ์ 10:4 กล่าวว่า "และได้ดื่มน้ำทิพย์ทุกคน เพราะว่าเขาได้ดื่มน้ำซึ่งไหลออกมาจากพระศิลาที่ติดตามเขามา พระศิลานั้นคือพระคริสต์" "หิน" หรือ "ศิลา" ในข้อนี้หมายถึงพระคริสต์

สีขาวหมายถึงการไม่มีบาปและไม่มีความชั่วร้าย ดังนั้น "หินขาว" ในข้อนี้จึงหมายถึงพระเยซูคริสต์ผู้ทรงปราศจากบาปและไม่มีตำหนิด่างพร้อย ในพระองค์ไม่มีความผิดบาปและความมืดอยู่เลย

การ "ให้หินขาว" หมายความว่าความเชื่อของเราจะเติบโตขึ้นและเราจะยืนหยัดอยู่บนศิลาแห่งความเชื่อด้วยการกินมานาซึ่งเป็นอาหารฝ่ายวิญญาณและด้วยการประพฤติตามพระคำ

องค์พระผู้เป็นเจ้าตรัสเช่นกันว่า

"ที่หินขาวจะมีชื่อใหม่จารึกไว้" กิจการ 4:11-12 กล่าวว่า "พระองค์เป็นศิลาที่ท่านทั้งหลายผู้เป็นช่างก่อได้ทอดทิ้งซึ่งได้เป็นศิลามุมเอกแล้ว ในผู้อื่นความรอดไม่มีเลยด้วยว่านามอื่นซึ่งให้เราทั้งหลายรอดได้ไม่ทรงโปรดให้มีในท่ามกลางมนุษย์ทั่วใต้ฟ้า" ชื่อหรือพระนามนั้นคือพระเยซู

คนที่ฟังพระคำแห่งความจริง ประพฤติตามพระคำนั้น และหยั่งรากลงบนพระคำด้วยความเชื่อเท่านั้นที่รู้จักพระนามของพระเยซูคริสต์องค์พระผู้เป็นเจ้าของเรา

ผู้คนที่อยู่ในโลกก็รู้จักพระเยซูคริสต์มิใช่หรือ ไม่ใช่ คนเหล่านั้นรู้จักพระองค์ตามความเข้าใจฝ่ายเนื้อหนังของตนเท่านั้น เขารู้จักเพียงว่าพระเยซูเป็นหนึ่งในสี่นักบุญผู้ยิ่งใหญ่ คนเหล่านี้ไม่รู้จักความจริงว่าพระเยซูคริสต์เท่านั้นที่ทรงเป็นพระผู้ช่วยให้รอดของเรา เขาไม่อาจพูดได้ว่าเขา "รู้จัก" พระองค์

แต่สิ่งที่ผมรู้สึกเสียใจในเรื่องนี้ก็คือแม้แต่ในหมู่ผู้เชื่อเองก็ยังมีคนที่ไม่รู้จักพระนามขององค์พระผู้เป็นเจ้าอย่างแท้จริง แม้คนเหล่านี้จะไปโบสถ์และประกาศว่าตนเชื่อในองค์พระผู้เป็นเจ้า แต่ก็ไม่ได้หมายความว่าเขารู้จักองค์พระผู้เป็นเจ้า คนเหล่านี้จะพูดว่าตนรู้จักองค์พระผู้เป็นเจ้าได้อย่างแท้จริงก็ต่อเมื่อเขาประพฤติตามพระคำแห่งความจริงเท่านั้น

การที่จะได้รับหินขาวและมานาที่ซ่อนอยู่ คนเหล่านั้นต้องเป็นหนึ่งในผู้ที่มีชัยชนะ การมีชัยชนะคือการดำเนินชีวิตอยู่ในความจริง การต่อสู้กับความมืดและความบาป และการก้าวไปข้างหน้าด้วยความเชื่อที่มั่นคง

คนที่มีชัยชนะเท่านั้นจึงจะได้รับมานาที่ซ่อนอยู่และ

หินขาวซึ่งมีพระนามขององค์พระผู้เป็นเจ้าจารึกไว้เพื่อเขาจะเข้าใจว่าพระเยซูคริสต์คือใคร เชื่อในพระองค์ มีความหวังในเรื่องแผ่นดินสวรรค์ และดำเนินชีวิตด้วยความชื่นบานและการขอบพระคุณ

การมีเพียงความรู้โดยปราศจากการประพฤติจะไม่ทำให้ความเชื่อของเขาเติบโตขึ้น เขาจะไม่สามารถเชื่อในพระเยซูคริสต์ได้อย่างแท้จริง พระนามของพระเยซูคริสต์ไม่ได้อยู่ในจิตใจของคนเหล่านี้

บางคนไม่ได้ดำเนินชีวิตตามพระคำของพระเจ้าและพยายามหาข้อแก้ตัวให้กับตนเองโดยอ้างถึงข้อความในพระคัมภีร์ว่า "จิตใจพร้อมแล้วก็จริง แต่ร่างกายยังอ่อนกำลังอยู่" เขาพยายามสร้างความชอบธรรมให้กับตนเองด้วยข้อความนี้ แต่นี่เป็นเพียงข้อแก้ตัว ถ้าเขาต้องการดำเนินชีวิตตามพระคำอย่างแท้จริงเขาต้องแสดงการประพฤติออกมา

คนเหล่านี้ต้องการเก็บพระคำไว้ในสมองของตนเอง เขาไม่อยากทำตามพระคำจากส่วนลึกแห่งจิตใจของของตน ถ้าสิ่งใดก็ตามที่เกิดมาจากส่วนลึกแห่งจิตใจสิ่งนั้นก็จะปรากฏออกมาเป็นการกระทำอย่างแน่นอน

ถ้าคนหนึ่งได้รับมานาจากองค์พระผู้เป็นเจ้าและพระนามของพระเยซูคริสต์ซึ่งถูกซ่อนไว้เป็นความลับมาตั้งแต่ก่อนปฐมกาล เขาก็จะรู้จักและเชื่อในพระนามจากส่วนลึกแห่งจิตใจของตน จากนั้นการประพฤติก็จะตามมา

พระเจ้าตรัสกับคนประเภทนี้ว่า "เรารู้จักเจ้า" และพระองค์จะประทานพระสัญญาที่อยู่ในยอห์น 10:28 แก่เขาที่ว่า

“เราให้ชีวิตนิรันดร์แก่แกะนั้น แกะนั้นจะไม่พินาศเลยและจะไม่มีผู้ใดแย่งชิงแกะเหล่านั้นไปจากมือของเราได้”

คนที่ประพฤติตามความจริงเท่านั้นจะมีชีวิตนิรันดร์

หลายคนพูดว่าเขารู้จักและเชื่อในพระเจ้า แต่ไม่ใช่ทุกจะได้รับความรอด ยอห์น 3:36 กล่าวว่า “ผู้ที่วางใจในพระบุตรก็มีชีวิตนิรันดร์ ผู้ที่ไม่เชื่อฟังพระบุตรก็จะไม่ได้เห็นชีวิต แต่พระพิโรธของพระเจ้าตกอยู่กับเขา” เช่นเดียวกัน เราจะด้รับพระสัญญาในเรื่องความรอดโดยทางพระเยซูคริสต์ก็ต่อเมื่อเราเชื่อและเชื่อฟังคำสั่งสอนขององค์พระผู้เป็นเจ้าเท่านั้น คนเหล่านี้คือคนที่รู้จักพระนามของพระเยซูคริสต์

การที่เรารู้จักองค์พระผู้เป็นเจ้าเพียงฝ่ายเดียวยังไม่พอ พระองค์ต้องรู้จักเราด้วยเช่นกัน ยอห์น 10:25-27 บอกให้เราทราบอย่างชัดเจนว่าองค์พระผู้เป็นเจ้าตรัสคำว่า “เรารู้จักเจ้า” กับผู้ใด พระเยซูตรัสกับเขาทั้งหลายว่า “เราได้บอกท่านทั้งหลายแล้วและท่านไม่เชื่อ สิ่งซึ่งเราได้กระทำในพระนามพระบิดาของเราก็เป็นพยานให้แก่เรา แต่ท่านทั้งหลายไม่เชื่อเพราะท่านมิได้เป็นแกะของเรา แกะของเราย่อมฟังเสียงของเราและเรารู้จักแกะเหล่านั้นและแกะนั้นตามเรา”

นอกจากนั้น 1 ยอห์น 1:6-7 ยังกล่าวว่า “ถ้าเราจะว่าเราร่วมสามัคคีธรรมกับพระองค์และยังดำเนินอยู่ในความมืดเราก็พูดมุสาและไม่ได้ดำเนินชีวิตตามความจริง แต่ถ้าเราดำเนินชีวิตอยู่ในความสว่างเหมือนอย่างพระองค์ทรงสถิตในความสว่างเราก็ร่วมสามัคคีธรรมซึ่งกันและกันและพระโลหิตของพระเยซูคริสต์พระบุตรข

องพระองค์ก็ชำระเราทั้งหลายให้ปราศจากทั้งสิ้น"

คนที่ดำเนินอยู่ในความสว่างและประพฤติตามความจริงเท่านั้นที่มีสามัคคีธรรมกับพระเจ้า บุคคลเช่นนี้คือคนที่รู้จักพระเจ้าและองค์พระผู้เป็นเจ้าและจะได้รับการยกโทษความผิดบาปด้วยพระโลหิตของพระเยซูคริสต์อย่างแท้จริง

พระเยซูตรัสถึงสิ่งที่เป็นความจริงและความดีเท่านั้น พระองค์ทรงสำแดงการอัศจรรย์และหมายสำคัญในพระนามของพระเจ้าพระบิดา แต่สมัยของพระองค์มีหลายคนที่ไม่เชื่อ ดังนั้นพระองค์จึงตรัสกับคนเหล่านี้ว่า "แต่ท่านทั้งหลายไม่เชื่อเพราะท่านมิได้เป็นแกะของเรา" (ยอห์น 10:26)

ถ้าคนเหล่านั้นเป็นแกะขององค์พระผู้เป็นเจ้าอย่างแท้จริงเขาก็คงเชื่อในสิ่งที่พระองค์ตรัสและสิ่งที่พระองค์ได้ทรงกระทำ ถ้าเขาเชื่อพระองค์เขาจะฟังและติดตามพระสุรเสียงของพระองค์ แกะเหล่านี้คือแกะขององค์พระผู้เป็นเจ้าและพระองค์จะตรัสกับแกะกลุ่มนี้ว่า "เจ้าเป็นแกะของเรา เรารู้จักเจ้า"

ด้วยเหตุนี้ เราต้องเชื่อฟังพระคำของพระเจ้าประพฤติตามความจริง และรับเอาพระสัญญาเรื่องชีวิตนิรันดร์จากองค์พระผู้เป็นเจ้าเพื่อเราจะเกิดผลอย่างบริบูรณ์ในชีวิตทุกด้านของเรา

บทที่ 4

คริสตจักรเมืองธิยาทิรา
- การประนีประนอมกับโลกและการกินของที่บูชาแก่รูปเคารพ

คริสตจักรเมืองธิยาทิราทำให้แผ่นดินของพระเจ้าสำเร็จในช่วงหลังมากกว่าในช่วงแรก คนเหล่านั้นได้รับคำชมเชยจากองค์พระผู้เป็นเจ้าในเรื่องนี้ แต่เขาก็ถูกตำหนิในเรื่องการกินของที่บูชาแก่รูปเคารพ การโอนอ่อนผ่อนปรนกับเยเซเบลผู้พยากรณ์หญิง และการประนีประนอมกับโลก

องค์พระผู้เป็นเจ้าทรงมอบข่าวสารนี้กับคริสตจักรทุกแห่งและผู้เชื่อทุกคนที่ประนีประนอมกับโลกและดำเนินชีวิตคริสเตียนตามที่ตนเห็นสมควร

วิวรณ์ 2:18-29

จงเขียนถึงทูตสวรรค์แห่งคริสตจักรที่เมืองธิยาทิราว่า “พระองค์ผู้ซึ่งเป็นพระบุตรของพระเจ้า ผู้ทรงมีพระเนตรดุจเปลวไฟและมีพระบาทดุจทองสัมฤทธิ์เกลี้ยงได้ตรัสดังนี้ว่าเรารู้จักแนวการกระทำของเจ้า รู้ความรัก ความเชื่อ และการปรนนิบัติและความอดทนของเจ้าและรู้ว่าการเบื้องปลายของเจ้ามีมากกว่าการเบื้องต้น แต่เรามีข้อที่จะต่อว่าเจ้าบ้างคือพวกเจ้าทนฟังผู้หญิงชื่อเยเซเบลที่ยกตัวขึ้นเป็นผู้เผยพระวจนะ หญิงนั้นสอนและล่อลวงผู้รับใช้ของเราให้ล่วงประเวณีและให้กินของที่บูชาแก่รูปเคารพแล้วเราให้โอกาสหญิงนั้นกลับใจ แต่นางก็ไม่ได้กลับใจจากการประพฤติชั่วเลย นี่แน่ะ เราจะโยนหญิงนั้นไว้บนเตียงคนไข้และคนทั้งหลายที่ล่วงประเวณีกับนางเราก็จะทิ้งไว้ให้ผจญกับความระทมทุกข์ เว้นไว้แต่ว่าคนเหล่านั้นจะสำนึกในความประพฤติชั่วของนาง เราจะประหารลูกทั้งหลายของหญิงนั้นเสียให้ตายและคริสตจักรทั้งหลายจะได้รู้ว่าเราเป็นผู้พินิจพิจารณาจิตใจและเราจะให้สิ่งตอบแทนแก่เจ้าทั้งหลายทุกคนให้เหมาะสมกับการงานของเจ้า สำหรับพวกเจ้าที่เหลืออยู่ที่เมืองธิยาทิราผู้ไม่ถือคำสอนนี้และไม่รู้จักสิ่งที่เขาเรียกว่าความล้ำลึกของซาตานนั้นเราจะขอบอกว่าเราจะไม่มอบภาระอื่นให้เจ้า แต่สิ่งที่เจ้ามีอยู่แล้วนั้นจงยึดไว้ให้มั่นจนกว่าเราจะมาผู้ใดมีชัยชนะและดำรงรักษากิจการของเราไว้จนถึงที่สุดเราจะให้ผู้นั้นมีอำนาจครอบครองบรรดาประชาชาติและผู้นั้นจะบังคับบัญชาคนทั้งหลายด้วยกระบองเหล็กเหมือนกับเมือหม้อดินของช่างหม้อที่แตกออกเป็นเสี่ยง ๆ ตามที่เราได้รับอำนาจจากพระบิดาของเราและเราจะมอบดาวประจำรุ่งให้แก่ผู้นั้น ใครมีหูก็ให้ฟังข้อความซึ่งพระวิญญาณได้ตรัสไว้แก่คริสตจักรทั้งหลายเถิด”

จดหมายขององค์พระผู้เป็นเจ้าที่เขียนไปถึงคริสตจักรเมืองธิยาทิรา

จงเขียนถึงทูตสวรรค์แห่งคริสตจักรที่เมืองธิยาทิราว่า "พระองค์ผู้ซึ่งเป็นพระบุตรของพระเจ้า ผู้ทรงมีพระเนตรดุจเปลวไฟและมีพระบาทดุจทองสัมฤทธิ์เกลี้ยงได้ตรัสดังนี้ว่า (วิวรณ์ 2:18)

เมืองธิยาทิราในเวลานั้นกำลังชื่นชมกับความมั่งคั่งร่ำรวยที่ได้จากการทำการค้าและการผลิต ผู้คนที่มีอาชีพเหมือนกันจัดตั้งกลุ่มต่าง ๆ ขึ้นซึ่งคล้ายคลึงกับการจัดตั้งสมาคมต่าง ๆ ในปัจจุบัน สมัยนั้นมีสมาคมผู้ย้อมสี สมาคมผู้ทอผ้า สมาคมผู้ทำขนมปัง สมาคมผู้ผลิตเครื่องปั้นดินเผา สมาคมช่างตีเหล็ก และสมาคมอื่น ๆ อีกมากมาย การมีสมาคมต่าง ๆ จึงเกี่ยวพันกับชีวิตของผู้คนที่อาศัยอยู่ในเมืองธิยาทิราอย่างใกล้ชิด ถ้าผู้คนที่นั่นไม่สังกัดสมาคมหนึ่งสมาคมใดเขาอาจประสบกับปัญหาของการบริหารจัดการในชีวิตประจำวันของตน

แต่ปัญหาก็คือสมาคมแต่ละแห่งจะบูชาเทพผู้พิทักษ์สมาคมของตนเอง กิจกรรมของสมาคมแต่ละแห่งจึงมีลักษณะเป็นเหมือนกลุ่มความเชื่อในตัวเอง ในการรวมตัวกันของสมาคมแต่ละครั้งจะมีการทำพิธีบูชาเทพเจ้าของตน หลังจากเสร็จพิธีคนเหล่านั้นจะกินอาหารที่บูชาแก่รูปเคารพและสมาชิกของสมาคมจะถูกบังคับให้มีส่วนร่วมในกิจกรรมที่ยั่วราคะและเต็มไปด้วยกามตัณหา แม้สมาชิกจะต่อต้านกิจกรรมเหล่านี้แต่เขาจำเป็นต้องเข้าร่วม

เราคงจินตนาการได้ไม่ยากว่าคนเหล่านั้นต้องประสบกับความยากลำบากเพียงใดในการรักษาความเชื่อของตนเอาไว้ ผู้เชื่อในคริสตจักรเมืองธิยาทิราต้องเข้าเป็นสมาชิกในสมาคมเหล่านั้นเพื่อการทำมาหากินของเขาเช่นกัน ผู้เชื่อบางคนเข้าร่วมในพิธีกรรมและการทำผิดศีลธรรมหรือการล่วงประเวณีเพียงเพื่อไม่ให้สูญเสียฐานในการทำมาหาเลี้ยงชีพของตน

องค์พระผู้เป็นเจ้าทรงมีพระเนตรดุจเปลวไฟและมีพระบาทดุจทองสัมฤทธิ์เกลี้ยง

ข้อ 18 บรรยายถึงพระลักษณะขององค์พระผู้เป็นเจ้าผู้ทรงเขียนจดหมายไปถึงทูตสวรรค์แห่งคริสตจักรเมืองธิยาทิรา พระคัมภีร์ข้อนี้กล่าวว่า "พระองค์ผู้ซึ่งเป็นพระบุตรของพระเจ้าผู้ทรงมีพระเนตรดุจเปลวไฟและมีพระบาทดุจทองสัมฤทธิ์เกลี้ยง" ข้อความนี้หมายความว่าพระเนตรของพระองค์ส่องแสงสว่างเจิดจ้าเหมือนเปลวไฟในความมืดที่ทำให้เกิดความรู้สึกอบอุ่น

ในขณะเดียวกัน พระเนตรของพระองค์ก็เป็นเหมือนเปลวไฟที่เผาผลาญความบาปและความชั่วทั้งสิ้นและพระองค์ทรงแยกความเท็จออกจากความจริงด้วยพระเนตรทั้งสองข้างของพระองค์ องค์พ

ระผู้เป็นเจ้าทรงใช้พระเนตรดุจเปลวไฟของพระองค์เพื่อสำรวจความคิดและจิตใจของแต่ละคน เพราะเหตุนี้พระคัมภีร์ข้อนี้จึงกล่าวว่าพระเนตรของพระองค์เป็นเหมือนเปลวไฟ

"พระบาทดุจทองสัมฤทธิ์เกลี้ยง" หมายถึงอะไร วิวรณ์ 1:15 กล่าวเช่นกันว่า "พระบาทของพระองค์ดุจทองสัมฤทธิ์เกลี้ยง" ถ้าเราถลุงทองคำ เงิน หรือทองด้วยอุณหภูมิที่ร้อนจัด เศษสกปรกต่าง ๆ ที่อยู่ในแร่เหล่านี้ก็จะถูกกำจัดออกไป

ยิ่งแร่เหล่านี้มีความบริสุทธิ์มากเท่าใด ราคาของแร่เหล่านี้ก็จะยิ่งสูงมากขึ้นเท่านั้น แร่เหล่านี้จะสดใสและงดงามมากกว่าช่วงก่อนการถลุง พระบาทของพระองค์เป็นเจ้าทรงบริสุทธิ์และสดใสเหมือนทองสัมฤทธิ์ที่ถูกถลุงจนสะอาดเกลี้ยงเกลา เท้าถือเป็นส่วนที่สกปรกมากที่สุดในร่างกายของมนุษย์ แต่องค์พระผู้เป็นเจ้าทรงสะอาดผุดผ่องแม้กระทั่งพระบาทของพระองค์เพราะพระองค์ทรงบริสุทธิ์และสมบูรณ์แบบ

สาเหตุที่พระคัมภีร์กล่าวว่าพระเนตรของพระองค์ดุจเปลวไฟและพระบาทของพระองค์ดุจทองสัมฤทธิ์เกลี้ยงก็เพราะพระเจ้าทรงมีพระประสงค์ให้เราตระหนักอีกครั้งหนึ่งว่าองค์พระผู้เป็นเจ้าของเรามีสง่าราศีและความรุ่งโรจน์มากเพียงใด

นอกจากนั้น พระคัมภีร์ข้อนี้ย้ำว่าองค์พระผู้เป็นเจ้าทรงเป็นพระบุตรของพระเจ้า พระองค์ทรงพิพากษาสิ่งสารพัด พระองค์ทรงบริสุทธิ์และเต็มไปด้วยความรุ่งโรจน์และทรงเป็นอันหนึ่งอันเดียวกันกับพระเจ้าพระผู้สร้าง พระองค์จะทรงพิพากษาสิ่งสารพัด เราไม่สามารถนำพระองค์ไปเปรียบเทียบกับสิ่งทรงสร้างอย่างมนุษย์หรือรูปเคารพที่มนุษย์สร้างขึ้น พระองค์ทรงสมควรที่จะได้รับสง่าราศีสูงสุด

ยอห์น 20:31 กล่าวว่า "แต่การที่ได้บันทึกเหตุการณ์เหล่านี้ไว้ก็เพื่อท่านทั้งหลายจะได้เชื่อว่าพระเยซูทรงเป็นพระคริสต์พระบุตรของพระเจ้าและเมื่อมีความเชื่อแล้วท่านก็จะมีชีวิตโดยพระนามของพระองค์" 1 ยอห์น 4:15 กล่าวว่า "ผู้ใดยอมรับว่าพระเยซูทรงเป็นพระบุตรของพระเจ้า พระเจ้าก็จะทรงสถิตอยู่ในคนนั้นและคนนั้นอยู่ในพระเจ้า"

ผู้เดียวที่เราต้องนมัสการและปรนนิบัติคือพระเยซูองค์พระผู้เป็นเจ้าผู้ทรงเป็นอันหนึ่งอันเดียวกันกับพระเจ้า เราต้องไม่กราบไหว้นมัสการวัตถุหรือสิ่งมีชีวิตอื่นใด

คริสตจักรในปัจจุบันที่มีสภาพเหมือนคริสตจักรเมืองธิยาทิรา

ในปัจจุบันคริสตจักรบางแห่งยอมรับเอาความเชื่อในท้องถิ่นของผู้คนในพื้นที่ต่าง ๆ ภายใต้ข้ออ้างของการโอนอ่อนผ่อนปรนในเรื่องความเชื่อทางศาสนา

คริสตจักรแห่งหนึ่งในประเทศเกาหลีอนุญาตให้มีการกราบไหว้บรรพบุรุษ (การไหว้เจ้า) คนเหล่านี้พูดว่าเขาเชื่อในพระเจ้าเท่านั้นและเชื่อว่าพระเยซูคริสต์ทรงเป็นพระผู้ช่วยให้รอดของตน แต่ทำไมเขาจึงทำเรื่องเช่นนี้ แน่นอน การระลึกถึงคุณงามความดีของบรรพบุรุษและการรู้สึกขอบพระคุณต่อสิ่งที่คนเหล่านั้นได้กระทำไว้ไม่ใช่สิ่งที่ผิด แต่เมื่อมีการโอนอ่อนผ่อนปรนกับการประกอบพิธีกรรมถวายเครื่องบูชาเพื่อให้เป็นข้อผูกมัดทางด้านศีลธรรม ในไม่ช้าสิ่งนี้จะนำไปสู่การต่อสู้กับความจริงแห่งพระคำของพระเจ้า

1 โครินธ์ 10:20 กล่าวอย่างชัดเจนว่า "หามิได้ ข้าพเจ้าหมายความว่าเครื่องบูชาที่พวกต่างชาติถวายนั้นเขาถวายบูชาแก่พวกปีศา

จและแก่สิ่งที่ไม่ใช่พระเจ้า ข้าพเจ้าปรารถนาให้ท่านมีส่วนร่วมกับพวกปีศาจ”

เมื่อไม่นานมานี้มีคริสตจักรโปรเตสแตนต์บางแห่งพูดถึงสิ่งที่คล้ายคลึงกันและยอมปรองดองกับกับศาสนาอื่นที่กราบไหว้รูปเคารพพร้อมกับทำพิธีอวยพรให้กับรูปเคารพเหล่านั้น คนเหล่านี้พูดว่าการกระทำเช่นนั้นคือการมีจิตใจเอื้อเฟื้อเผื่อแผ่เพื่อความปรองดองของมวลมนุษยชาติ

แต่พระเจ้าไม่เคยรู้สึกปีติยินดีเมื่อคริสตจักรจับมือกับศาสนาอื่นที่กราบไหว้รูปเคารพ การส่งสารไปแสดงความยินดีกับการเฉลิมฉลองพระเจ้าของชาวต่างชาติหรือการนำเอาคนที่กราบไหว้รูปเคารพเข้ามาในสถานนมัสการพระเจ้าถือเป็นการดูหมิ่นพระเจ้า แม้คริสตจักรเหล่านี้ไม่ได้เจตนาที่จะดูหมิ่นพระเจ้าแต่สิ่งที่เขาทำอยู่นั้นขัดแย้งกับน้ำพระทัยของพระเจ้าและในไม่ช้าก็จะนำไปสู่การต่อสู้กับพระเจ้าโดยไม่รู้ความจริงอย่างถูกต้อง

การกระทำที่เกิดขึ้นจากการขาดความรู้ในเรื่องความจริง

การปรนนิบัติและการนมัสการพระแม่มารีย์ผู้ที่ตั้งครรภ์พระเยซูโดยเดชของพระวิญญาณบริสุทธิ์คือตัวอย่างของการขาดความเข้าใจในเรื่องความจริงอย่างถูกต้อง แน่นอน คนที่กระทำเช่นนี้จะไม่พูดว่าตนนมัสการพระแม่มารีย์ในลักษณะของการบูชารูปเคารพ คนเหล่านี้ยืนกรานว่าเขาเพียงแต่แสดงความเคารพขั้นสูงสุดต่อเธอเพราะเธอให้กำเนิดกับพระเยซูเจ้าพระผู้ช่วยให้รอด

แต่ความจริงก็คือในไม่ช้าคนเหล่านี้ก็ชักนำผู้คนที่ไม่สามารถวินิจฉัยความจริงเพราะเขาไม่รู้จักความจริงไปกราบไหว้และอธิษฐานต่อรูปปั้นของผู้ที่ถูกสร้างขึ้นซึ่งเป็นเพียงสิ่งทรงสร้างคนหนึ่ง

ยอห์น 19:26-27 กล่าวว่า "เมื่อพระเยซูทอดพระเนตรเห็นมารดาของพระองค์และสาวกคนหนึ่งที่พระองค์ทรงรักยืนอยู่ใกล้พระองค์จึงตรัสกับมารดาของพระองค์ว่า 'หญิงเอ๋ยจงดูบุตรของท่านเถิด' แล้วพระองค์ตรัสกับสาวกคนนั้นว่า 'จงดูมารดาของท่านเถิด' ตั้งแต่เวลานั้นมาสาวกคนนั้นก็รับมารดาของพระองค์มาอยู่ในบ้านของตน"

เมื่อพระเยซูตรัสกับมารีย์ว่า "จงดูบุตรของท่านเถิด" พระองค์ทรงหมายถึงยอห์นผู้เป็นสาวกซึ่งยืนอยู่ใกล้กับพระองค์และพระองค์ทรงเรียกยอห์นว่า "บุตรของท่าน" พระเยซูไม่ได้เรียกพระองค์เองว่า "บุตร" นอกจากนั้นพระเยซูทรงเรียกนางมารีย์ว่า "หญิงเอ๋ย" พระองค์ไม่ได้เรียกเธอว่า "มารดา"

ในพระคัมภีร์ไม่เคยมีการบันทึกไว้ว่าพระเยซูทรงเรียกนางมารีย์ว่า "มารดา" ในยอห์นบทที่ 2 เมื่อพระเยซูทรงเปลี่ยนน้ำเป็นน้ำองุ่นพระองค์ตรัสกับนางมารีย์ว่า "หญิงเอ๋ย ให้เป็นธุระของข้าพเจ้าเถิด เวลาของข้าพเจ้ายังไม่มาถึง" (ข้อ 4) พระองค์ทรงเรียกเธอว่า "หญิงเอ๋ย"

พระเจ้าตรัสไว้ในอพยพ 3:14 ว่า "เราเป็นผู้ซึ่งเราเป็น" ไม่มีใครให้กำเนิดกับพระเจ้า ไม่มีใครสร้างพระเจ้า ด้วยเหตุนี้ พระเยซูผู้ทรงสภาพเป็นอันหนึ่งอันเดียวกันกับพระเจ้าพระบิดาตั้งแต่ดั้งเดิมจึงไม่สามารถเรียกนางมารีย์ผู้เป็นเพียงสิ่งทรงสร้างคนหนึ่งว่า "มารดา"

พระเยซูไม่ได้ถือกำเนิดจากการผสมพันธุ์กันของเชื้ออสุจิของโยเซฟและไข่ของมารีย์ พระองค์ทรงปฏิสนธิโดยเดชของพระวิญญาณบริสุทธิ์ของพระเจ้า พระเจ้าผู้ยิ่งใหญ่สามารถทำให้เกิดการตั้งค

รรภ์โดยไม่ต้องอาศัยการผสมพันธุ์กันของเชื้ออสุจิและไข่ของมนุษย์ พระเยซูเพียงแต่ขอยืมร่างกายของมารีย์

อพยพ 20:3-5 กล่าวว่า "อย่ามีพระเจ้าอื่นใดนอกเหนือจากเรา อย่าทำรูปเคารพสำหรับตนเป็นรูปสิ่งใดซึ่งมีอยู่ในฟ้าเบื้องบนหรือบนแผ่นดินโลกเบื้องล่างหรือในน้ำใต้แผ่นดิน อย่ากราบไหว้หรือปรนนิบัติรูปเหล่านั้น เพราะเราคือพระเจ้าของเจ้าเป็นพระเจ้าที่หวงแหน ให้โทษบิดาตกทอดไปถึงลูกหลานของผู้ที่ชังเราจนถึงสามชั่วสี่ชั่วอายุคน"

คนเหล่านี้อาจคิดว่าตนไม่ได้กราบไหว้รูปเคารพ แต่เนื่องจากเค้าโครงความคิดที่มนุษย์สร้างขึ้น บางคนจึงกราบไหว้รูปเคารพและต่อสู้กับน้ำพระทัยของพระเจ้า

ถ้าคนเหล่านี้ต่อสู้กับความจริงอย่างต่อเนื่องทั้งที่เขารู้จักน้ำพระทัยของพระเจ้า ในที่สุดเขาจะไม่ได้รับพระคุณจากพระเจ้าหรือความช่วยเหลือจากพระวิญญาณบริสุทธิ์ ดังนั้นเขาจึงตกอยู่ภายใต้การครอบงำของผีมารซาตาน

การกระทำที่เป็นการต่อต้านความจริงในรูปแบบอื่น

นอกจากนี้ เรายังเห็นตัวอย่างของการต่อต้านความจริงในอีกหลาย ๆ ด้านของชีวิต ยกตัวอย่าง บางคริสตจักรอนุญาตให้มีการดื่มเหล้าและสูบบุหรี่ สิ่งเหล่านี้เป็นที่ยอมรับกระนั้นหรือ แม้การดื่มเหล้าและสูบบุหรี่จะไม่ใช่ปัญหาในตัวของมันเอง แต่ปัญหาก็คือสิ่งเหล่านี้เป็นต้นเหตุหรืออาจนำไปสู่สิ่งที่เป็นบาปอย่างอื่นอีกมากมาย

1 โครินธ์ 3:17 กล่าวว่า "ถ้าผู้ใดทำลายวิหารของพระเจ้า พระเจ้าจะทรงทำลายผู้นั้นเพราะวิหารของพระเจ้าเป็นที่บริสุทธิ์ศักดิ์สิทธิ์และท่านทั้งหลายเป็นวิหารนั้น" พระคัมภีร์ข้อนี้กล่าวว่าร่างกายข

องเราเป็นวิหารบริสุทธิ์ของพระเจ้าและเราต้องไม่ทำให้วิหารแห่งนีเป็นมลทินด้วยการดืมเหล้าและสูบบุหรี

นอกจากนัน มีบางคนทีไม่สารภาพบาปของตนต่อพระเจ้าแต่เขากลับสารภาพบาปต่อคนทีทำตัวเป็นคนกลาง พระเยซูคริสต์ทรงเป็นคนกลางของเราแต่ผู้เดียวและพระองค์ทรงไถ่เราให้พ้นจากบาปทังสินเพือเราจะเป็นบุตรของพระเจ้า ลองคิดดูซิว่าพระเยซูจะรู้สึกอย่างไรทีเห็นการกระทำของคนเหล่านี

เมือพระเยซูทรงสินพระชนม์บนกางเขน ม่านในพระวิหารขาดออกเป็นสองท่อนตังแต่บนตลอดล่างซึงเป็นการเปิดหนทางให้เราสามารถสือสารกับพระเจ้าได้โดยตรง ในสมัยพระคัมภีร์เดิม มหาปุโรหิตต้องถวายเครืองบูชาแทนประชาชนเพือการยกโทษความผิดบาป แต่เมือพระเยซูทรงถวายพระองค์เองเป็นเครืองบูชาไถ่บาปของเรา เราก็สามารถสือสารกับพระเจ้าได้โดยตรง

ผู้ทีเชือในพระเยซูคริสต์ก็สามารถเข้ามานมัสการต่อพระพักตร์พระเจ้าผู้บริสุทธิ เมือเราอธิษฐานเราสามารถอธิษฐานต่อพระเจ้าโดยตรงโดยไม่ต้องผ่านบาทหลวงหรือผู้พยากรณ์คนใด

นอกจากนี้ แม้จะมีบางคนพูดว่า “บาปของเจ้าได้รับการยกโทษแล้ว” แต่ความผิดบาปของเราจะไม่ได้รับการยกโทษเพียงเพราะคำพูดเหล่านี พระเจ้าแต่เพียงผู้เดียวทีสามารถยกโทษความผิดบาปได้

บางคนอาจถามว่า “ถ้าเช่นนันคำตรัสของพระเยซูในยอห์น 20:23 ทีว่า ‘ถ้าท่านจะยกความผิดบาปของผู้ใด ความผิดบาปนันก็จะถูกยกเสียและถ้าท่านจะให้ความผิดบาปติดอยู่กับผู้ใด ความผิดบาปนันก็จะติดอยู่กับผู้นัน’ หมายความว่าอย่างไร แต่มีอยู่ประเด็นหนึงในข้อความเหล่านีซึงไม่สามารถนำไปประยุกต์แบบครอบจัก

รวาลกับทุกคนได้

บุคคลที่สามารถกระทำสิ่งเหล่านี้ได้ต้องเป็นคนที่เป็นอันหนึ่งอันเดียวกันกับพระเจ้าและกับองค์พระผู้เป็นเจ้า เขาต้องเป็นคนที่พระเจ้ารักและได้รับการรับรองจากพระเจ้า ยากอบ 5:16 กล่าวว่า "คำอธิษฐานของผู้ชอบธรรมนั้นมีพลังทำให้เกิดผล" คำอธิษฐานของคนที่พระเจ้าทรงรักและคนที่พระเจ้าทรงรับรองสามารถนำเอาความรักและความเมตตาของพระเจ้ามาสู่คนอื่นได้

แต่ไม่ได้หมายความว่าบุคคลจะได้รับการยกโทษบาปของตนโดยไม่มีเงื่อนไข กุญแจของการได้รับการยกโทษความผิดบาปอยู่ที่ตัวของบุคคลคนนั้น

1 ยอห์น 1:7 กล่าวว่า "แต่ถ้าเราดำเนินอยู่ในความสว่างเหมือนอย่างพระองค์ทรงสถิตในความสว่าง เราก็ร่วมสามัคคีธรรมซึ่งกันและกัน และพระโลหิตของพระเยซูคริสต์พระบุตรของพระองค์ก็ชำระเราทั้งหลายให้ปราศจากบาปทั้งสิ้น" เราจะได้รับการยกโทษบาปโดยพระโลหิตประเสริฐของพระเยซูคริสต์ได้ก็ต่อเมื่อเรากลับใจจากบาป หันหลังกลับอย่างสิ้นเชิง และเดินอยู่ในความสว่างเท่านั้น

ถ้าเรายังเดินอยู่ในความมืดโดยไม่กลับใจและไม่หันหลังกลับ ไม่ว่าคนของพระเจ้าที่พระองค์ทรงรักและทรงรับรองนั้นจะอธิษฐานเผื่อเรามากสักเพียงก็ตาม พระเจ้าจะไม่ทรงยกโทษให้กับเรา

การอธิษฐานต่อพระเจ้าเพื่อขอการยกโทษความผิดบาปผ่านคนกลางเป็นการแสดงถึงการขาดความเข้าใจในพระคัมภีร์และอยู่ห่างไกลจากน้ำพระทัยของพระเจ้า

องค์พระผู้เป็นเจ้าทรงชมเชยคริสตจักรเมืองธิยาทิรา

เรารู้จักแนวการกระทำของเจ้า รู้ความรัก ความเชื่อ และการปรนนิบัติและความอดทนของเจ้าและรู้ว่าการเบื้องปลายของเจ้ามีมากกว่าการเบื้องต้น (วิวรณ์ 2:19)

พระเยซูตรัสกับคริสตจักรเมืองธิยาทิราว่า "เรารู้จักแนวการกระทำของเจ้า รู้ความรัก ความเชื่อ และการปรนนิบัติและความอดทนของเจ้าและรู้ว่าการเบื้องปลายของเจ้ามีมากกว่าการเบื้องต้น" บางคนอาจคิดว่าข้อความท่อนสุดท้ายคือคำชมเชยที่แท้จริงขององค์พระผู้เป็นเจ้า แต่ที่จริงไม่ใช่ พระองค์เพียงแค่ตรัสว่าการกระทำของเขาในตอนปลายยิ่งใหญ่กว่าตอนต้น

เมื่อวันเวลาผ่านไปคริสตจักรเมืองธิยาทิราสำแดงการกระทำเพิ่มมากขึ้นซึ่งแตกต่างจากคริสตจักรเมืองเอเฟซัสที่ได้ละทิ้งความรักดั้งเดิมเมื่อวันเวลาผ่านไปและถูกตำหนิจากองค์พระผู้เป็นเจ้า

ความรัก ความเชื่อ การปรนนิบัติ และความอดทนของคริสตจักรเมืองธิยาทิรา

ประการแรก คนเหล่านั้นได้รับคำชมเชยในเรื่องการงานของเขา คำว่าการงานในที่นี้ไม่เกี่ยวข้องกับธุรกิจหรืออุตสาหกรรมประเภทใด แต่เกี่ยวข้องกับการงานในองค์พระผู้เป็นเจ้าซึ่งเป็นสิ่งที่คนเหล่านั้นทำเพื่อแผ่นดินของพระเจ้าและการงานอื่น ๆ ที่เขาทำในพระนามขององค์พระเป็นเจ้า เช่น การช่วยดวงวิญญาณให้รอดเป็นต้น

การงานเหล่านี้ประกอบด้วยการประกาศ การเยี่ยมเยียน การทำพันธกิจมิชชั่น การทำสังคมสงเคราะห์ ความสัตย์ซื่อในหน้าที่ทั้งสิ้นที่พระเจ้าทรงมอบหมาย และการรับใช้คนอื่น เป็นต้น

คริสตจักรมีจุดประสงค์อยู่ที่ความรอดของดวงวิญญาณและการทำให้แผ่นดินของพระเจ้าสำเร็จ บางคนทำธุรกิจนี้หรือธุรกิจโน้นพร้อมกับพูดว่าเขาทำเพื่อแผ่นดินของพระเจ้า แต่จุดประสงค์ที่แท้จริงในจิตใจของเขาคือผลประโยชน์ของตนเอง

ในกรณีเช่นนี้พระเจ้าจะไม่ทรงปีติยินดีและปัญหาจะเกิดขึ้น ด้วยเหตุนี้ เราจึงไม่ควรดำเนินกิจการฝ่ายโลกรูปแบบใดในคริสตจักร นอกจากนี้ พระเจ้าจะไม่ทรงพอพระทัยในตัวเราถ้าเราพูดคุยกันในเรื่องธุรกิจในคริสตจักร

ประการที่สอง คริสตจักรเมืองธิยาทิราได้รับคำชมเชยในเรื่องความรัก ความรักนี้ต้องเป็นความรักในองค์พระผู้เป็นเจ้าและต้องเป็นความรักที่ไม่เปลี่ยนแปลงตามที่องค์พระผู้เป็นเจ้าได้ทรงสำแดงให้เราเห็น ความรักนี้เป็นความรักฝ่ายวิญญาณและเป็นความรักแท้ คนที่มีความรักประเภทนี้เท่านั้นจึงจะเป็นบุตรของพระเจ้าไ

ด้

พระเจ้าทรงมีน้ำพระทัยให้เรารักซึ่งกันและกัน (1 ยอห์น 4:7-8) ความรักเป็นบัญญัติใหม่ที่พระเจ้าทรงมอบให้กับเราทั้งหลาย เราต้องรักพระเจ้าก่อนและรักเพื่อนบ้านเหมือนรักตนเอง

คริสตจักรเมืองธิยาทิรามีความเชื่อด้วยเช่นกัน ความเชื่อมีความสัมพันธ์โดยตรงกับความจริง บุคคลจะไม่สามารถเชื่อในคนอื่นได้ถ้าเขามีความเท็จอยู่ในจิตใจของตน เขาจะมองเห็นและรู้จักความจริงในคนอื่นและสามารถไว้วางใจและเชื่อในคนเหล่านั้นได้ก็ต่อเมื่อบุคคลนั้นมีความจริงอยู่ในจิตใจของตน

หลักการนี้ประยุกต์ใช้กับความเชื่อเช่นกัน เราจะเชื่อในพระคำของพระเจ้าที่เป็นความจริงได้ตามขนาดของความจริงที่เรามีอยู่ในจิตใจของเรา ฮีบรู 10:22 กล่าวว่า "ก็ให้เราเข้าไปใกล้ด้วยความบริสุทธิ์ด้วยไว้ใจเต็มที่ มีใจที่ได้รับการทรงชำระให้สะอาดแล้วและมีกายที่ล้างชำระด้วยน้ำบริสุทธิ์" เมื่อเรามีความจริงใจเราก็จะมีความเชื่อที่แท้จริง

คริสตจักรเมืองธิยาทิรามีการปรนนิบัติด้วยเช่นกัน แม้องค์พระผู้เป็นเจ้าจะทรงสภาพของความเป็นพระเจ้า แต่พระองค์ไม่ได้ทรงถือว่าการเท่าเทียมกับพระเจ้าเป็นสิ่งที่ต้องยึดถือ (ฟีลิปปี 2:6)

มาระโก 10:45 กล่าวว่า "เพราะว่าบุตรมนุษย์มิได้มาเพื่อรับการปรนนิบัติ แต่ท่านมาเพื่อจะปรนนิบัติเขาและประทานชีวิตของท่านให้เป็นค่าไถ่คนเป็นอันมาก" พระเยซูเสด็จมาเพื่อปรนนิบัติเราไม่ใช่เพื่อให้เราปรนนิบัติ

ด้วยเหตุนี้ ในฐานะบุตรของพระเจ้า เราต้องเอาแบบอย่างของพระองค์และรับใช้ซึ่งกันและกัน การปรนนิบัติที่พระเจ้าทรงต้อง

การจากเราคือการปรนนิบัติที่ออกมาจากส่วนลึกแห่งจิตใจของทุกคน

เราต้องถือว่าคนอื่นดีกว่าตนเมื่อเรารับใช้คนเหล่านั้น จากนั้นเราก็สามารถรับใช้คนอื่นจากส่วนลึกแห่งจิตใจของเราไม่ได้รับใช้เฉพาะภายนอกเท่านั้น คนอื่นจะให้ความนับถือและรับใช้เราอย่างเต็มใจด้วยเช่นกัน

ประการสุดท้าย คริสตจักรเมืองธิยาทิรามีความอดทน มัทธิว 7:13-14 กล่าวว่า “จงเข้าไปทางประตูแคบ เพราะว่าประตูใหญ่และทางกว้างซึ่งนำไปถึงความพินาศและคนที่เข้าไปทางนั้นมีมาก เพราะว่าประตูซึ่งนำไปถึงชีวิตนั้นก็คับและทางก็แคบผู้ที่หาพบก็มีน้อย”

เนื่องจากเส้นทางที่นำไปสู่แผ่นดินสวรรค์เป็นเส้นทางคับแคบ ดังนั้นการที่เราจะเดินบนเส้นทางนี้ได้เราต้องอาศัยความอดทน เราต้องต่อสู้กับความบาปจนถึงเลือดไหล เราต้องอธิษฐานและอดอาหารและต้องสัตย์ซื่อเพื่อแผ่นดินของพระเจ้า บางครั้งเราอาจต้องทนทุกข์เพื่อเห็นแก่พระนามขององค์พระผู้เป็นเจ้า

เมื่อความเชื่อของเราอ่อนแอเราอาจคิดว่าเป็นเรื่องยากและเราต้องการพักผ่อน แต่โรม 8:18 กล่าวว่า “เพราะข้าพเจ้าเห็นว่าความทุกข์ลำบากแห่งสมัยปัจจุบันไม่สมควรที่จะเอาไปเปรียบกับศักดิ์ศรีซึ่งจะเผยให้แก่เราทั้งหลาย” เนื่องจากเรารู้ว่าผลที่เราจะเก็บเกี่ยวหลังจากเราสู้ทนนั้นยิ่งใหญ่เพียงใดเราจึงสามารถยืนขึ้นมาอีกครั้งหนึ่งและเดินบนเส้นทางที่คับแคบต่อไป

ที่จริง นับตั้งแต่ช่วงเวลาที่เรายืนหยัดอยู่บนศิลาแห่งความเชื่อ เราก็ไม่รู้สึกว่าเราถูกบังคับให้เดินอยู่บนเส้นทางที่คับแคบนี้ด้วยค

วามอดทน โรม 5:3-4 กล่าวว่า "ยิ่งกว่านั้นเราชื่นชมยินดีในความทุกข์ยากของเราด้วย เพราะเรารู้ว่าความทุกข์ยากนั้นทำให้เกิดความอดทนและความอดทนทำให้เห็นว่าเราเป็นคนที่พระเจ้าทรงใช้ได้และการที่เราเห็นเช่นนั้นทำให้เกิดความหวังใจ" พระคัมภีร์ตอนนี้กล่าวว่าเราเต็มล้นไปด้วยความชื่นชมยินดีและการขอบพระคุณในทุกสถานการณ์ เราสามารถเดินบนเส้นทางที่นำไปสู่สวรรค์ด้วยใจสงบ

พระเจ้าทรงปรารถนาความจริงใจและความเชื่อที่แท้จริง
ผมได้อธิบายไว้ก่อนหน้านี้ว่าที่จริงสิ่งที่องค์พระผู้เป็นเจ้าทรงชมเชยคริสตจักรเมืองธิยาทิรานั้นไม่ใช่คำชมเชย สิ่งที่ถูกต้องในสายพระเนตรของพระเจ้าไม่ใช่การงาน ความรักและความเชื่อของคนเหล่านั้น แต่สิ่งที่ถูกต้องในสายพระเนตรของพระเจ้าคือสิ่งที่เขาได้กระทำในตอนหลังซึ่งยิ่งใหญ่กว่าสิ่งที่เขาทำในตอนต้น

การกระทำของเขาในตอนหลังยิ่งใหญ่กว่าตอนแรกและเป็นการกระทำที่ปรากฏออกมาภายนอกมากยิ่งขึ้น ที่จริงข้อความนี้เป็นคำแนะนำจากองค์พระผู้เป็นเจ้าที่ต้องการให้เขาตระหนักว่าการกระทำของเขาเป็นความจริงหรือไม่

ถ้าดูจากภายนอกการงานของเขายิ่งใหญ่มากขึ้น แต่จุดประสงค์ที่แท้จริงของการงานเหล่านั้นคืออะไร ไม่ได้หมายความว่าการกระทำดีของเขาเป็นสิ่งที่ผิด แต่เขาต้องตรวจสอบดูว่าจุดประสงค์ของการกระทำดีของเขาคืออะไร เขาทำสิ่งเหล่านั้นเพื่อแสดงความดีงามของตนให้ปรากฏกับคนอื่นใช่หรือไม่

สิ่งสำคัญไม่ใช่การกระทำที่ปรากฏออกมาภายนอกแต่เป็นสิ่งที่อยู่ในจิตใจและเป็นการกระทำด้วยความเชื่ออย่างแท้จริง เราอาจกระทำการอันยิ่งใหญ่เพื่อองค์พระผู้เป็นเจ้าและมีความรัก ความเชื่อ การปรนนิบัติ และความอดทน แต่ถ้าสิ่งเหล่านี้ไม่ได้ออกมาจากส่วนลึกแห่งจิตใจของเรา สิ่งเหล่านี้ก็ไม่อาจเป็นการงานและความประพฤติที่แท้จริง

ยกตัวอย่าง เราอาจให้ความช่วยเหลือกับคนที่มีความขัดสน แต่ถ้าเราให้สิ่งนั้นเพื่อความพึงพอใจหรือเพื่อต้องการอวดคนอื่นเห็นโดยคิดว่า "คุณงามความดีที่เราทำเหล่านี้คือความรักและความเชื่อ" การกระทำของเราก็ไม่ใช่ความจริงในสายพระเนตรของพระเจ้าผู้ทอดพระเนตรดูภายในจิตใจ

บางคนอาจดูเป็นคนสัตย์ซื่อต่องานของพระเจ้าและดูเหมือนว่าเขากำลังดำเนินชีวิตคริสเตียนอย่างร้อนรน แต่พระเจ้ากลับไม่รู้จักคนเหล่านี้ ดูเหมือนว่าเขาเป็นคริสเตียนที่สัตย์ซื่อซึ่งอาสาตนเองในกิจกรรมต่าง ๆ ในการรับใช้คนอื่น และในการทำความดี แต่มีความเป็นไปได้ว่าคนเหล่านี้ได้หยุดเข้าสุหนัตในจิตใจของตนเอง

เขาไม่ได้กระทำการด้วยความไพบูลย์ของพระวิญญาณหรือด้วยความหวังในเรื่องแผ่นดินสวรรค์ แต่เขาทำสิ่งเหล่านั้นด้วยความขยันฝ่ายเนื้อหนังของตนเองเพียงอย่างเดียว แน่นอน เราควรอาสาตนเองในการทำกิจกรรมต่าง ๆ และเอาจริงเอาจังในการทำงานคริสตจักรเพราะมีหลายสิ่งที่พระเจ้าทรงพอพระทัยซึ่งเราต้องทำให้สำเร็จ

แต่สิ่งที่สำคัญยิ่งกว่านั้นก็คือเราต้องแสวงหาพระคุณและพระกำลังจากพระเจ้าจากส่วนลึกแห่งจิตใจของเราและมีความเป็นบุคค

ลฝ่ายวิญญาณเพิ่มมากขึ้น เมื่อเรากระทำสิ่งเหล่านี้การอาสาตนเองในกิจกรรมต่าง ๆ และการรับใช้ของเราก็จะกลายเป็นการงานที่เกิดจากความเชื่อที่แท้จริง

ความเชื่อที่ปราศจากการประพฤติเป็นความเชื่อที่ตายแล้ว แต่ความประพฤติที่ปราศจากความเชื่อเป็นความประพฤติที่ไร้ความหมาย ไม่ว่าการงานที่เราทำในพระนามขององค์พระผู้เป็นเจ้าจะมีมากมายเพียงใดก็ตาม ถ้าเราไม่พยายามที่จะกำจัดความชั่วร้ายออกไปจากจิตใจของเราและไม่บริหารจัดการชีวิตของเราด้วยการพึ่งพิงการทำงานของพระวิญญาณบริสุทธิ์ ความเชื่อที่เรามีก็ไม่ใช่ความเชื่อฝ่ายวิญญาณและชีวิตคริสเตียนที่ดำเนินอยู่ก็ไม่ใช่ชีวิตคริสเตียนฝ่ายวิญญาณ

เราอาจเป็นคนงานที่เอาจริงเอาจังของพระเจ้า แต่เราจะไม่เชื่อหรือเชื่อฟังพระคำที่ไม่เป็นไปตามความคิดของเรา เราจะไม่มีความสำนึกในจิตใจของเรา ไม่รู้จักน้ำพระทัยของพระเจ้า และไม่เข้าใจความหมายฝ่ายวิญญาณของพระคำที่เราได้รับ ความเชื่อของเราจะคงสภาพเป็นความเชื่อฝ่ายเนื้อหนัง ผู้คนอาจชมเชยการงานที่ทำด้วยความเชื่อฝ่ายเนื้อหนังเหล่านี้ แต่พระเจ้าผู้ทรงสำรวจจิตใจจะไม่ทรงชมเชยการงานเหล่านี้

เวลานี้เราอาจไม่ได้ดำเนินชีวิตคริสเตียนด้วยความจริงที่อยู่ในจิตใจ แต่เราดำเนินชีวิตคริสเตียนด้วยสิ่งที่ปรากฏออกมาภายนอกเพื่อให้คนอื่นมองเห็น ด้วยเหตุนี้เราจึงควรตรวจสอบจิตใจของเรา

เมื่อไม่นานมานี้มีแม่ชีที่มีชื่อเสียงโด่งดังมากที่สุดคนหนึ่งเสียชีวิต เธอได้อุทิศชีวิตส่วนใหญ่ของเธอเพื่อช่วยเหลือคนยากจน แม่

ชีท่านนี้ได้รับรางวัลโนเบลจากการที่เธอได้อุทิศชีวิตทั้งสิ้นของตนเพื่อคนยากจน

แต่เราสัมผัสได้ว่าเธอดำเนินชีวิตของตนอย่างไรจากจดหมายที่แม่ชีคนนี้เขียนไว้ นิตยสารไทมส์รายงานว่านับตั้งแต่เธอเริ่มต้นให้ความช่วยเหลือคนยากจนไปจนกระทั่งเธอเสียชีวิตเธอแทบไม่ได้สัมผัสถึงการดำรงอยู่ของพระเจ้าเลย เธอเปรียบเทียบความเจ็บปวดในจิตใจของเธอกับความเจ็บปวดในนรกและบ่อยครั้งเธอสงสัยด้วยซ้ำว่าสวรรค์และพระเจ้ามีอยู่จริงหรือไม่

เธอได้รับการยกย่องชมเชยจากผู้คนจากการอุทิศตนของเธอให้กับคนยากจน แต่ความเชื่อของเธอไม่ใช่ความเชื่อที่จะได้รับการยอมรับจากพระเจ้า เพราะเหตุนี้เธอจึงไม่ได้ดำเนินชีวิตในพระคริสต์ เธอไม่ได้พบกับพระเจ้าผู้ทรงพระชนม์อยู่และไม่ได้รับคำตอบจากพระองค์

การงานของเราในตอนหลังควรยิ่งใหญ่กว่าการงานของเราในตอนแรก ในขณะเดียวกันการประพฤติของเราควรเป็นการประพฤติที่เต็มไปด้วยความจริงและความเชื่อของเราควรเป็นความเชื่อที่แท้จริงซึ่งได้รับการยอมรับจากพระเจ้า

องค์พระผู้เป็นเจ้าทรงตำหนิคริสตจักรเมืองธิยาทิรา

แต่เรามีข้อที่จะต่อว่าเจ้าบ้าง คือพวกเจ้าทนฟังผู้หญิงชื่อเยเซเบลที่ยกตัวขึ้นเป็นผู้เผยพระวจนะ หญิงนั้นสอนและล่อลวงผู้รับใช้ของเราให้ล่วงประเวณีและให้กินของที่บูชาแก่รูปเคารพแล้ว เราให้โอกาสหญิงนั้นกลับใจ แต่นางก็ไม่ได้กลับใจจากการประพฤติชั่วเลย นี่แน่ะ เราจะโยนหญิงนั้นไว้บนเตียงคนไข้และคนทั้งหลายที่ล่วงประเวณีกับนางเราก็จะทิ้งไว้ให้ผจญกับความระทมทุกข์ เว้นไว้แต่ว่าคนเหล่านั้นจะสำนึกในความประพฤติชั่วของนาง เราจะประหารลูกทั้งหลายของหญิงนั้นเสียให้ตายและคริสตจักรทั้งหลายจะได้รู้ว่าเราเป็นผู้พินิจพิจารณาจิตใจและเราจะให้สิ่งตอบแทนแก่เจ้าทั้งหลายทุกคนให้เหมาะสมกับการงานของเจ้า (วิวรณ์ 2:20-23)

คริสตจักรเมืองธิยาทิรามีความร้อนรนและความสัตย์ซื่อฝ่ายเนื้อหนังแต่คนเหล่านั้นไม่ได้เอาจริงเอาจังในการเข้าสุหนัตจิตใจขอ

งตน เพราะเหตุนี้คนเหล่านั้นจึงทำบาปด้วยการกินของที่บูชาแก่รูปเคารพและถูกล่อลวงจากผู้เผยพระวจนะเทียมเท็จอย่างนางเยเซเบล องค์พระผู้เป็นเจ้าทรงตำหนิคนเหล่านั้นในเรื่องนี้

คริสตจักรเมืองธิยาทิรายอมรับนางเยเซเบลที่ยกตัวขึ้นเป็นผู้เผยพระวจนะ

เยเซเบลเป็นธิดาของกษัตริย์แห่งไซดอนในศตวรรษที่ 9 ก่อนคริสตศักราช เธอสมรสกับอาหับกษัตริย์ของอิสราเอล เมื่อเยเซเบลสมรสกับอาหับเธอได้นำเอารูปเคารพจากประเทศของเธอเข้ามาในอิสราเอล ต่อมากษัตริย์อาหับ ข้าราชการทั้งสิ้นของพระองค์ และประชาชนอิสราเอลได้ทำให้ตนเองด่างพร้อยด้วยการกราบไหว้รูปเคารพ

แม้เอลียาห์คนของพระเจ้าได้นำเอาเปลวไฟลงมาจากสวรรค์และทำให้ฝนตกด้วยฤทธิ์อำนาจที่อัศจรรย์ของพระเจ้า นางเยเซเบลก็ไม่ยอมกลับใจ แต่เธอกลับพยายามสังหารเอลียาห์ เยเซเบลทำสิ่งที่ชั่วร้ายและล่อลวงกษัตริย์อาหับด้วยแผนชั่วร้ายมากมาย เยเซเบลสำสมความชั่วร้ายเพิ่มมากขึ้นจนในที่สุดเธอก็พบกับความตายอย่างน่าเวทนาตามที่เอลียาห์พยากรณ์ไว้

กษัตริย์อาหับถูกพระเจ้าทรงแช่งสาปและสิ้นพระชนม์อย่างน่าเวทนาในสนามรบด้วยเช่นกัน อิสราเอลพบกับภัยพิบัติมากมายเนื่องจากนางเยเซเบล สาเหตุที่ฝนไม่ตกเป็นเวลาสามปีครึ่งก็เพราะพระเจ้าได้ทรงหันพระพักตร์ของพระองค์ไปจากคนเหล่านั้นเนื่องจากเขาได้ทำให้ตนเองด่างพร้อยไปด้วยความบาปของนางเยเซเบล (1 พงศ์กษัตริย์ 17:1; ยากอบ 5:17)

คริสตจักรเมืองธิยาทิรายอมโอนอ่อนผ่อนปรนกับที่มาของความบาปของนางเยเซเบลในคริสตจักรของตนเช่นกัน คนเหล่านั้นทำให้ตนเองด่างพร้อยด้วยความบาปดังกล่าว

2 โครินธ์ 6:14-16 กล่าวว่า "ท่านอย่าเข้าเทียมแอกกับคนที่ไม่เชื่อ เพราะว่าความชอบธรรมจะมีหุ้นส่วนอะไรกับความอธรรม และความสว่างจะเข้าสนิทกับความมืดได้อย่างไร พระคริสต์กับเบลีอัลจะลงรอยกันอย่างไรได้ หรือคนที่เชื่อจะมีส่วนอะไรกับคนที่ไม่เชื่อ วิหารของพระเจ้าจะตกลงอะไรกับรูปเคารพได้ เพราะว่าเราเป็นวิหารของพระเจ้าผู้ทรงดำรงพระชนม์ ดังที่พระเจ้าตรัสไว้ว่า 'เราจะอยู่ในเขาทั้งหลายและจะดำเนินในหมู่พวกเขาและเราจะเป็นพระเจ้าของเขาและเขาจะเป็นชนชาติของเรา'"

พระเจ้าทรงตักเตือนบุตรของพระองค์หลายต่อหลายครั้งในพระคัมภีร์ว่าอย่าเข้าเทียมแอกกับคนชั่วร้าย นอกจากนั้น เราต้องไม่โอนอ่อนผ่อนปรนกับแนวทางการปฏิบัติของโลกนี้ เราต้องไม่ยอมให้ตนเองถูกทดลองด้วยความเท็จ

เมื่อเราเอาชีวิตส่วนตัวของเราไปเข้าเทียมแอกกับคนที่ไม่รู้จักพระเจ้าไม่ว่าในเรื่องการสมรสหรือการทำธุรกิจ เราจะพบกับการทดลองและความทุกข์ลำบาก ไม่ว่าเราจะพยายามมากเพียงใดก็ตาม ถ้าเราเข้าเทียมแอกกับคนที่ต่อสู้กับน้ำพระทัยของพระเจ้า ความเชื่อของเราก็จะถูกขัดขวางและเราอาจถูกทดลองจากโลกนี้เช่นกัน

เมื่อวัวสองตัวเข้าเทียมอยู่ในแอกเดียวกัน ถ้าวัวตัวหนึ่งพยายามเดินหนีหรือเกียจคร้าน ไม่ว่าวัวอีกตัวหนึ่งจะพยายามมากเพียงใดก็ตามเขาก็ไม่สามารถเดินไปตามทิศทางที่ตนตั้งใจไว้ตั้งแต่แรก

เช่นเดียวกัน ถ้าเราเข้าเทียมแอกกับคนที่ไม่ถูกต้องในสายพระเนตรของพระเจ้า เราก็จะมีปัญหาในการเติบโตฝ่ายวิญญาณของเรา และเป็นการยากที่เราจะได้รับพระพร

แต่ไม่ได้หมายความเราต้องหลีกเลี่ยงทุกคนที่ไม่เชื่อในองค์พระผู้เป็นเจ้าอย่างไม่มีเงื่อนไขไม่ว่าจะเป็นที่บ้านหรือที่ทำงานของเรา แต่เราไม่ควรกระทำผิดด้วยการโอนอ่อนผ่อนปรนกับคนที่มีลักษณะเหมือนนางเยเซเบลและไม่ควรเข้าเทียมแอกกับคนเหล่านั้น

คริสตจักรเมืองธิยาทิราถูกต่อว่าจากการกินของที่บูชาแก่รูปเคารพ

องค์พระผู้เป็นเจ้าทรงต่อว่าคริสตจักรเพราะคนเหล่านั้นโอนอ่อนผ่อนปรนผู้หญิงชื่อเยเซเบลซึ่งอ้างตนว่าเป็นผู้เผยพระวจนะล่วงประเวณี ทำสิ่งที่ผิดศีลธรรม และกินของที่บูชาแก่รูปเคารพ

การ "กินของที่บูชาแก่รูปเคารพ" ในที่นี้ไม่เพียงแต่หมายถึง "การกินของที่บูชาแก่รูปเคารพ" ตามตัวอักษรเท่านั้น แต่ข้อความนี้เป็นการเตือนให้ระวังการทำชั่วต่าง ๆ ที่เชื่อมโยงและควบคู่มาพร้อมกับการกินของที่บูชาแก่รูปเคารพ คนเหล่านั้นมีส่วนร่วมแม้กระทั่งในการทำผิดศีลธรรมของผู้คนที่กราบไหว้รูปเคารพซึ่งเป็นปัญหาที่รุนแรงกว่า

ในกิจการบทที่ 15 เราพบว่าบรรดาอัครทูตและผู้ปกครองกำชับชาวต่างชาติที่ยอมรับเอาพระกิตติคุณให้งดเว้นเสียจากสิ่งที่เป็นมลทินเนื่องด้วยรูปเคารพ การรับกินเนื้อสัตว์ที่รัดคอตาย การกินเลือด และการล่วงประเวณี

ชาวยิวในเวลานั้นเติบโตขึ้นภายใต้ข้อห้ามอย่างเข้มงวดในการรักษาธรรมบัญญัติ การงดเว้นจากสิ่งที่พระเจ้าทรงสั่งห้ามไว้จึงไม่ใช่เรื่องยากสำหรับเขา แต่การรักษาธรรมบัญญัติสำหรับชาวต่างชาติไม่ใช่เรื่องง่าย ดังนั้นในการประชุมของบรรดาอัครทูตคนเหล่านั้นจึงอนุญาตให้ผู้เชื่อชาวต่างชาติมีเสรีภาพบางอย่างยกเว้นในบางเรื่อง

เหตุผลที่อัครทูตบอกให้คนเหล่านั้นงดเว้นจากสิ่งที่บูชาแก่รูปเคารพก็เพราะว่าถ้าคนเหล่านั้นสัมพันธ์ใกล้ชิดกับสิ่งที่บูชาแก่รูปเคารพเขาอาจทำให้ตนเองด่างพร้อยด้วยการกราบไหว้รูปเคารพและความบาปอย่างอื่นที่เชื่อมโยงกับการกราบไหว้รูปเคารพ แต่ 1 ทิโมธี 4:4 กล่าวว่า "ด้วยว่าสิ่งสารพัดซึ่งพระเจ้าได้ทรงสร้างไว้นั้นเป็นของดี ถ้าแม้บริโภคด้วยขอบพระคุณก็ไม่ห้ามเลยสักสิ่งเดียว"

ด้วยเหตุนี้เราจึงไม่สามารถตัดสินว่าการกินอาหารที่บูชาแก่รูปเคารพเป็นบาปในตัวของมันเว้นแต่เราจะเข้ามีส่วนร่วมในพิธีกรรมของการกราบไหว้รูปเคารพ แม้อาหารจะถูกนำไปวางไว้หน้ารูปเคารพ แต่เนื่องจากอาหารทุกอย่างเป็นมาจากพระเจ้า ตราบใดที่เรากินด้วยความเชื่อสิ่งนั้นจะไม่มีผลอะไรกับเรา

แต่ใน 1 โครินธ์ 8:7 กล่าวว่า "มิใช่ว่าทุกคนมีความรู้อย่างนี้ เพราะมีบางคนที่เคยนับถือรูปเคารพมาก่อน เมื่อได้กินอาหารนั้นก็ถือว่าเป็นของบูชาแก่รูปเคารพจริง ๆ และจิตสำนึกผิดชอบของเขายังอ่อนอยู่จึงเป็นมลทิน" กล่าวคือ ถ้าคนที่ไม่มีความกล้าหาญเพียงพอในความเชื่อกินอาหารที่บูชาแก่รูปเคารพและคิดว่าเป็นบาป จิตสำนึกของเขาจะเป็นมลทินเพราะเขาจงใจทำในสิ่งที่ตนเห็น

ว่าเป็นบาป

ยิ่งกว่านั้น 1 โครินธ์ 8:10 กล่าวว่า "เพราะว่าถ้าผู้ใดเห็นท่านที่มีความรู้นั่งรับประทานอาหารในโบสถ์ของรูปเคารพ จิตสำนึกผิดชอบที่อ่อนของคนนั้นจะไม่เหิมขึ้นทำให้เขาบังอาจกินของที่ได้บูชาแก่รูปเคารพนั้นหรือ" ถ้าคนที่มีความเชื่ออ่อนแอเห็นคนที่เขาเห็นถือว่ามีความเชื่อนั่งกินอาหารอยู่ในศาลเจ้าหรือวิหารของรูปเคารพ คนนั้นอาจคิดว่าการกินอาหารที่บูชาแก่รูปเคารพเป็นสิ่งที่ทำได้ ถ้าเขากินอาหารที่บูชาแก่รูปเคารพโดยขาดการไตร่ตรอง เขาอาจเข้าไปมีส่วนร่วมกับความบาปที่รุนแรงมากขึ้นกว่านั้น

ด้วยเหตุนี้ แม้เราจะมีความเชื่อที่เข้มแข็งมากพอจนทำให้เรากินอาหารที่บูชาแก่รูปเคารพได้โดยไม่รู้สึกอะไร แต่เราอาจทำให้พี่น้องที่มีความเชื่ออ่อนแอสะดุดล้มลงเพราะการกินอาหารนั้น ถ้าเช่นนั้นการไม่กินอาหารนั้นเลยก็จะเหมาะสมกว่า

ความหมายฝ่ายวิญญาณของการล่วงประเวณีและของที่บูชาแก่รูปเคารพ

การล่วงประเวณีและการกินของที่บูชาแก่รูปเคารพไม่ได้หมายถึงการกระทำฝ่ายร่างกายภายนอก ในแง่วิญญาณจิต เมื่อบุตรของพระเจ้ารักสิ่งใดมากกว่าพระเจ้าหรือกราบไหว้รูปเคารพที่พระเจ้าทรงเกลียดชัง เราเรียกสิ่งเหล่านี้ว่าการล่วงประเวณีฝ่ายวิญญาณ

นอกจากนั้น เมื่อบุตรของพระเจ้าร่วมมือกับคนอื่นทดลองผู้เชื่อให้หลงไปในทางของโลก เดินตามความอสัตย์อธรรม และมีส่วนร่วมกับการกระทำของเหล่านั้น เราเรียกสิ่งเหล่านี้ว่าการกินของ

ที่บูชาแก่รูปเคารพ เมื่อคริสตจักรเมืองธิยาทิราโอนอ่อนผ่อนปรนกับนางเยเซเบล ในไม่ช้าคนเหล่านั้นก็โอนอ่อนผ่อนปรนกับการล่วงประเวณีฝ่ายวิญญาณและการกราบไหว้รูปเคารพในคริสตจักร เพราะเหตุนี้องค์พระผู้เป็นเจ้าจึงทรงตำหนิคนเหล่านั้น

สมาคมวิชาชีพหลายแห่งในเมืองธิยาทิรามีความก้าวหน้าอย่างมาก สมาชิกคริสตจักรมักถูกทดลองให้กราบไหว้รูปเคารพผ่านการดำเนินงานของสมาคมเหล่านี้อยู่เสมอ เพื่อนร่วมงานหรือหุ้นส่วนของผู้เชื่อเหล่านั้นล้วนกราบไหว้รูปเคารพเพื่อความมั่งคั่งร่ำรวยในการทำธุรกิจของตน เมื่อสมาชิกของคริสตจักรไม่สามารถเข้าร่วมในพิธีกรรมเหล่านั้นเขาอาจถูกข่มเหงหรือเป็นที่เกลียดชังจากเพื่อนร่วมงานหรือหุ้นส่วนของตน ตอนนี้ขอให้เราลองจินตนาการว่ามีชายคนหนึ่งที่เรียกตนเองว่าเป็นพี่น้องในพระคริสต์ เมื่อชายคนนี้ทราบถึงความลำบากใจของผู้เชื่อเหล่านั้นจึงมาหาเขาและนำคนเหล่านั้นเข้าไปสู่การทดลองโดยพูดในทำนองว่า...

"อย่างไรเสียใจคุณไม่เชื่อในรูปเคารพเหล่านั้นอยู่แล้ว หลังจากที่คุณคุกเข่าลงต่อหน้ารูปปั้นนั้นทุกอย่างก็จะดีเอง อย่าทำตัวแปลกประหลาดอยู่คนเดียวซิ ไม่เป็นไรหรอก พระเจ้าทรงเป็นความรัก"

"ถ้าคุณทำตัวดื้อรั้นอยู่เช่นนี้และทำลายความสงบสุขของการอยู่ร่วมกับเพื่อนบ้านของคุณ พระเจ้าจะไม่ได้รับเกียรตินะ คุณจะไม่สามารถประกาศพระกิตติคุณกับใครได้เลย เพื่อให้คุณสามารถประกาศกับคนอื่น ถ้าคุณฉลาดคุณก็ควรคุกเข่าลงต่อหน้ารูปเคารพเพียงครั้งเดียวก็พอ"

ทั้ง ๆ ที่รู้ว่าสิ่งนี้ไม่ใช่ความจริง แต่ก็มีบางคนที่พยายามจะสร้างความชอบธรรมให้กับตนเองและทดลองคนอื่นให้หลงเหมือนที่น

างเยเซเบลได้กระทำ จะเกิดอะไรขึ้นถ้าหากคนที่พยายามทำสิ่งเหล่านี้คือผู้นำคริสตจักรหรือศิษยาภิบาล

ถ้ามีคนบางคนมาบอกเราว่า "ขอให้เราต่อสู้กับพระเจ้าและทำสิ่งที่ชั่วร้าย" ตราบใดที่เรามีความเชื่อแม้แต่เพียงเล็กน้อยเราก็คงระวังตัวและพยายามอยู่ให้ห่างจากเขา แต่เมื่อคนหนึ่งประกาศถึงพระคำของพระเจ้าและพูดว่า "ผมสามารถสื่อสารกับพระเจ้า ผมเป็นผู้เผยพระวจนะและเป็นผู้รับใช้ของพระเจ้า" คนที่มีความเชื่ออ่อนแออาจถูกล่อลวงให้หลง

ถ้าเขาเป็นผู้เผยพระวจนะของพระเจ้าอย่างแท้จริง เขาต้องแสดงให้เห็นถึงหลักฐานที่พิสูจน์ว่าพระเจ้าทรงสถิตอยู่กับเขา เขาต้องสำแดงผลของความสว่างและผลของพระวิญญาณบริสุทธิ์ (เช่น ความดี ความรัก การเสียสละ และความอ่อนสุภาพ เป็นต้น) ออกมาให้เห็น เหนือสิ่งอื่นใด เขาต้องมีสิทธิอำนาจและสำแดงถึงการทำงานด้วยฤทธิ์อำนาจของพระเจ้าซึ่งชี้ให้เห็นว่าพระเจ้าทรงรับรองเขา

คนที่ได้รับการทรงนำด้วยพระวิญญาณบริสุทธิ์จะรู้จักผู้เผยพระวจนะแท้จากผลที่เกิดขึ้นในชีวิตของเขาแม้บุคคลนั้นจะไม่เรียกตนเองว่าผู้เผยพระวจนะก็ตาม ในทางตรงกันข้าม เมื่อผู้เผยพระวจนะเทียมเรียกตนเองว่าเป็นผู้เผยพระวจนะ (เหมือนที่นางเยเซเบลอ้างตนว่าเป็นผู้เผยพระวจนะ) ถ้าเราวินิจฉัยเขาด้วยความจริงตัวตนที่แท้จริงของเขาก็จะถูกเปิดเผยออกมา

เฉลยธรรมบัญญัติ 18:22 กล่าวว่า "เมื่อผู้เผยพระวจนะกล่าวคำในพระนามของพระเจ้า ถ้ามิได้เป็นไปจริงตามถ้อยคำของผู้กล่าว ถ้อยคำนั้นมิได้เป็นพระวจนะที่พระเจ้าตรัส

ผู้เผยพระวจนะนั้นบังอาจกล่าวเอง ท่านทั้งหลายอย่าเกรงกลัวเขาเลย"

เหตุผลที่เราต้องปฏิเสธผู้เผยพระวจนะเทียมเท็จ ผู้เผยพระวจนะที่เรียกตนเองว่าผู้เผยพระวจนะและพูดใส่ร้ายป้ายสี พิพากษาตัดสิน กล่าวประณามคนอื่นด้วยถ้อยคำที่ชั่วร้าย แสวงหาผลประโยชน์ของตนเองด้วยการโกหก และสร้างความแตกแยกในท่ามกลางผู้คนคือผู้เผยพระวจนะเทียมเท็จ ผู้เผยพระวจนะเทียมเท็จสร้างปัญหาให้กับคริสตจักรและเหล่าสมาชิกด้วยการล่อลวง แผนการ และเล่ห์กลอันชั่วร้าย

เขาจะไม่ชี้นำผู้คนให้รักพระเจ้า แต่เขาจะปลูกฝังเรื่องราวฝ่ายเนื้อหนังและฝ่ายโลกให้กับผู้คนและทำให้คนเหล่านั้นทำตามแนวทางฝ่ายเนื้อหนังของเขา

ถ้าเราสมคบกับคนเช่นนี้เราก็จะทำให้ตนเองด่างพร้อยไปด้วยความเท็จโดยไม่รู้ตัว ด้วยเหตุนี้ คริสตจักรจึงไม่ควรโอนอ่อนผ่อนปรนกับบุคคลอย่างนางเยเซเบลและไม่ควรถูกทดลองให้ทำบาปร่วมกับผู้เผยพระวจนะเทียมเท็จ

แน่นอน เมื่อลูกแกะบางคนไม่เชื่อฟังและสร้างปัญหาให้กับคริสตจักรด้วยการเรียกตนเองว่าผู้เผยพระวจนะ ผู้เลี้ยงที่แท้จริงต้องอดทนและชี้นำฝูงแกะของตนด้วยความรัก

แต่เราควรรู้ว่าการโอนอ่อนผ่อนปรนกับธรรมศาลาของซาตานไม่ใช่ความรัก การโอนอ่อนผ่อนปรนกับบุคคลอย่างนางเยเซเบลที่ทดลองผู้เชื่อให้ล้มลงในความพินาศและอนุญาตให้บุคคลเช่นนี้ทำหน้าอย่างอิสระในคริสตจักรก็ไม่ใช่ความรักเช่นกัน

มัทธิว 18:15-17 อธิบายถึงแนวทางในการจัดการกับคนที่ก่อปัญหาในคริสตจักรไว้ดังนี้

หากว่าพี่น้องของท่านผู้หนึ่งทำผิดบาปต่อท่าน จงไปแจ้งความผิดบาปนั้นแก่เขาสองต่อสองเท่านั้น ถ้าเขาฟังท่านท่านจะได้พี่น้องคืนมา แต่ถ้าเขาไม่ฟังท่าน จงนำคนหนึ่งหรือสองคนไปด้วยให้เป็นพยานสองสามปากเพื่อทุกคำจะเป็นหลักฐานได้ ถ้าเขาไม่ฟังคนเหล่านั้น จงไปแจ้งความต่อคริสตจักร ถ้าเขายังไม่ฟังคริสตจักรอีกก็ให้ถือเสียว่าเขาเป็นเหมือนคนต่างชาติหรือคนเก็บภาษี

เราต้องทำตามขั้นตอนเหล่านี้ เมื่อเขากลับใจ เราควรยกโทษให้กับเขาและปกปิดการล่วงละเมิดในอดีตของเขา แต่ถ้าเขาไม่กลับใจและไม่หันหลังกลับแต่พยายามดื้อแพ่ง เราไม่ควรปล่อยให้เขาก่อกวนคริสตจักรและบดบังสง่าราศีของพระเจ้า

แต่ในขณะเดียวกัน เราควรกระทำสิ่งเหล่านี้ด้วยหัวใจขององค์พระผู้เป็นเจ้าผู้ทรงไม่หักไม้อ้อที่ช้ำและไม่ดับไส้ตะเกียงที่ริบหรี่

พระเจ้าทรงให้โอกาสแห่งการกลับใจ

เมื่อมนุษย์ทำบาปและทำผิดในสายพระเนตรของพระเจ้าพระองค์ไม่ได้ทรงลงโทษเขาทันที พระเจ้าทรงให้โอกาสเขาที่จะสำนึกตน กลับใจ และหันหลังกลับไม่ว่าโดยผ่านทางคำเทศนาบนธรรมาสน์หรือด้วยการทำงานของพระวิญญาณบริสุทธิ์ก็ตาม

อย่างไรก็ตาม แม้เขาได้รับโอกาสที่จะสำนึกถึงความผิดบาปของตน แต่ถ้าจิตใจของเขายังแข็งกระด้างและไม่หันหลังกลับ การลงโทษก็จะเกิดขึ้นกับเขาผ่านทางการกล่าวโทษของผีมารซาตาน

การลงโทษจะเริ่มจากสถานเบา แต่ถ้าเขายังไม่หันหลังกลับ การลงโทษก็จะมีความหนักหน่วงเพิ่มมากขึ้น

ภัยพิบัติสิบประการที่มาเหนืออียิปต์ในสมัยของการอพยพอยู่ในกรณีนี้ ครั้งแรกแม่น้ำไนล์ทั้งสายกลายเป็นเลือดจนผู้คนไม่มีน้ำดื่ม จากนั้นเป็นภัยพิบัติจากกบที่ขึ้นมาเต็มแผ่นดินอียิปต์และอยู่ทุกหนแห่งแม้กระทั่งในภาชนะใส่อาหาร

แม้ภัยพิบัติเหล่านี้จะก่อให้เกิดความทุกข์ทรมาน แต่ความเสียหายที่เกิดขึ้นก็ยังไม่ถึงแก่ชีวิตจนเขาไม่สามารถแก้ไขได้ ถ้าฟาโรห์หันหลังกลับตั้งแต่แรกก็คงเป็นสิ่งที่ดี แต่เมื่อภัยพิบัติเหล่านั้นจางหายไปจิตใจของฟาโรห์กลับแข็งกระด้างและไม่เชื่อฟังน้ำพระทัยของพระเจ้าซ้ำแล้วซ้ำอีก ดังนั้นฟาโรห์จึงต้องพบกับภัยพิบัติที่มีความรุนแรงมากยิ่งขึ้น

จากนั้นฟาโรห์ก็พบกับภัยพิบัติจากริ้น ภัยพิบัติจากเหลือบ ภัยพิบัติที่เกิดกับฝูงสัตว์ ภัยพิบัติจากฝี ภัยพิบัติจากลูกเห็บ ภัยพิบัติจากฝูงตั๊กแตน และภัยพิบัติจากความมืดซึ่งทำให้ท่านพบกับความเสียหายทางด้านการเงินอย่างรุนแรง

แต่ฟาโรห์ไม่ยอมหันหลังกลับ ดังนั้นภัยพิบัติจากมรณกรรมของลูกหัวปีจึงเกิดขึ้นกับคนอียิปต์นับจากการเสียชีวิตของโอรสหัวปีของฟาโรห์ บุตรหัวปีของเหล่าข้าราชการ ของทาส และแม้กระทั่งลูกหัวปีของสัตว์เลี้ยงทั่วทั้งอียิปต์ แต่ฟาโรห์ก็ไม่ยอมกลับใจจนในที่สุดท่านจึงถูกฝังไว้ในทะเลแดง

สุภาษิต 3:11 กล่าวว่า "บุตรชายของเราเอ๋ย อย่าดูหมิ่นพระดำรัสสอนของพระเจ้าหรือเบื่อหน่ายต่อพระดำรัสเตือนของพระองค์" เมื่อบุตรของพระเจ้าหลบเลี่ยงน้ำพระทัยของพระเจ้าพระวิญญ

าณบริสุทธิ์จะทรงคร่ำครวญ คนเหล่านี้จะไม่มีสันติสุขในจิตใจของตนและรู้สึกทุกข์ใจ

นอกจากนั้น พระเจ้ายังทรงสำแดงหมายสำคัญหลายอย่างเพื่อบุตรของพระองค์จะสำนึกตน แต่เมื่อคนเหล่านี้ไม่ยอมสำนึกตน พระเจ้าจะทรงอนุญาตให้มีการลงโทษเกิดขึ้นกับเขา คนเหล่านี้อาจได้รับบาดเจ็บ ป่วยเป็นโรค หรือประสบอุบัติเหตุ เขาอาจมีปัญหาในครอบครัวหรือในธุรกิจหรือพบกับความสูญเสียทางด้านการเงิน

เนื่องจากเราเป็นบุตรของพระเจ้าพระองค์จึงทรงตีสอนเราเมื่อเราเหินห่างไปจากความจริงเพื่อว่าเราจะเดินอยู่ในทางที่ถูกต้อง ถ้าเราไม่ถูกลงโทษหลังจากเราทำบาปก็หมายความว่าเราไม่มีส่วนเกี่ยวข้องอะไรกับพระเจ้า สภาพเช่นนี้น่ากลัวยิ่งกว่าการถูกลงโทษเสียด้วยซ้ำไป (ฮีบรู 12:8)

ด้วยเหตุนี้เมื่อเราถูกลงโทษเพราะบาปของตัวเราจึงไม่ควรท้อใจหรือถอดใจ แต่เราควรรับเอาการลงโทษนั้นด้วยการขอบพระคุณจากส่วนลึกแห่งจิตใจของเราและหันหลังกลับให้เร็วที่สุดเท่าที่จะทำได้ จากนั้นพระเจ้าแห่งความเมตตาและพระคุณจะยกโทษให้กับเรา พระองค์จะทรงช่วยเราให้พ้นจากความทุกข์เวทนาและทรงปกป้องเราให้พ้นจากภัยพิบัติ พระเจ้าจะทรงอนุญาตให้เราดำเนินชีวิตอย่างมีสันติสุขและอยู่ภายใต้การปกป้องรักษาของพระองค์

การไม่ยอมหันหลังกลับเมื่อมีโอกาสที่จะกลับใจ

แต่ถ้าเราไม่ยอมหันหลังกลับแม้เมื่อพระเจ้าได้ทรงให้โอกาสกับเราที่จะกลับใจผ่านทางการลงโทษเราจะต้องเก็บเกี่ยวในสิ่งที่เรา

ทำไว้ในโลกนี ในวันสุดท้ายเราจะถูกตัดสินใจให้พบกับความตายชั่วนิรันดร์

คริสตจักรเมืองธิยาทิราก็ได้รับโอกาสทีจะกลับใจด้วยเช่นกัน แต่คนเหล่านั้นไม่ยอมหันหลังกลับและเขาต้องพบกับความทุกข์ระทมอย่างแสนสาหัส องค์พระผู้เป็นเจ้าทรงเตือนคนเหล่านั้นว่า “นีแน่ะ เราจะโยนหญิงนั้นไว้บนเตียงคนไข้และคนทั้งหลายทีล่วงประเวณีกับนางเราก็จะทิ้งไว้ให้ผจญกับความระทมทุกข์เว้นไว้แต่ว่าคนเหล่านั้นจะสำนึกในความประพฤติชั่วของนาง” (ข้อ 22)

โดยทั่วไปเตียงนอนจะทำให้คนรู้สึกผ่อนคลายและสบายใจ ผู้คนต้องการพักผ่อนบนเตียง แต่เตียงในฝ่ายวิญญาณเป็นสถานที่ทำสิ่งอันน่าขยะแขยงของนางเยเซเบล พระเจ้าทรงหันพระพักตร์ของพระองค์ไปจากสถานทีแบบนี ดังนั้น ข้อความทีว่า “เราจะโยนหญิงนั้นไว้บนเตียงคนไข้” จึงหมายความว่าองค์พระผู้เป็นเจ้าจะทรงพิโรธต่อคนชั่วร้ายที่ไม่ยอมหันหลังกลับแม้เขามีโอกาสทีจะกลับใจ องค์พระผู้เป็นเจ้าจะทรงโยนเขาลงไปอยู่สถานการณ์ของความทุกข์ระทม

บางครั้งคนชั่วร้ายดูจะมีความสุขความมั่งคั่งร่ำรวยของเขาเพราะการลงโทษหรือความทุกข์ระทมไม่ได้เกิดขึ้นกับเขาทันที บางคนถึงกับบ่นว่า “ถ้าพระเจ้าทรงพระชนม์อยู่จริงทำไมพระองค์จึงทรงปล่อยให้คนชั่วลอยนวลเล่า”

แต่สดุดี 37:1-2 กล่าวว่า “อย่าให้เจ้าเดือดร้อนเพราะเหตุคนทีกระทำชั่ว อย่าอิจฉาคนทีประพฤติผิด เพราะไม่ช้าเขาจะเหียวไปเหมือนหญ้าและแห้งไปเหมือนพืชสด” สดุดี 37:10 กล่าวเช่นกันว่า “ยังอีกหน่อยหนึ่งคนอธรรมจะไม่มีอีก แม้จะมอง

ดูที่ที่ของเขาให้ดีเขาก็ไม่ได้อยู่ที่นั่น”

พระคัมภีร์สองตอนนี้กล่าวว่าถึงแม้คนชั่วร้ายอาจดูมั่งคั่งร่ำรวยอยู่ครู่หนึ่งและมีชีวิตอยู่อย่างสะดวกสบายเหมือนกับการนอนอยู่บนเตียง แต่หลังจากที่เขาก้าวข้ามกรอบแห่งความยุติธรรมเขาจะต้องพบกับการพิพากษาอย่างแน่นอน

บางครั้งอาจดูเหมือนว่าคนเหล่านี้จะไม่พบกับการพิพากษาแต่เขากลับอยู่อย่างสงบสุขในช่วงชีวิตของเขา แต่ในไม่ช้าคนชั่วเหล่านี้จะถูกโยนลงไปในบึงไฟนรกตลอดนิรันดร์ ที่นั่นเขาจะไม่พบกับความมั่งคั่งอย่างแน่นอน

เตียงที่องค์พระผู้เป็นเจ้าทรงโยนนางเยเซเบลขึ้นไปไว้อาจมองดูน่าสบายสำหรับผู้คนที่ไม่รู้จักความจริงข้อนี้ ดังนั้นคนเหล่านี้อาจถูกชักนำเข้าไปสู่การทดลองและร่วมกันทำบาป องค์พระผู้เป็นเจ้าตรัสกับคนกลุ่มนี้ว่า “คนทั้งหลายที่ล่วงประเวณีกับนางเราก็จะทิ้งไว้ให้ผจญกับความระทมทุกข์เว้นไว้แต่ว่าคนเหล่านั้นจะสำนึกในความประพฤติชั่วของนาง”

“ความระทมทุกข์” ในข้อนี้หมายถึงอะไร ข้อความนี้อาจหมายถึงการลงโทษครั้งสุดท้ายซึ่งจะทำให้เขาไม่ได้รับความรอดและการตกนรกหรือการที่คนซึ่งเห็นการเสด็จมาขององค์พระผู้เป็นเจ้าต้องถูกละไว้บนแผ่นดินโลกเพื่อให้เผชิญกับความทุกข์เวทนาครั้งใหญ่ถึงเจ็ดปี

พระเจ้าทรงพิพากษาตามความยุติธรรม

มีอยู่กรณีหนึ่งที่ความบาปของบุคคลคนหนึ่งไม่ได้ส่งผลถึงเขาแต่เพียงผู้เดียวแต่กลับส่งผลในวงกว้างกว่านั้นอีกหลายเท่า

ประการแรกคือประเทศทั้งประเทศอาจประสบกับความทุกข์ระทมเนื่องมาจากความบาปของผู้นำประเทศ ประการที่สองคือคริสตจักรทั้งคริสตจักรอาจประสบกับความทุกข์ระทมเนื่องจากศิษยาภิบาลซึ่งเป็นผู้นำของคริสตจักรทำสิ่งที่ไม่ถูกต้องในสายพระเนตรของพระเจ้า ประการที่สามคือครอบครัวอาจประสบกับความทุกข์ระทมเมื่อสมาชิกในครอบครัวคนหนึ่งทำบาป

ตัวอย่างของนางเยเซเบลประยุกต์ใช้กับทั้งสามกรณี นางเยเซเบลเป็นเหมือนมารดาของประเทศ เธอนำสามีของเธอซึ่งเป็นกษัตริย์ ข้าราชการของพระองค์ และประชาชนของประเทศเข้าไปสู่การทดลอง เธอแต่งตั้งผู้ที่นับกราบไหว้รูปเคารพให้เป็นผู้นำศาสนา เพราะเหตุนี้ประเทศทั้งประเทศจึงต้องประสบกับความทุกข์ระทมจากความแห้งแล้งถึงสามปีครึ่ง นางเยเซเบลเองก็ต้องพบกับความตายอย่างน่าเวทนาและน่าสลดใจด้วยเช่นกัน

จากความจริงข้อนี้เราพบว่าสงครามที่ปะทุขึ้นในประเทศหรือความทุกข์ระทมอย่างแสนสาหัสที่เกิดขึ้นไม่ได้เกิดขึ้นโดยบังเอิญ ทุกอย่างเป็นไปตามกฎแห่งความยุติธรรม ในที่ทำงานหรือในคริสตจักรก็เช่นเดียวกัน

ด้วยเหตุนี้เราควรจดจำไว้ว่ายิ่งเราอยู่ในตำแหน่งสูงมากเท่าใด เราก็ยิ่งมีความรับผิดชอบมากขึ้นเท่านั้นทั้งในโลกและในคริสตจักร เมื่อผู้นำตื่นตัวและอธิษฐาน พระกายทั้งหมดก็จะชื่นชมกับความมั่งคั่ง แม้จะมีความทุกข์ลำบากเกิดขึ้นแต่สิ่งนี้จะหมดไปอย่างรวดเร็ว

เนื่องจากพระเจ้าทรงสำรวจจิตใจของแต่ละคนด้วยพระเนตรดุ

จเปลวไฟของพระองค์ ดังนั้นจึงไม่มีใครจะล่อลวงพระองค์ได้ คนอย่างนางเยเซเบลและผู้คนที่มีส่วนร่วมกับการบาปของเธอจะต้องพบกับการพิพากษาด้วยความยุติธรรมอย่างแน่นอน

องค์พระผู้เป็นเจ้าตรัสในข้อ 23 ว่า "เราจะประหารลูกทั้งหลายของหญิงนั้นเสียให้ตายและคริสตจักรทั้งหลายจะได้รู้ว่าเราเป็นผู้พินิจพิจารณาจิตใจและเราจะให้สิ่งตอบแทนแก่เจ้าทุกคนให้เหมาะสมกับการงานของเจ้า"

คำตักเตือนที่ว่า "เราจะประหารลูกทั้งหลายของหญิงนั้น" หมายถึงการลงโทษหรือความทุกข์ระทมที่จะเกิดขึ้นในความยุติธรรมเช่นกัน สิ่งนี้ไม่ได้หมายความว่าการลงโทษหรือความทุกข์ระทมจะเกิดขึ้นกับเด็ก

ผู้คนในครอบครัวอย่างสามีหรือภรรยาอาจประสบกับความทุกข์ระทมจากปัญหาทางด้านการเงินหรือโรคภัยไข้เจ็บซึ่งเป็นผลมาจากความบาปของสมาชิกคนหนึ่งในครอบครัว ความยุติธรรมของพระเจ้าจะถูกเปิดเผยออกมาผ่านการพิพากษาดังกล่าวเพื่อมนุษย์ทุกคนจะรู้ว่าพระเจ้าไม่ทรงสำรวจการกระทำเท่านั้น แต่พระองค์ทรงสำรวจความคิดและจิตใจของมนุษย์ด้วยเช่นกัน

แน่นอน ก่อนที่ความทุกข์ระทมจะเกิดขึ้นพระเจ้าจะทรงอนุญาตให้เรารู้ถึงความผิดของเราด้วยวิธีการต่าง ๆ พระองค์จะทรงเตือนสติเราผ่านทางคำเทศนาหรือผ่านวิธีการและบุคคลที่เราคาดไม่ถึง

ตราบใดที่เรายังมีหูฝ่ายวิญญาณที่ฟังพระสุรเสียงของพระองค์เราจะสัมผัสได้ว่าพระเจ้าทรงสำรวจความคิดและจิตใจของเราและพระองค์จะทรงเข้ามายุ่งเกี่ยวแม้กระทั่งในสิ่งที่เล็กน้อยที่สุด

สุภาษิต 15:3 กล่าวว่า "พระเนตรของพระเจ้าอยู่ในทุกแห่งหนทรงเฝ้าดูคนชั่วและคนดี" และสดุดี 139:3 กล่าวว่า "พระองค์ทรงค้นวิถีของข้าพระองค์และการนอนของข้าพระองค์และทรงคุ้นเคยกับทางทั้งสิ้นของข้าพระองค์"

พระเจ้าผู้ยิ่งใหญ่ไม่ได้ทรงทราบเฉพาะคำพูดและการกระทำของแต่ละคนเท่านั้น พระองค์ทรงทราบจิตใจของทุกคนด้วยเช่นกัน พระองค์ทรงทราบแม้กระทั่งส่วนที่ลึกที่สุดของจิตใจ เราไม่สามารถซ่อนสีหน้าท่าทางของความรู้สึกขุ่นเคืองที่มีต่ออีกคนหนึ่งได้ แม้แต่ความดีเพียงเล็กน้อยที่เรากระทำในที่ลับก็จะถูกเปิดเผยให้เห็นอย่างชัดเจนในวันพิพากษา

ด้วยเหตุนี้เราจึงควรให้ความสนใจกับพระสุรเสียงของพระเจ้าผู้ทรงสำรวจจิตใจของเราและตื่นตัวอยู่เสมอเพื่อเราจะไม่ทำตามคำสอนของนางเยเซเบล

คำแนะนำและพระสัญญาขององค์พระผู้เป็นเจ้าที่มีต่อคริสตจักรเมืองธิยาทิรา

สำหรับพวกเจ้าที่เหลืออยู่ที่เมืองธิยาทิราผู้ไม่ถือคำสอนนี้และไม่รู้จักสิ่งที่เขาเรียกว่าความล้ำลึกของซาตานนั้นเราจะขอบอกว่าเราจะไม่มอบภาระอื่นให้เจ้า แต่สิ่งที่เจ้ามีอยู่แล้วนั้นจงยึดไว้ให้มั่นจนกว่าเราจะมา ผู้ใดมีชัยชนะและดำรงรักษากิจการของเราไว้จนถึงที่สุดเราจะให้ผู้นั้นมีอำนาจครอบครองบรรดาประชาชาติและผู้นั้นจะบังคับบัญชาคนทั้งหลายด้วยกระบอกเหล็กเหมือนกับเมื่อหม้อดินของช่างหม้อที่แตกออกเป็นเสี่ยง ๆ ตามที่เราได้รับอำนาจจากพระบิดาของเราและเราจะมอบดาวประจำรุ่งให้แก่ผู้นั้น ใครมีหูก็ให้ฟังข้อความซึ่งพระวิญญาณได้ตรัสไว้แก่คริสตจักรทั้งหลายเถิด (วิวรณ์ 2:24-29)

พระเจ้าทรงเป็นพระเจ้าแห่งความยุติธรรมผู้ทรงตอบแทนการกระทำทุกอย่างด้วยความยุติธรรม แต่ในเวลาเดียวกันพระองค์ทร

งเป็นพระเจ้าแห่งความรักผู้ทรงอดทนอดกลั้นอยู่เป็นเวลาอันเนิ่นนาน

2 เปโตร 3:9 กล่าวว่า "องค์พระผู้เป็นเจ้าไม่ได้ทรงเฉื่อยช้าในเรื่องพระสัญญาของพระองค์ตามที่บางคนคิดนั้น แต่พระองค์ได้ทรงอดกลั้นพระทัยไว้เพราะเห็นแก่ท่านทั้งหลายมาช้านาน พระองค์ไม่ทรงประสงค์ที่จะให้ผู้หนึ่งผู้ใดพินาศเลย แต่ทรงปรารถนาที่จะให้คนทั้งปวงกลับใจเสียใหม่"

คำแนะนำขององค์พระผู้เป็นเจ้าที่ทรงมอบให้กับคริสตจักรเมืองธิยาทิราถูกบรรจุไว้ในพระทัยของพระเจ้า องค์พระผู้เป็นเจ้าไม่ได้ทอดทิ้งคริสตจักรเมืองธิยาทิราที่ไม่ยอมกลับใจ แต่พระองค์ทรงมอบคำแนะนำให้กับเขา

คริสตจักรเมืองธิยาทิราที่ไม่กลับใจ

คำว่า "ผู้ไม่ถือคำสอนนี้" ที่อยู่ในคริสตจักรเมืองธิยาทิราหมายถึงผู้เชื่อใหม่ซึ่งยังไม่ได้ดำเนินชีวิตตามพระคำของพระเจ้า คนเหล่านี้ฟังพระคำของพระเจ้าอย่างขยันขันแข็งแต่เขายังมีความเชื่อไม่เข้มแข็งพอที่จะประพฤติตามพระคำ

องค์พระผู้เป็นเจ้าตรัสว่าคนเหล่านี้ยังไม่รู้จักสิ่งที่เขาเรียกว่าความล้ำลึกของซาตาน ในปัจจุบันสิ่งนี้หมายถึงผู้คนที่ยังนับถือศาสนาที่บูชารูปเคารพแต่คนเหล่านี้กลับไม่รู้ว่าสิ่งนี้เป็นการงานของซาตาน

ทุกประเทศมีกฎหมายและข้อกำหนดต่าง ๆ ตราบใดที่ประชาชนทำตามกฎหมายและข้อกำหนดเหล่านี้ทุกอย่างจะดำเนินไปด้วยดี แต่ถ้าประชาชนไม่รู้เขาอาจละเมิดกฎหมายและข้อกำหนดเหล่านี้และเขาจะถูกลงโทษ ในมิติฝ่ายวิญญาณก็เช่นเดียวกัน ถ้าเราไม่

รู้จักพระบัญญัติของพระเจ้าเราอาจล้มลงสู่การทดลองของซาตาน และละเมิดกฎเกณฑ์ของพระเจ้า

ผลลัพธ์ก็คือเราจะถูกลงโทษ อย่างไรก็ตามแม้เราจะทำบาปแบบเดียวกัน การลงโทษที่เราได้รับจะแตกต่างกันทั้งนี้ขึ้นอยู่กับว่าเรามีความเชื่ออยู่ในระดับใด ยกตัวอย่าง เมื่อผู้เชื่อใหม่และผู้เชื่อเก่าละเมิดวันสะบาโตซึ่งเป็นวันขององค์พระผู้เป็นเจ้า ความรุนแรงของบาปของทั้งสองคนจะแตกต่าง

เมื่อคนที่มีความเชื่อมากพิพากษาและนินทาว่าร้ายคนอื่น การกระทำของเขาจะแตกต่างอย่างสิ้นเชิงกับการกระทำของผู้เชื่อใหม่ซึ่งยังไม่รู้จักความจริง คนที่มีความเชื่อมากรู้ดีว่าการพิพากษาและการนินทาว่าร้ายคนอื่นเป็นบาปมหันต์ ในสถานการณ์เช่นนี้เขาทำตัวเป็นผู้พิพากษาคนอื่น แต่ถ้าเขายังขืนทำบาปนี้อย่างต่อเนื่องเขาก็จะถูกกล่าวโทษอย่างรุนแรงจากผีมารซาตาน

มิติฝ่ายวิญญาณมีความล้ำลึกอยู่หลายระดับ การงานของซาตานมีหลายระดับเช่นกัน ทั้งนี้ขึ้นกับระดับความล้ำลึกเหล่านี้ แต่ผู้เชื่อใหม่ไม่รู้จักมิติฝ่ายวิญญาณที่ล้ำลึกดังกล่าว เพราะเหตุนี้องค์พระผู้เป็นเจ้าจึงตรัสว่าคนเหล่านี้ไม่รู้จักสิ่งที่เขาเรียกว่าความล้ำลึกของซาตาน

สาเหตุที่คริสตจักรเมืองธิยาทิราไม่กลับใจ

เพราะความเชื่อของสมาชิกคริสตจักรเมืองธิยาทิราอยู่ในระดับต่ำ ดังนั้นเขาจึงไม่รู้จักสิ่งที่เขาเรียกว่าความล้ำลึกของซาตานและตาฝ่ายวิญญาณของเขายังไม่ได้เปิดออก คนเหล่านั้นได้ยินพระคำแต่เขาไม่สามารถย่อยสลายพระคำนั้นได้ เขาไม่มีกำลังมากพอที่จะประพฤติตามพระคำของพระเจ้า เพราะเหตุนี้คนเหล่านั้นจึงยังค

งรักโลกแม้เขาจะบอกว่าเขารักพระเจ้า สมาชิกเหล่านั้นไม่ได้ละทิ้งตัวเก่า แต่เขายังคงประนีประนอมกับความมืด

ถ้าเปรียบเทียบสภาพฝ่ายวิญญาณของคนเหล่านี้กับการเจริญเติบโตฝ่ายร่างกายของมนุษย์ สมาชิกเหล่านั้นเป็นเหมือนทารกที่ยังคงดื่มนมหรืออาหารเหลว เพราะเหตุนี้องค์พระผู้เป็นเจ้าจึงตรัสกับคริสตจักรเมืองธิยาทิราว่า "เราจะไม่มอบภาระอื่นให้เจ้า" (ข้อ 24) และ "แต่สิ่งที่เจ้ามีอยู่แล้วนั้นจงยึดไว้ให้มั่นจนกว่าเราจะมา" (ข้อ 25)

องค์พระผู้เป็นเจ้าไม่ได้ขอร้องให้คนเหล่านั้นก้าวไปสู่ระดับฝ่ายวิญญาณที่ลึกกว่าซึ่งได้แก่การชำระให้บริสุทธิ์และการได้รับฤทธิ์อำนาจ แต่พระองค์บอกเขาให้ยึดสิ่งที่เขามีอยู่แล้วไว้ให้มั่น (นั่นคือความเชื่อในระดับปัจจุบัน) เพื่อเขาจะไปถึงความรอด (1 โครินธ์ 3:1-2)

แต่เราต้องไม่เข้าใจผิดว่าเราเพียงแต่คงสภาพของความเชื่อในระดับปัจจุบันไว้ ถ้าเราเกียจคร้านและคิดว่า "แค่นี้ก็ดีแล้ว ถึงเวลาที่เราควรหยุดพัก" นี่เป็นการคิดแบบถอยหลังเข้าคลอง

โดยเฉพาะอย่างยิ่งเมื่อวาระสุดท้ายกำลังจะสิ้นสุดลง ถ้าเรามีความคิดเกียจคร้านและต้องการเพียงแค่คงสภาพความเชื่อของเราในปัจจุบันเอาไว้ เราต้องรู้ว่าสิ่งนี้จะก่อให้เกิดการถดถอยอย่างรุนแรง

องค์พระผู้เป็นเจ้าทรงสัญญากับคริสตจักรเมืองธิยาทิรา

องค์พระผู้เป็นเจ้าทรงให้คำแนะนำกับสมาชิกคริสตจักรเมืองธิยาทิราผู้มีความเชื่อเหมือนเด็กทารก จากนั้นพระองค์ทรงให้คำสัญญากับเขา พระองค์ตรัสว่า "ผู้ใดมีชัยชนะและดำรงรักษากิจการ

ของเราไว้จนถึงที่สุดเราจะให้ผู้นั้นมีอำนาจครอบครองบรรดาประชาชาติ” (ข้อ 26)

ประการแรก “ผู้ใดมีชัยชนะ” หมายถึงการเอาชนะความเท็จ ความชั่วร้าย และความมืดด้วยการรักษาและประพฤติตามพระคำของพระเจ้า

“กิจการของเรา” หมายถึงพระราชกิจขององค์พระผู้เป็นเจ้า การรักษากิจการของพระองค์คือการเชื่อฟังพระคำของพระเจ้าเหมือนที่พระเยซูทรงเชื่อฟังและการขยายแผ่นดินของพระเจ้าด้วยการช่วยดวงวิญญาณจำนวนมากให้รอด

องค์พระผู้เป็นเจ้าตรัสว่า “เราจะให้ผู้นั้นมีอำนาจครอบครองบรรดาประชาชาติ” นี่เป็นการมีอำนาจครอบครองเหนือผีมารซาตานซึ่งเป็นผู้มีอำนาจครอบครองเหนือบรรดาประชาชาติของโลกนี้

หลังจากที่พระเจ้าทรงสร้างฟ้าสวรรค์และแผ่นดินโลกและทรงสร้างอาดัมผู้เป็นมนุษย์คนแรกขึ้นมา พระเจ้าทรงมอบสิทธิอำนาจให้อาดัมครอบครองเหนือสิ่งสารพัดบนแผ่นดินโลก (ปฐมกาล 1:28) แต่อาดัมถูกทดลองจากซาตานเพื่อไม่ให้เชื่อฟังพระเจ้า สิทธิอำนาจของอาดัมจึงถูกส่งมอบให้กับผีมารซาตาน

ซาตานได้รับอนุญาตให้ใช้สิทธิอำนาจนี้เพียงชั่วคราวในช่วงของการฝึดร่อนมนุษย์เท่านั้น ผีมารซาตานไม่สามารถใช้อำนาจนี้กับเราที่เชื่อในองค์พระผู้เป็นเจ้าและเป็นบุตรของพระเจ้า

แต่พระเยซูเสด็จเข้ามาในโลกนี้ พระองค์ทรงถูกตรึงบนกางเขนและทรงหลั่งพระโลหิตของพระองค์ เมื่อพระองค์ทรงเป็นขึ้นมาจากความตายในวันที่สามพระองค์ได้ทรงทำลายสิทธิอำนาจของความตาย พระองค์ทรงช่วยเราให้รอดพ้นจากอำนาจของผีมารซาตาน เนื่องจากคนที่ต้อนรับเอาพระเยซูคริสต์เป็นพระผู้ช่วยให้รอด

ได้รับสิทธิให้เป็นบุตรของพระเจ้าคนเหล่านี้จึงถูกเจิมตั้งไว้เป็นบุตรของพระเจ้าและเป็นอิสระจากผีมารซาตาน (ยอห์น 1:12)

เนื่องจากคนเหล่านี้เป็นบุตรของพระเจ้าเขาจึงไม่ได้เป็นมิตรกับความมืดซึ่งอยู่ภายใต้อำนาจของผีมารซาตานอีกต่อไป แต่เขาดำเนินชีวิตตามความจริงแห่งพระคำของพระเจ้าซึ่งเป็นของความสว่าง นี่คือความหมายของการมีชัยชนะและการดำรงรักษากิจการขององค์พระผู้เป็นเจ้าเอาไว้

แต่ผีมารซาตานจะพยายามทุกวิถีทางที่จะขัดขวางเราไม่ให้ดำเนินชีวิตตามพระคำแห่งความจริงเพื่อทำให้เราหันกลับไปหาโลกอีกครั้งหนึ่ง ผีมารซาตานใส่ความสงสัยไว้ในเราเพื่อทำให้เราขาดความเชื่อผี มารวาตานจะทำให้เรารักโลกมากกว่ารักพระเจ้าและขัดขวางเราในหลากหลายแนวทาง

แต่เมื่อเราขับไล่ผีมารซาตานออกไปและดำเนินชีวิตตามพระคำของพระเจ้าเราก็จะสามารถเอาชนะผีมารซาตานได้มากขึ้นเรื่อย ๆ

ยิ่งเราดำเนินชีวิตตามพระคำของพระเจ้าครบถ้วนมากเพียงใดเราก็จะได้รับสิทธิอำนาจและพลังอำนาจจากสวรรค์มากขึ้นเท่านั้น จากนั้นเราก็สามารถครอบครองเหนือผีมารซาตาน (ผู้ครอบครองโลกนี้) ได้ไม่ยาก เมื่อเราดำเนินชีวิตด้วยพระคำอย่างครบถ้วน กำจัดความชั่วร้ายทุกรูปแบบทิ้งไป และได้รับการชำระให้บริสุทธิ์อย่างสมบูรณ์ คนชั่วร้ายจะไม่สามารถแตะต้องเราได้ (1 ยอห์น 5:18)

ตัวอย่างการพิพากษาของพระเจ้า

ผู้คนที่พ่ายแพ้ในการต่อสู้กับผู้ครอบครองของความมืดจะมีชีวิ

ตอยู่ภายใต้อำนาจของผีมารซาตาน โดยเฉพาะอย่างยิ่งถ้าคนเหล่านั้นทำตามแบบอย่างการประพฤติของพวกนิโคเลาส์นิยม บาลาอัมหรือนางเยเซเบลเขาก็จะกลายเป็นทาสของผีมารซาตาน คนเหล่านี้จะพบกับการพิพากษาที่น่ากลัว นี่คือสิ่งที่องค์พระผู้เป็นเจ้าตรัสไว้ในวิวรณ์ 2:27

องค์พระผู้เป็นเจ้าตรัสไว้ในข้อนี้ว่า "และผู้นั้นจะบังคับบัญชาคนทั้งหลายด้วยกระบองเหล็กเหมือนกับเมือหม้อดินของช่างปั้นหม้อที่แตกออกเป็นเสี่ยง ๆ ตามที่เราได้รับอำนาจจากพระบิดาของเรา"

คำว่า "กระบองเหล็ก" ในข้อนี้หมายถึงท่อนเหล็กหรือพลองเหล็ก ถ้าเราตีหม้อดินด้วยท่อนเหล็กหม้อดินก็จะแตกออกเป็นเสี่ยง ๆ ด้วยเหตุนี้ ข้อความที่ว่า "ผู้นั้นจะบังคับบัญชาคนทั้งหลายด้วยกระบองเหล็กเหมือนกับเมือหม้อดินของช่างปั้นหม้อที่แตกออกเป็นเสี่ยง ๆ" จึงหมายถึงสิทธิอำนาจของพระเจ้าผู้ที่จะทรงพิพากษามนุษย์

เมื่อพระเจ้าทรงสร้างมนุษย์ขึ้นในครั้งแรกพระองค์ทรงสร้างเขาให้เป็นวิญญาณที่มีชีวิต มนุษย์เป็นสิ่งมีชีวิตที่สูงส่ง เขาเป็นสิ่งมีชีวิตฝ่ายวิญญาณที่ถูกสร้างขึ้นตามพระฉายาของพระเจ้า แต่วิญญาณของมนุษย์ตายลงเพราะบาปและเขากลายเป็นมนุษย์ฝ่ายเนื้อหนังที่อยู่ภายใต้การบังคับควบคุมของจิตใจ มนุษย์จึงไม่มีสภาพไม่แตกต่างอะไรกับภาชนะที่ทำจากดิน ด้วยเหตุนี้ ข้อความที่ว่า "หม้อดินของช่างปั้นหม้อที่แตกออกเป็นเสี่ยง ๆ" จึงหมายถึงการทุบทำลายคนที่ไม่ได้ดำเนินชีวิตตามพระคำของพระเจ้าให้แตกออกเป็นเสี่ยง ๆ ผู้คนที่เป็นของผีมารซาตานจะถูกทอดทิ้งในที่สุด

ยอห์น 12:48 กล่าวว่า "ถ้าผู้ใดไม่ยอมรับเราและไม่รับคำของ

เรา ผู้นั้นจะมีสิ่งหนึ่งพิพากษาเขา คำที่เราได้กล่าวแล้วนั่นแหละจะพิพากษาเขาในวันสุดท้าย” คนที่ไม่ยอมรับพระคำของพระเจ้าจะถูกพิพากษาด้วยพระคำของพระเจ้าในวันสุดท้าย

แต่คนที่ใส่พระคำของพระเจ้าไว้ในจิตใจของตน มีชัยชนะ และดำรงรักษากิจการขององค์พระผู้เป็นเจ้าเอาไว้จะได้รับสิทธิอำนาจของความสว่างซึ่งจะทำลายอำนาจของผีมารซาตาน เราจะได้รับสิทธิอำนาจนี้เหมือนที่องค์พระผู้เป็นเจ้าตรัสไว้ว่า “ตามที่เราได้รับอำนาจจากพระบิดาของเรา”

องค์พระผู้เป็นเจ้าตรัสกับคนเหล่านั้นเช่นกันว่า “เราจะมอบดาวประจำรุ่งให้แก่ผู้นั้น” ดาวประจำรุ่งเป็นดาวที่สว่างสุกใสที่สุดในบรรดาดวงดาวทั้งหลาย ดาวประจำรุ่งนี้หมายถึงองค์พระผู้เป็นเจ้าในวิวรณ์ 22:16 องค์พระผู้เป็นเจ้าตรัสว่า “เราคือเยซูผู้ใช้ให้ทูตสวรรค์ของเราไปเป็นพยานสำแดงเหตุการณ์เหล่านี้แก่ท่านเพื่อคริสตจักรทั้งหลาย เราเป็นเชื้อสายของดาวิดและเป็นดาวประจำรุ่งอันสุกใส”

ด้วยเหตุนี้ การ “มอบดาวประจำรุ่งให้แก่ผู้นั้น” จึงหมายความว่าพระเจ้าทรงรักและทรงยอมรับองค์พระผู้เป็นเจ้าฉันใดพระองค์ก็จะทรงรักและทรงยอมรับผู้คนที่ดำเนินชีวิตตามพระคำและมีชัยชนะเหนือผีมารซาตานว่าเป็นบุตรของพระองค์ด้วยฉันนั้น

เมื่อเราเชื่อในองค์พระผู้เป็นเจ้า กำจัดความชั่วร้ายทุกรูปแบบทิ้งไป และดำเนินชีวิตตามพระคำของพระเจ้าอย่างขยันหมั่นเพียร เราก็จะมีลักษณะเหมือนองค์พระผู้เป็นเจ้าและเราจะกลายเป็นมนุษย์ฝ่ายวิญญาณ จากนั้นเราจะเป็นคนที่บริสุทธิ์และดีพร้อมเหมือนที่พระเยซูคริสต์พระบุตรของพระเจ้าทรงเป็นผู้บริสุทธิ์และทรงดีพร้อม เราจะได้รับการยอมรับว่าเป็นบุตรของพระเจ้า

แต่ไม่ว่าเราจะประกาศว่าเราเชื่อในองค์พระผู้เป็นเจ้ามากเพียงใดก็ตาม ถ้าเราไม่ได้ดำเนินชีวิตตามพระคำของพระเจ้าและพ่ายแพ้ต่อผีมารซาตาน องค์พระผู้เป็นเจ้าจะไม่ทรงมอบดาวประจำรุ่งให้กับเรา เราจะไม่ได้รับการยอมรับว่าเป็นบุตรของพระเจ้าและในที่สุดเราจะไม่ได้รับความรอด

พระเจ้าแห่งความรักทรงต้องการให้ทุกคนได้รับความรอด

พระเจ้าจะทรงตอบแทนเราตามสิ่งที่เราได้กระทำตามความยุติธรรมของพระองค์ แต่ในกรณีที่เราหลงติดตามคำสอนผิดหรือลัทธิเทียมเท็จโดยไม่รู้ว่าสิ่งนั้นเป็นแผนงานของผีมารซาตาน พระเจ้าจะไม่ทรงใส่ภาระอื่นให้กับเราถ้าเราสำนึก กลับใจ และหันหลังกลับ

แต่ถ้าเราทำตามแนวทางของผีมารซาตานทั้ง ๆ ที่รู้ เราจะได้รับการตอบแทนจากพระเจ้าต่อการกระทำของเราแม้เรากลับใจและหันหลังกลับแล้วก็ตาม เป็นความจริงที่ว่าปัญหาเรื่องความบาปจะได้รับการแก้ไขอย่างสมบูรณ์ด้วยการเข้าหาองค์พระผู้เป็นเจ้า แต่เราจะได้รับการตอบแทนจากพระเจ้าต่อสิ่งที่เรากระทำไว้ในอดีตด้วยเช่นกัน นี่เป็นความรักของพระเจ้าที่ทรงต้องการมอบสิ่งที่ดีกว่าให้กับเราและทรงปรารถนาให้เราเป็นคนดีพร้อมมากขึ้น

ด้วยเหตุนี้ เราควรวิ่งแข่งขันในความเชื่อไปจนกว่าองค์พระผู้เป็นเจ้าจะเสด็จกลับมาโดยไม่สูญเสียโอกาสที่จะได้รับความรอด พระเจ้าทรงสอนเราด้วยความจริงเพื่อจะทรงช่วยคนอีกคนหนึ่งให้รอด พระองค์ทรงประกาศถึงความจริงให้กับผู้คนที่กำลังเดินหลงทางอยู่ในเวลานี้

โดยเฉพาะอย่างยิ่งสำหรับผู้คนที่เชื่อในพระเจ้าแต่ถูกผีมารซาตานล่อลวงและกำลังมุ่งหน้าไปสู่หนทางแห่งความพินาศ พระเจ้าทรงปรารถนาที่จะเปิดหนทางแห่งความรอดให้กับคนเหล่านี้ด้วยพระทัยที่มุ่งมั่นมากยิ่งขึ้นของพระองค์

หลังจากทารกเกิดมาเขาจะเจริญเติบโตขึ้นเมื่อวันเวลาผ่านไป ในความเชื่อก็เช่นเดียวกัน วิญญาณจิตของเราต้องเติบโตขึ้นอย่างต่อเนื่อง การเติบโตฝ่ายวิญญาณไม่ใช่เพียงการประพฤติภายนอกแต่เป็นการกำจัดความชั่วร้ายออกจากจิตใจของเราและการชำระจิตใจให้บริสุทธิ์ด้วยเช่นกัน

แม้ภายนอกเราจะดูเป็นคนสัตย์ซื่อและพยายามทำทุกอย่างจนสุดกำลัง แต่ถ้าเราไม่ได้เข้าสุหนัตในจิตใจของเรา เราก็ไม่ได้มีชีวิตคริสเตียนที่ถูกต้องในสายพระเนตรของพระเจ้า เมื่อเด็กทารกเติบโตขึ้นเขาต้องเติบโตขึ้นทั้งในด้านร่างกายและในด้านความคิด ในชีวิตคริสเตียนของเราก็เช่นเดียวกัน ความเชื่อของเราต้องเติบโตขึ้นทั้งในด้านการประพฤติภายนอกและการเติบโตฝ่ายวิญญาณภายใน

คริสตจักรเมืองธิยาทิราขาดการเจริญเติบโตภายใน ความเชื่อของเขาหยุดชะงักอยู่ในระดับความเชื่อของเด็กทารก คนเหล่านั้นไม่ได้รับพระสัญญาเรื่องรางวัลในแผ่นดินสวรรค์ เขาได้รับเพียงพระสัญญาเรื่องความรอดเท่านั้น

เอเฟซัส 4:13 กล่าวว่า "จนกว่าเราทุกคนจะบรรลุถึงความเป็นน้ำหนึ่งใจเดียวกันในความเชื่อและในความรู้ถึงพระบุตรของพระเจ้า จนกว่าเราจะเติบโตเป็นผู้ใหญ่เต็มที่ คือเต็มถึงขนาดความไพบูลย์ของพระคริสต์" เราต้องเจริญเติบโตขึ้นอย่างต่อเนื่องจนเรากลายเป็นคริสตจักรและผู้เชื่อที่ทำให้พระเจ้าทรงพอพระทัย

บทที่ 5

คริสตจักรเมืองซาร์ดิส
- คริสตจักรเล็กที่ได้ชื่อว่ามีชีวิตแต่ตายแล้ว

คริสตจักรเมืองซาร์ดิสได้รับคำตำหนิติเตียนจากองค์พระผู้เป็นเจ้าซึ่งตรัสว่า “เจ้าได้ชื่อว่ามีชีวิตอยู่แต่ว่าเจ้าได้ตายเสียแล้ว”

คนเหล่านี้ประกาศถึงความเชื่อของตนในพระเจ้าและในองค์พระผู้เป็นเจ้า แต่ความเชื่อของเขากลับเป็นเพียงความเชื่อที่ตายแล้วในเมื่อความเชื่อของเขาไม่มีการประพฤติ

อย่างไรก็ตาม สมาชิกคริสตจักรบางคนพยายามรักษาความเชื่อของตนเอาไว้

พระคำขององค์พระผู้เป็นเจ้าที่ส่งถึงคริสตจักรเมืองซาร์ดิสในวันนี้เป็นพระคำที่พระองค์ทรงมอบให้กับคริสตจักรต่าง ๆ ที่จำเป็นต้องเปลี่ยนความเชื่อที่ตายแล้วของตนให้เป็นความเชื่อที่แท้จริงซึ่งควบคู่มาพร้อมกับการประพฤติ พระเจ้าทรงมอบพระคำในวันนี้ให้กับผู้คนที่กำลังอธิษฐานและพยายามประพฤติตามพระคำของพระองค์เช่นกัน

วิวรณ์ 3:1-6

จงเขียนถึงทูตสวรรค์แห่งคริสตจักรเมืองซาร์ดิสว่า 'พระองค์ผู้ทรงมีพระวิญญาณทั้งเจ็ดของพระองค์และทรงมีดาราเจ็ดดวงนั้นได้ตรัสนี้ว่า' "เรารู้จักแนวการกระทำของเจ้า เจ้าได้ชื่อว่ามีชีวิตอยู่ แต่ว่าเจ้าได้ตายเสียแล้ว เจ้าจงตื่นขึ้นและกระตุ้นส่วนที่เหลืออยู่ซึ่งจวนจะตายอยู่แล้วนั้นให้แข็งแรงขึ้น เพราะว่าเราไม่พบการประพฤติของเจ้าที่ดีพร้อมในสายพระเนตรของพระเจ้า เหตุฉะนั้นเจ้าจงระลึกว่าเจ้าได้รับและได้ยินอะไร จงกระทำตามและกลับใจเสียใหม่ ถ้าเจ้าไม่เฝ้าระวัง เราจะมาหาเจ้าเหมือนอย่างขโมยและเจ้าจะไม่รู้ว่าเราจะมาหาเจ้าเมื่อไร แต่ก็มีพวกเจ้าสองสามคนที่เมืองซาร์ดิสที่ไม่ได้กระทำให้เสื้อผ้าของตนมีมลทินและเขาเหล่านั้นจะแต่งตัวสีขาวเดินไปกับเราเพราะว่าเขาเป็นคนที่สมควรแล้ว ผู้ใดมีชัยชนะผู้นั้นจะสวมเสื้อสีขาวและเราจะไม่ลบชื่อผู้นั้นออกจากหนังสือแห่งชีวิต เราจะรับรองชื่อผู้นั้นต่อพระพักตร์พระบิดาของเราและต่อหน้าเหล่าทูตสวรรค์ของพระองค์ ใครมีหูก็ให้ฟังข้อความซึ่งพระวิญญาณได้ตรัสไว้แก่คริสตจักรทั้งหลายเถิด"

จดหมายขององค์พระผู้เป็นเจ้าที่ส่งไปถึงคริสตจักรเมืองซาร์ดิส

จงเขียนถึงทูตสวรรค์แห่งคริสตจักรเมืองซาร์ดิสว่า พระองค์ผู้ทรงมีพระวิญญาณทั้งเจ็ดของพระองค์และทรงมีดาราเจ็ดดวงนั้นได้ตรัสนี้ว่า (วิวรณ์ 3:1)

ซาร์ดิสเป็นเมืองที่มีความมั่งคั่งร่ำรวยซึ่งมีรายได้จากอุตสาหกรรมการย้อมผ้า เมืองนี้เต็มไปด้วยความสุรุ่ยสุร่ายและการล่วงประเวณีและเป็นศูนย์กลางของการกราบไหว้รูปเคารพ ในสภาพแวดล้อมเช่นนี้คริสตจักรเมืองซาร์ดิสจึงมีความเชื่อที่ไม่สมบูรณ์แบบ

พระองค์ผู้ทรงมีพระวิญญาณทั้งเจ็ดของพระเจ้า

พระคัมภีร์ข้อนี้กล่าวถึงองค์พระผู้เป็นเจ้าผู้ทรงเขียนจดหมายถึงคริสตจักรเมืองซาร์ดิสว่า “พระองค์ผู้ทรงมีพระวิญญาณทั้งเจ็ดของพระองค์และทรงดาราเจ็ดดวง”

“พระวิญญาณทั้งเจ็ด” คือพระทัยของพระเจ้าผู้ทรงเป็นพระวิญ

ญาณ พระทัยของพระเจ้าอยู่ในพระคัมภีร์ พระคัมภีร์บอกเราโดยละเอียดถึงวิธีการที่จะทำให้พระเจ้าพอพระทัยและวิธีการที่จะได้รับคำตอบจากพระเจ้า พระวิญญาณทั้งเจ็ดนี่เองที่แสดงให้เราเห็นถึงพระทัยของพระเจ้าและเงื่อนไขของการรับคำตอบจากพระองค์

"เลขเจ็ด" ในข้อนี้ไม่ได้หมายความพระวิญญาณของพระเจ้ามีอยู่เจ็ดองค์ ในฝ่ายวิญญาณ "เลขเจ็ด" หมายถึงความดีพร้อมและความสมบูรณ์แบบ ยอห์น 4:24 กล่าวว่า "พระเจ้าทรงเป็นพระวิญญาณ" พระเจ้าคือพระวิญญาณ ดังนั้น "เลขเจ็ด" จึงแสดงถึงพระวิญญาณของพระเจ้าผู้ทรงสมบูรณ์แบบ พระเจ้าทรงแสวงหาและทรงกำกับดูแลชีวิตของมนุษย์ทุกคนบนแผ่นดินโลกซึ่งพระองค์ทรงส่งพระวิญญาณทั้งเจ็ดซึ่งเป็นพระทัยของพระองค์ออกไป (วิวรณ์ 5:6)

พระวิญญาณทั้งเจ็ดสำรวจจิตใจและการประพฤติของมนุษย์ทุกคน จากนั้นพระเจ้าจะทรงมอบคำตอบและพระพรให้กับผู้คนที่ถูกต้องในสายพระเนตรของพระองค์ตามหลักแห่งความยุติธรรม เพื่อให้เข้าใจง่ายขึ้นเราอาจคิดถึงพระวิญญาณทั้งเจ็ดเหล่านี้ในลักษณะของตาชั่งที่พระเจ้าทรงใช้ชั่งน้ำหนักเพื่อเป็นเกณฑ์ในการให้คำตอบ เมื่อเราซื้อผลผลิตบางอย่างเราจะชั่งผลผลิตเหล่านั้นด้วยตาชั่งและชำระเงินตามน้ำหนักของผลผลิตที่เราซื้อ เช่นเดียวกันเมื่อเราต้องการได้รับคำตอบจากพระเจ้าเราต้องทำตามเงื่อนไขของพระองค์เพื่อให้ได้รับคำตอบด้วยการประเมินของพระวิญญาณทั้งเจ็ด

พระวิญญาณทั้งเจ็ดใช้อะไรเป็นเกณฑ์ในการวัดหรือการประเมินว่าคำตอบที่เราจะได้รับควรเป็นคำตอบว่า "ใช่" หรือ "ไม่ใช่" พระวิญญาณทั้งเจ็ดใช้ความคิด จิตใจ และการประพฤติของเราเป็

นเกณฑ์ในการวัดโดยไม่มีข้อผิดพลาดแม้แต่เพียงเล็กน้อยและจะจำแนกการประเมินดังกล่าวออกเป็นเจ็ดด้าน

พระวิญญาณทั้งเจ็ดและดาราเจ็ดดวง

ประการแรก พระวิญญาณทั้งเจ็ดวัดความเชื่อ

พระวิญญาณทั้งเจ็ดจะไม่ประเมินความเชื่อฝ่ายเนื้อหนังซึ่งเป็นเพียงความรู้ แต่จะวัดความเชื่อฝ่ายวิญญาณซึ่งควบคู่มาพร้อมกับการประพฤติ ความเชื่อฝ่ายวิญญาณคือความเชื่อที่ทำให้เราเชื่อได้โดยปราศจากข้อสงสัยแม้ว่าสิ่งนั้นจะไม่สอดคล้องกับความคิดหรือความรู้ของเรา ความเชื่อฝ่ายวิญญาณเป็นสิ่งที่พระเจ้าประทานให้ซึ่งทำให้เราเชื่อว่าพระเจ้าทรงสามารถสร้างบางสิ่งบางอย่างให้เกิดขึ้นจากความว่างเปล่าได้ เราจะได้รับความเชื่อนี้จากพระเจ้าในขนาดเท่าใดขึ้นกับว่าเราได้กำจัดความชั่วร้ายทิ้งไปแค่ไหนและจิตใจของเราได้รับการชำระให้บริสุทธิ์มากน้อยเพียงใด

ประการที่สอง พระวิญญาณทั้งเจ็ดวัดการอธิษฐาน

พระวิญญาณทั้งเจ็ดจะประเมินดูว่าเราอธิษฐานด้วยวิธีการที่ถูกต้องเหมาะสมตามพระทัยและน้ำพระทัยของพระเจ้ามากน้อยเพียงใด เพื่อให้ถูกต้องตามน้ำพระทัยของพระเจ้าเราต้องอธิษฐานเป็นประจำด้วยการคุกเข่าลงต่อหน้าพระพักตร์พระเจ้าและร้องทูลต่อพระองค์อย่างสุดจิตใจ สุดความคิด และสุดกำลังของเรา นอกจากนั้น พระเจ้าไม่ได้ทอดพระเนตรดูสิ่งที่ปรากฏภายนอกและการแสดง แต่พระองค์ทรงสำรวจจิตใจภายในของเรา ดังนั้นเราต้องอธิษฐานอย่างสิ้นสุดใจของเรา เราไม่ควรขอในสิ่งที่เป็นความต้องการของเรา แต่เราต้องอธิษฐานด้วยความเชื่อและความรักโดยให้เป็นไปตามน้ำพระทัยของพระองค์

ประการที่สาม พระวิญญาณทั้งเจ็ดวัดความชื่นชมยินดี

การมีความชื่นชมยินดีเป็นหลักฐานพิสูจน์ว่าเรามีความเชื่อ เราชื่นชมยินดีในทุกสถานการณ์ได้ก็เพราะเรามีความเชื่อมั่นคงในพระเจ้าและเชื่อว่าเราจะได้รับคำตอบจากพระองค์ เนื่องจากความชื่นชมยินดีฝ่ายวิญญาณเกิดมาจากสันติสุข ถ้าเราไม่มีกำแพงบาปขวางกั้นระหว่างเรากับพระเจ้าเราก็จะมีสันติสุขกับพระองค์และความชื่นชมยินดีจะไม่มีวันจางหายไปจากจิตใจของเรา

ประการที่สี่ พระวิญญาณทั้งเจ็ดวัดการขอบพระคุณ

ถ้าเรามีความเชื่อเราก็จะสามารถขอบพระคุณในทุกสถานการณ์และในทุกเงื่อนไข ถ้าเราขอบพระคุณเฉพาะในยามที่ทุกสิ่งทุกอย่างดำเนินไปด้วยดีแต่เรากลับรู้สึกขุ่นเคืองและบ่นเมื่อเรามีความทุกข์ยากลำบากและเมื่อทุกสิ่งไม่ได้เป็นไปด้วยดี ถ้าเช่นนั้นเราก็จะไม่ผ่านการประเมินของพระวิญญาณทั้งเจ็ดในการวัดการขอบพระคุณของเรา เราจะได้รับคำตอบจากพระเจ้าล่าช้าออกไป

ประการที่ห้า พระวิญญาณทั้งเจ็ดวัดว่าเรารักษาพระบัญญัติของพระเจ้าหรือไม่

พระคัมภีร์มีพระบัญญัติอยู่มากมายที่สั่งเราว่า จงทำสิ่งนี้ อย่าทำสิ่งนั้น จงรักษาสิ่งนี้ และจงละทิ้งสิ่งนั้น เป็นต้น พระบัญญัติสิบประการคือข้อสรุปของพระบัญญัติที่มีอยู่ทั้งหมด พระวิญญาณทั้งเจ็ดจะวัดดูว่าเรารักษาพระบัญญัติสิบประการหรือไม่ 1 ยอห์น 5:3 กล่าวว่า "เพราะว่านี่แหละเป็นความรักต่อพระเจ้า คือที่เราทั้งหลายประพฤติตามพระบัญญัติของพระองค์และพระบัญญัติของพระองค์นั้นไม่เป็นภาระ" ดังนั้นหลักฐานของการรักพระเจ้าคือการรักษาพระบัญญัติของพระองค์

ประการที่หก พระวิญญาณทั้งเจ็ดวัดความสัตย์ซื่อ

ความสัตย์ซื่อนี้ไม่ใช่เฉพาะความสัตย์ซื่อต่อแผ่นดินของพระเจ้าแต่เป็นความสัตย์ซื่อในชีวิตทุกด้านของเราไม่ว่าจะเป็นครอบครัวหรือที่ทำงาน แม้สิ่งที่สำคัญเป็นอันดับแรกสำหรับเราในฐานะผู้เชื่อคืองานขององค์พระผู้เป็นเจ้า แต่เราไม่ควรละเลยภารกิจในครอบครัวหรือภายในที่ทำงานของเรา เราต้องมีความสัตย์ซื่อกับทุกสิ่งในชุมชนของพระเจ้า

สิ่งที่สำคัญที่สุดในความสัตย์ซื่อก็คือเราต้องมีความสัตย์ในฝ่ายวิญญาณ หมายความว่าเราต้องเข้าสุหนัตในจิตใจของเรา ความสัตย์ซื่อของเราจะครบถ้วนสมบูรณ์และเป็นสิ่งที่อยู่ฝ่ายวิญญาณเมื่อเรามีจิตใจเหมือนพระทัยของพระเจ้าและอุทิศตนเองแม้กระทั่งการสละชีวิตของตน

ประการที่เจ็ด พระวิญญาณทั้งเจ็ดวัดความรัก

ความรักเป็นเหมือนเชือกที่ผูกพันด้านต่าง ๆ ทั้งหกด้านเข้าด้วยกัน ไม่ว่าเราจะอธิษฐานและทำพันธกิจของพระเจ้ามากเพียงใดก็ตาม สิ่งเหล่านี้จะมีความหมายอย่างแท้จริงก็ต่อเมื่อเราทำสิ่งเหล่านี้ด้วยความรักแท้ที่เรามีต่อพระเจ้าและต่อพี่น้องชายหญิงในความเชื่อ

พระวิญญาณทั้งเจ็ดจะวัดความเชื่อ การอธิษฐาน ความชื่นชมยินดี การขอบพระคุณ การรักษาพระบัญญัติ ความสัตย์ซื่อ และความรักเพื่อตัดสินว่าเราควรจะได้รับคำตอบจากพระเจ้าหรือไม่ แต่เกณฑ์ที่ใช้วัดแต่ละคนจะแตกต่างกันออกไปตามหลักความยุติธรรมโดยพิจารณาจากความเชื่อของแต่ละคน

กล่าวคือ สำหรับผู้เชื่อใหม่และยังมีความเชื่อน้อย มาตรฐานที่ใช้ในการวัดจะต่ำกว่ามาตรฐานที่ใช้วัดคนที่เป็นคริสเตียนมานานและมีความเชื่อมาก คนเหล่านี้จะถูกประเมินด้วยมาตรฐานที่สูงก

ว่า

พระองค์ผู้ทรงมีพระวิญญาณทั้งเจ็ดของพระเจ้าทรงมีดาราเจ็ดดวงด้วยเช่นกัน คำว่า "ดารา" ในข้อนี้หมายถึงมนุษย์ ในปฐมกาล 15:5 กล่าวว่า "พระองค์จึงพาอับรามออกมากลางแจ้งแล้วตรัสว่า 'มองดูฟ้า ถ้าเจ้านับดาวทั้งหลายได้ ก็นับไปเถิด' แล้วพระองค์ตรัสว่า 'พงศ์พันธุ์ของเจ้าจะมากมายเช่นนั้น'" พระเจ้าทรงเปรียบเทียบพงศ์พันธุ์ของอับราฮัมกับดวงดาว

ด้วยเหตุนี้ ดาราเจ็ดดวงจึงหมายถึงผู้รับใช้ของพระเจ้าทั้งสิ้นที่พระเจ้าทรงเลือกสรรตั้งแต่ในสมัยพระคัมภีร์เดิมไปจนถึงพระคัมภีร์ใหม่ คนเหล่านี้คือผู้รับใช้ที่พระเจ้าทรงอุ้มชูไว้ในพระหัตถ์อันยิ่งใหญ่ของพระองค์และทรงใช้เขาเพื่อแผ่นดินของพระเจ้า องค์พระผู้เป็นเจ้าทรงเปิดเผยถึงพระทัยและน้ำพระทัยของของพระเจ้าพระบิดาผ่านริมฝีปากของคนเหล่านี้และทรงสำแดงการทำงานด้วยฤทธิ์อำนาจของพระเจ้าผู้ทรงพระชนม์อยู่ผ่านทางเขาเพื่อว่าบุตรของพระเจ้าจะเดินอยู่ในเส้นทางแห่งความจริง

ดังนั้น ข้อความที่ว่า "พระองค์ผู้ทรงมีพระวิญญาณทั้งเจ็ดของพระเจ้าและทรงมีดาราเจ็ดดวง" จึงหมายความว่าองค์พระผู้เป็นเจ้าทรงสำรวจทุกสิ่งทุกอย่างผ่านทางพระวิญญาณทั้งเจ็ดและทรงนำบุตรของพระเจ้าไปตามเส้นทางแห่งความจริงผ่านทางดาราเจ็ดดวงซึ่งได้แก่ผู้รับใช้ทั้งสิ้นของพระองค์

คริสตจักรที่มีลักษณะเหมือนคริสตจักรเมืองซาร์ดิส

คริสตจักรเมืองซาร์ดิสได้ยินพระคำของพระเจ้าและรู้จักพระคำในลักษณะที่เป็นเพียงความรู้โดยที่เขาไม่ได้ประพฤติตามพระคำของพระองค์ ผู้เชื่อเหล่านั้นมีสิ่งที่เรียกว่า

"ความเชื่อที่ตายแล้ว" เพราะเหตุนี้องค์พระผู้เป็นเจ้าจึงทรงตำหนิเขาว่า "เจ้าได้ชื่อว่ามีชีวิตอยู่แต่ว่าเจ้าได้ตายไปเสียแล้ว" (ข้อ 1) คนเหล่านั้นคิดว่าตนเองรอด แต่ในมุมมองของพระองค์พระผู้เป็นเจ้าเขาไม่มีส่วนเกี่ยวข้องใดกับความรอด

ในปัจจุบันมีคริสตจักรและผู้เชื่อจำนวนมากมายจนน่าประหลาดใจที่มีความเชื่อที่ตายแล้วเหมือนคริสตจักรเมืองซาร์ดิส คนเหล่านี้ได้ชื่อว่าเป็น "ผู้เชื่อ" แต่มีเพียงไม่กี่คนที่รักษาวันสะบาโตซึ่งเป็นวันขององค์พระผู้เป็นเจ้าและถวายสิบลดอย่างถูกต้องและครบถ้วน สิ่งเหล่านี้เป็นการประพฤติขั้นพื้นฐานที่สุดของชีวิตคริสเตียน

สิ่งที่น่าเสียใจมากยิ่งกว่านั้นก็คือมีศิษยาภิบาลจำนวนมากที่ไม่ได้สอนผู้เชื่อให้ละทิ้งความผิดบาปและดำเนินชีวิตโดยพระคำของพระเจ้า ผู้เลี้ยงต้องนำฝูงแกะให้มีความเชื่อที่แท้จริงก่อนเป็นอันดับแรกและจากนั้นเขาจึงเป็นพยานถึงพระเจ้าผู้ทรงพระชนม์อยู่ผ่านการทำงานด้วยฤทธิ์อำนาจของพระเจ้า แต่นี่ไม่ใช่สิ่งที่กำลังเกิดขึ้นในปัจจุบัน ศิษยาภิบาลหลายคนสอนเพียงความรู้ทางด้านศาสนศาสตร์ คนเหล่านี้สอนหลักการและแนวคิดที่ตนเรียนรู้มา สภาพในปัจจุบันจึงไม่แตกต่างจากการให้คนตาบอดจูงคนตาบอดด้วยกันเหมือนที่มัทธิว 15:14 กล่าวไว้

ในมัทธิว 23:26 เราอ่านพบสิ่งข้อความที่พระเยซูตรัสกับพวกฟาริสีซึ่งไม่ได้ประพฤติตามพระคำของพระเจ้า แต่คนเหล่านั้นมีเพียงคำพูดที่ออกมาจากริมฝีปากของตน พระคัมภีร์ข้อนี้ระบุว่า "โอพวกฟาริสีตาบอด จงชำระถ้วยชามภายในเสียก่อนเพื่อข้างนอกจะได้สะอาดด้วย" พระองค์ตรัสกับเหล่าสาวกในมัทธิว 23:3 เช่นกันว่า "เหตุฉะนั้นทุกสิ่งซึ่งเขาสั่งสอนพวกท่านจงถือประพฤติ

ตามเว้นแต่การประพฤติของเขา อย่าได้ทำตามเลยเพราะเขาเป็นแต่ผู้สั่งสอน แต่เขาเองหาทำตามไม่"

ฤทธิ์อำนาจของการอธิษฐานหรือการทำงานอย่างอัศจรรย์ของพระเจ้าจะไม่เกิดขึ้นผ่านทางผู้เลี้ยงประเภทนี้ แม้แต่ไฟของพระวิญญาณบริสุทธิ์ในคริสตจักรของเขาก็จะถูกดับและดวงวิญญาณในคริสตจักรก็จะไม่แตกต่างไปจากดวงวิญญาณของคนที่ตายไปแล้ว คริสตจักรแบบนี้จะมีสมาชิกอยู่บ้างแต่เขาจะได้ชื่อว่าเป็นคริสตจักรเท่านั้น คริสตจักรแบบนี้จะอยู่ห่างไกลจากการฟื้นฟู

มัทธิว 7:21 กล่าวว่า "มิใช่ทุกคนที่เรียกเราว่า 'พระองค์เจ้าข้า พระองค์เจ้าข้า จะได้เข้าในแผ่นดินสวรรค์ แต่ผู้ที่ปฏิบัติตามพระทัยพระบิดาของเราผู้ทรงสถิตในสวรรค์จึงจะเข้าได้"

สมมุติว่ามีคนหนึ่งที่ทำงานเพื่อแผ่นดินและความชอบธรรมของพระเจ้าและได้อุทิศชีวิตของเขาให้กับพระเจ้าในระดับหนึ่งในโลกนี้ แต่เมื่อเขายืนอยู่ในการพิพากษา ถ้าพระเจ้าตรัสว่า "เราไม่เคยรู้จักเจ้าเลย เจ้าผู้กระทำชั่ว จงไปเสียให้พ้นหน้าเรา" สิ่งนี้จะน่าเศร้าสักเพียงใด

แม้คนหนึ่งอาจดูเป็นคนสัตย์ซื่อในการดำเนินชีวิตคริสเตียนและได้อาสาตนเองเพื่องานของพระเจ้า ถ้าภายในจิตใจของเขาไม่ได้รับการเปลี่ยนแปลง เราก็ไม่อาจพูดว่าเขากำลังดำเนินชีวิตคริสเตียน

เหนือสิ่งอื่นใด การที่เราจะมีความเชื่อที่แท้จริงซึ่งเป็นความเชื่อที่มีชีวิตได้นั้นเราต้องเข้าสุหนัตในจิตใจของเรา การเข้าสุหนัตในจิตใจคือการตัดหนังปลายหัวใจของเราทิ้งไปเหมือนที่บันทึกไว้ในเยเรมีย์ 4:4 ที่ว่า "ดูก่อน คนยูดาห์และชาวกรุงเยรูซาเล็มเอ๋ย จงเอาตัวรับพิธีสุหนัตถวายแด่พระเจ้า จงตัดหนังปลายหัวใจของเจ้า

เสียเกรงว่าความกริ้วของเราจะพลุ่งออกไปอย่างไฟและเผาไหม้ไม่มีใครจะดับได้เหตุด้วยความชั่วแห่งการกระทำทั้งหลายของเจ้า"

การตัดหนังปลายหัวใจของเราหมายถึงการกำจัดความอธรรม ความชั่วร้าย และความเท็จทิ้งไปตามที่พระคำของพระเจ้าบอกเราให้กำจัดและหมายถึงการประพฤติตามความจริงตามที่พระคำของพระเจ้าบอกเราให้ทำ

เราจะได้รับความเชื่อที่แท้จริงจากพระเจ้าซึ่งเป็นความเชื่อที่พระองค์ทรงยอมรับก็ต่อเมื่อเราประพฤติตามพระคำของพระเจ้าและได้รับการชำระให้บริสุทธิ์เท่านั้น ด้วยเหตุนี้ ขอให้เราวิเคราะห์ดูตนเองผ่านทางพระคำของพระเจ้าที่ส่งไปถึงคริสตจักรเมืองซาร์ดิส จากนั้นขอให้เรามีความเชื่อที่แท้จริงไม่ใช่ความเชื่อที่ตายแล้ว

องค์พระผู้เป็นเจ้าทรงตำหนิคริสตจักรเมืองซาร์ดิส

จงเขียนถึงทูตสวรรค์แห่งคริสตจักรเมืองซาร์ดิสว่า 'พระองค์ผู้ทรงมีพระวิญญาณทั้งเจ็ดของพระองค์และทรงมีดาราเจ็ดดวงนั้นได้ตรัสนี้ว่า' "เรารู้จักแนวการกระทำของเจ้า เจ้าได้ชื่อว่ามีชีวิตอยู่ แต่ว่าเจ้าได้ตายเสียแล้ว เจ้าจงตื่นขึ้นและกระตุ้นส่วนที่เหลืออยู่ซึ่งจวนจะตายอยู่แล้วนั้นให้แข็งแรงขึ้น เพราะว่าเราไม่พบการประพฤติของเจ้าที่ดีพร้อมในสายพระเนตรของพระเจ้า เหตุฉะนั้นเจ้าจงระลึกว่าเจ้าได้รับและได้ยินอะไร จงกระทำตามและกลับใจเสียใหม่ ถ้าเจ้าไม่เฝ้าระวัง เราจะมาหาเจ้าเหมือนอย่างขโมยและเจ้าจะไม่รู้ว่าเราจะมาหาเจ้าเมื่อไร (วิวรณ์ 3:1-3)

เราไม่สามารถซ่อนสิ่งใดไว้จากพระเจ้าผู้ทรงวัดทุกสิ่งทุกอย่างผ่านพระวิญญาณทั้งเจ็ดและทรงสำรวจทุกอย่างด้วยพระเนตรดุจเปลวไฟของพระองค์ องค์พระผู้เป็นเจ้าตรัสกับคริสตจักรเมืองซาร์

ดิสว่า “เรารู้จักแนวการกระทำของเจ้า” พระเจ้าไม่ได้ทรงสำรวจเฉพาะการประพฤติของเราเท่านั้นแต่พระองค์ทรงตรวจสอบสิ่งที่เล็กน้อยที่สุดในส่วนลึกที่สุดแห่งจิตใจของเราด้วยเช่นกัน

ดอกไม้ที่ถูกเด็ดออกมาจากกิ่งและถูกจัดไว้ในแจกันอาจมองดูมีชีวิตชีวา แต่ที่จริงดอกไม้เหล่านี้ตายไปแล้วเพราะมันถูกแยกออกจากลำต้น ความเชื่อของสมาชิกคริสตจักรเมืองซาร์ดิสอาจดูมีชีวิตเช่นกัน แต่เมื่อประเมินตามมาตรฐานขององค์พระผู้เป็นเจ้าจะพบว่าความเชื่อของคนเหล่านั้นตายไปแล้ว

คริสตจักรเมืองซาร์ดิสที่ได้ชื่อว่ามีชีวิตแต่ก็ตายไปแล้ว

อะไรคือความหมายที่แท้จริงของการพูดว่า “เจ้าได้ชื่อว่ามีชีวิตอยู่ แต่ว่าเจ้าได้ตายเสียแล้ว” (ข้อ 1) กล่าวโดยสรุปก็คือความเชื่อของคริสตจักรเมืองซาร์ดิสเป็น “ความเชื่อที่ตายแล้วซึ่งไม่มีการประพฤติ”

เนื่องจากอาดัมทำบาป วิญญาณจิตของพงศ์พันธุ์ทั้งสิ้นของเขาจึงตายแล้ว แต่วิญญาณจิตของผู้คนที่ต้อนรับเอาพระเยซูคริสต์เป็นพระผู้ช่วยให้รอดและได้รับพระวิญญาณบริสุทธิ์จะได้รับการรื้อฟื้นขึ้นมาใหม่ หลังจากที่วิญญาณจิตของบุคคลได้รับการรื้อฟื้นแล้ว เมื่อเขาเสียชีวิตลง พระคัมภีร์จะไม่กล่าวว่าเขา “ตาย” แต่จะกล่าวว่าเขา “ล่วงหลับไป” (มัทธิว 9:24) เพราะว่าเมื่อองค์พระผู้เป็นเจ้าเสด็จกลับมาในฟ้าอากาศเขาจะเป็นขึ้นมาจากความตายและชื่นชมกับชีวิตนิรันดร์

แต่องค์พระผู้เป็นเจ้าตรัสว่าคริสตจักรเมืองซาร์ดิส

"ตายเสียแล้ว" สิ่งนี้หมายความว่าเขาจะไม่รอด แม้คนเหล่านั้นพูดว่าตนมีความเชื่อ แต่ความเชื่อของเขาเป็นความเชื่อที่ตายแล้ว คนเหล่านั้นจะไม่ได้รับความรอดด้วยความเชื่อที่ตายแล้ว

ยากอบ 2:14 กล่าวว่า "ดูก่อนพี่น้องของข้าพเจ้า แม้ผู้ใดจะว่าตนมีความเชื่อแต่ไม่ประพฤติตามจะได้ประโยชน์อะไร ความเชื่อของเขาจะช่วยเขาให้รอดได้หรือ" และในข้อ 17 กล่าวว่า "ความเชื่อก็เช่นเดียวกัน ถ้าไม่ประพฤติตามก็ไร้ผล"

ปัญญาจารย์ 12:14 กล่าวว่า "ด้วยว่าพระเจ้าจะทรงเอาการงานทุกประการเข้าสู่การพิพากษาพร้อมด้วยสิ่งเร้นลับทุกอย่างไม่ว่าดีหรือชั่ว" และ 2 โครินธ์ 5:10 กล่าวว่า "เพราะว่าจำเป็นที่เราทุกคนจะต้องปรากฏตัวที่หน้าบัลลังก์ของพระคริสต์เพื่อทุกคนจะได้รับสมกับการที่ได้ประพฤติในร่างกายนี้แล้วแต่จะดีหรือชั่ว"

เนื่องจากคนที่เชื่อในพระเจ้าและในองค์พระผู้เป็นเจ้าเชื่อว่าจะมีการพิพากษาในเรื่องความดีและความชั่ว คนเหล่านี้จึงดำเนินชีวิตตามพระคำของพระเจ้า แต่คนที่ไม่เชื่อจะไม่ดำเนินชีวิตตามพระคำ เราต้องรู้ว่ามีข้อแตกต่างอย่างชัดเจนระหว่างการรู้จักพระเจ้าและการเชื่อในพระองค์

ความแตกต่างระหว่างการรู้และการเชื่อ

ยากอบ 2:19 กล่าวว่า "ท่านเชื่อว่าพระเจ้าทรงเป็นหนึ่ง นั่นก็ดีอยู่แล้ว แม้พวกปีศาจก็เชื่อและกลัวจนตัวสั่น" "ปีศาจก็เชื่อและกลัวจนตัวสั่น" หมายความว่าปีศาจรู้ว่าพระเจ้าคือใครและพระเยซูคริสต์คือผู้ใดและพวกปีศาจก็กลัวจนตัวสั่นต่อสิท

ธิอำนาจนี้

นอกจากนั้นเรายังพบในหลายทีหลายแห่งในพระคัมภีร์ว่าพวกปีศาจรู้จักพระเยซูคริสต์และร้องออกมาด้วยความกลัว ในลูกา 8:27-28 เมื่อมีชายที่ถูกผีสิงคนหนึ่งมาพบพระองค์ ชายคนนั้นก็ร้องออกมาด้วยความกลัวและกราบลงต่อพระพักตร์พระองค์พร้อมกับพูดออกมาด้วยเสียงอันดังว่า “ข้าแต่พระเยซูบุตรของพระเจ้าสูงสุด”

เราจะพูดได้หรือไม่ว่าปีศาจก็เชื่อในพระเยซูเช่นกันเพียงเพราะพวกมันรู้ว่าพระองค์คือพระบุตรของพระเจ้าและยอมรับว่าพระองค์ทรงเป็นพระผู้ช่วยให้รอด ไม่ได้เลย แม้พวกปีศาจจะรู้จักพระเยซู แต่พวกมันก็ไม่ได้ดำเนินชีวิตตามพระคำของพระองค์หรือดำเนินชีวิตอยู่ในความดีงาม นี่ไม่ใช่การเชื่อในพระองค์แต่เป็นเพียงการรู้จักพระองค์และ “การรู้” เช่นนี้ไม่ทำให้ได้รับความรอด

เช่นเดียวกัน ไม่ว่าเราจะรู้จักพระคัมภีร์มากเพียงใดก็ตาม ตราบใดที่เราไม่ได้ดำเนินชีวิตตามสิ่งที่เรารู้ เราก็พูดไม่ได้ว่าเรา “เชื่อ” อย่างแท้จริง ความเชื่อที่แท้จริงจะควบคู่มาพร้อมกับการประพฤติ ถ้าเรารู้พระคำแต่เราไม่ได้ประพฤติตาม อย่าลืมว่า “ผู้ที่มิได้รู้แล้วก็กระทำซึ่งสมจะถูกเฆี่ยนก็จะถูกเฆี่ยนน้อย ผู้ใดได้รับมากจะต้องเรียกเอาจากผู้นั้นมากและผู้ใดได้รับฝากไว้มากก็จะต้องทวงเอาจากผู้นั้นมาก” (ลูกา 12:47-48)

อย่างไรก็ตาม คนที่ไม่ได้ประพฤติตามพระคำของพระเจ้ากำลังมีจำนวนเพิ่มมากขึ้นในปัจจุบัน ถ้าดูจากภายนอกผู้เชื่อบางคนมั

กแสดงให้คนอื่นเห็นว่าตนจัดการกับชีวิตในความเชื่อของตนได้เป็นอย่างดี แต่ชีวิตของเขาไม่ได้แตกต่างไปจากผู้คนชาวโลก

คนเหล่านี้อาจไปร่วมนมัสการที่คริสตจักรในวันอาทิตย์ แต่ในชีวิตจริงเขายังโกรธเคืองและใช้ถ้อยคำที่ไม่ดีกับคนอื่น เขาทำในสิ่งที่ตนอยากทำเหมือนผู้คนชาวโลก ความเชื่อของเขาจึงไร้ประโยชน์เหมือนอย่างที่ยากอบ 2:20 กล่าวไว้ว่า "แน่ะคนโฉดเขลา ท่านต้องการให้พิสูจน์หรือว่าความเชื่อที่ไม่ประพฤติตามนั้นไร้ผล"

แม้ผมจะเน้นหนักในเรื่องการประพฤติที่มาพร้อมกับความเชื่อ แต่ผมไม่ได้พูดว่าการประพฤติเท่านั้นคือมาตรฐานของการวัดความเชื่อ การประพฤติที่มาพร้อมกับความเชื่อคือการประพฤติที่เกิดมาจากส่วนลึกของจิตใจ

ถ้าเรามีความเชื่อที่แท้จริงเราก็จะปลูกฝังพระคำของพระเจ้าไว้ในจิตใจของตน การประพฤติจะปรากฏออกมาจากจิตใจที่ได้รับการปลูกฝังด้วยความจริง

การประพฤติที่แท้จริงซึ่งมาพร้อมกับความเชื่อ

ด้วยเหตุนี้ สิ่งสำคัญจึงไม่ใช่ตัวของการประพฤติเอง แต่สิ่งที่สำคัญคือจิตใจที่อยู่ในการประพฤติดังกล่าว เมื่อจิตใจได้รับการปลูกฝังให้มีวิญญาณการประพฤติก็จะติดตามมาโดยอัตโนมัติ คนที่มีความเชื่อที่ตายแล้วซึ่งปราศจากการประพฤติไม่พยายามที่จะปลูกฝังจิตใจของตนให้มีวิญญาณ ด้วยเหตุนี้เขาจึงไม่ประพฤติตามพระคำ แม้เขาจะพยายาม แต่การประพฤติของคนเหล่านี้เป็นเพียงการแสดงออกภายนอก การกระทำของเขาจึงกลายเป็นความประพฤ

ติของคนหน้าซื่อใจคด

เขาแสดงการประพฤติเพื่อให้คนอื่นมองเห็น คนที่เสแสร้างจะแสดงการกระทำของตนหรือทำบางสิ่งบางอย่างตามความรู้ที่เขามีอยู่ในสมอง องค์พระผู้เป็นเจ้าตรัสไว้ในมัทธิว 6:1 ว่า “จงระวังอย่ากระทำศาสนกิจเพื่ออวดคนอื่น ถ้าทำอย่างนั้นท่านจะไม่ได้รับบำเหน็จจากพระบิดาของท่านผู้ทรงสถิตในสวรรค์” ผู้คนทำสิ่งเหล่านี้เพียงเพื่อให้คนอื่นมองเห็น

นอกจากนั้น อิสยาห์ 29:13 กล่าวว่า “และองค์พระผู้เป็นเจ้าตรัสว่า ‘เพราะชนชาตินี้เข้ามาใกล้ด้วยปากของเขาและให้เกียรติเราด้วยริมฝีปากของเขา แต่เขาให้จิตใจของเขาห่างไกลจากเรา เขายำเกรงเราเพียงแต่เหมือนบัญญัติของมนุษย์ที่ท่องจำกันมา’” คนเหล่านี้อาจพูดว่าเขารักพระเจ้าด้วยริมฝีปากของตน แต่ถ้าปราศจากความรักและการเคารพนับถือคำพูดของเขาก็ไร้ประโยชน์

ยกตัวอย่าง ถ้าเรารักพ่อแม่ของเราจริง การแสดงออกถึงความเคารพนับถือบางรูปแบบจะออกมาจากจิตใจของเรา แม้เราอาจไม่ร่ำรวย แต่เราจะพยายามอย่างสุดกำลังเพื่อปรนนิบัติพ่อแม่ของเราด้วยการกระทำที่แท้จริง

ในทางตรงกันข้าม ลูกบางคนอาจมีความร่ำรวยแต่เขากลับแสดงความเคารพนับถือพ่อแม่ของตนอย่างไม่เต็มใจเพราะเขารู้สึกว่านั่นเป็นสิ่งที่เขาต้องทำ เขาทำเพราะว่าเป็นหน้าที่หรือทำเพราะเหตุจูงใจหรือจุดประสงค์ลับบางอย่าง บางทีเขาทำเพราะเขาต้องการรับเงินมรดกของพ่อแม่ การกระทำเหล่านี้ไม่ใช่ความเคารพนับ

ถือที่แท้จริง ถ้าพ่อแม่รู้เจตนาที่แท้จริงของลูกหัวใจของพ่อแม่คงจะแตกสลาย

แล้วพระเจ้าผู้ทรงสามารถสำรวจส่วนลึกแห่งจิตใจของทุกคนจะรู้สึกอย่างไร พระองค์ทรงสำรวจจิตใจของมนุษย์และการกระทำของเขา ด้วยเหตุนี้ เมื่อเราพูดว่าเรารักพระเจ้าและพูดว่าเราเชื่อในพระองค์เราต้องแสดงความรักและความเชื่อออกมาเป็นการกระทำที่อยู่ในจิตใจของเรา

การประพฤติที่ไม่ดีพร้อมของคริสตจักรเมืองซาร์ดิส

หลังจากองค์พระผู้เป็นเจ้าทรงตำหนิคนเหล่านั้นแล้วพระองค์จึงตรัสกับเขาว่า "เจ้าจงตื่นขึ้นและกระตุ้นส่วนที่เหลืออยู่ซึ่งจวนจะตายอยู่แล้วนั้นให้แข็งแรงขึ้น" (ข้อ 2) ประโยคนี้หมายความว่าคนเหล่านั้นต้องตระหนักว่าความเชื่อที่ตายแล้วของเขาไม่สามารถช่วยเขาให้รอดและนับจากนี้เป็นต้นไปเขาต้องดำเนินชีวิตในความจริง

จากนั้นพระองค์ตรัสต่อไปว่า "เพราะว่าเราไม่พบการประพฤติของเจ้าที่ดีพร้อมในสายพระเนตรของพระเจ้า" (ข้อ2) ประโยคนี้หมายความว่าคนเหล่านั้นได้หลงเข้าไปในโลกและดำเนินชีวิตเหมือนคนชาวโลก กล่าวคือ เขาจำเป็นต้องรื้อฟื้นการประพฤติที่ดีพร้อมและครบถ้วนขึ้นมาใหม่

องค์พระผู้เป็นเจ้าทรงบอกถึงวิธีการที่จะรื้อฟื้นการประพฤติที่ดีพร้อมขึ้นมาใหม่ไว้ด้วยเช่นกัน พระองค์ตรัส "เหตุฉะนั้นเจ้าจงระลึกว่าเจ้าได้รับและได้ยินอะไร

จงกระทำตามและกลับใจเสียใหม่” (ข้อ 3) ฟีลิปปี 4:9 กล่าวว่า “จงกระทำทุกสิ่งที่ท่านได้เรียนรู้และได้รับไว้ ได้ยิน และได้เห็นในข้าพเจ้าแล้วและพระเจ้าแห่งสันติสุขจะทรงสถิตกับท่าน” พระคัมภีร์ข้อนี้กล่าวว่า ถ้าเราประพฤติตามสิ่งที่เราได้เรียนรู้ ได้ยิน และได้เห็น พระเจ้าแห่งสันติสุขจะทรงสถิตอยู่กับเราเสมอไป แต่ถ้าเรายังไม่ได้ทำตามที่องค์พระผู้เป็นตรัสสั่งไว้ที่ว่า “จงกระทำตามและกลับใจเสียใหม่” จากนี้เป็นต้นไปเราต้องกลับใจ หันหลังกลับ และดำเนินชีวิตตามพระคำของพระองค์

“การกลับใจ” ไม่ได้หมายถึงการพูดเพียงว่า “ผมขอโทษ ผมจะไม่ทำอีกแล้ว” เราต้องหันหลังให้กับความผิดบาปอย่างสิ้นเชิงและเดินอยู่ในทางที่ถูกต้อง ถ้าเรากลับใจอย่างแท้จริงเราก็จะรักษาพระคำของพระเจ้าอยู่เสมอโดยไม่เปลี่ยนแปลง

เมื่อเรากลับใจเราต้องคิดถึงช่วงเวลาที่เราพบพระเจ้าครั้งแรก เราต้องคิดว่าเรามาเชื่อในพระเยซูคริสต์ได้อย่างไรและเราร้อนรนมากเพียงใดเมื่อเราได้รับพระวิญญาณบริสุทธิ์ เราต้องคิดถึงช่วงเวลาที่เรามีความรักครั้งแรกกับองค์พระผู้เป็นเจ้า เราได้รับพระคุณและเราเต็มล้นไปด้วยความรักดั้งเดิม เราให้คุณค่ากับความรักดั้งเดิมของเรามากแค่ไหนและรักษาความรักนั้นเอาไว้หรือไม่

หลายคนไม่ได้รักษาหัวใจและการประพฤติดั้งเดิมของตนเอาไว้ เขาหันกลับไปหาโลกอีกครั้งหนึ่ง แม้เขาพูดว่าเขาเชื่อแต่เขาก็ไม่ได้ดำเนินชีวิตที่แตกต่างไปจากผู้คนชาวโลกส่วนใหญ่ เราต้องกลับใจจากสิ่งเหล่านี้ รื้อฟื้นความไพบูลย์และความร้อนรน

ดั้งเดิมกลับคืนมาใหม่ และดำเนินชีวิตตามพระคำของพระเจ้า

ผลลัพธ์สำหรับคนที่ไม่กลับใจ
องค์พระผู้เป็นเจ้าตรัสว่า "ถ้าเจ้าไม่เฝ้าระวัง เราจะมาหาเจ้าเหมือนอย่างขโมยและเจ้าจะไม่รู้ว่าเราจะมาหาเจ้าเมื่อไร" (ข้อ 3) พระองค์กำลังตรัสถึงผลลัพธ์ที่คนซึ่งไม่กลับใจจะได้รับ

ถ้าการเสด็จกลับมาครั้งที่สองขององค์พระผู้เป็นเจ้าเกิดขึ้นในขณะที่เรายังไม่ได้หันหลังให้กับความบาปของเรา เวลานั้นก็สายเกินไปสำหรับเรา ขโมยมักเข้าไปในสถานที่ซึ่งไม่มีระบบการป้องกันขโมย เช่นเดียวกัน สำหรับคนที่ไม่พร้อมต่อการเสด็จกลับมาขององค์พระผู้เป็นเจ้า การเสด็จมาครั้งที่สองของพระองค์จะเป็นเหมือนการมาของขโมย

1 เธสะโลนิกา 5:4-5 กล่าวว่า "แต่พี่น้องทั้งหลายท่านไม่ได้อยู่ในความมืดแล้ว วันนั้นจะมาถึงท่านอย่างขโมยมา ท่านเป็นบุตรของความสว่างและเป็นบุตรของกลางวัน เราทั้งหลายไม่ได้เป็นของกลางคืนหรือของความมืด" พระคัมภีร์ตอนนี้กล่าวว่าสำหรับคนที่ดำเนินชีวิตอยู่ในความสว่างและไม่ได้อยู่ในความมืด การเสด็จกลับมาขององค์พระผู้เป็นเจ้าจะไม่เป็นเหมือนการมาของขโมย

แน่นอน องค์พระผู้เป็นเจ้าตรัสไว้ในมัทธิว 24:36 ว่า "แต่วันนั้นโมงนั้นไม่มีใครรู้ ถึงบรรดาทูตสวรรค์หรือพระบุตรก็ไม่รู้ รู้แต่พระบิดาองค์เดียว" พระบิดาเท่านั้นที่ทรงรู้วันและเวลาแห่งการเสด็จกลับมาขององค์พระผู้เป็นเจ้า

แต่พระคัมภีร์บอกเราคร่าว ๆ ว่าองค์พระผู้เป็นเจ้าจะเสด็จมาอี

กครั้งเมื่อไร เรื่องนี้คล้ายคลึงกับการที่ไม่มีใครรู้แน่นอนว่าหญิงที่ตั้งครรภ์จะคลอดลูกในวันไหนและเวลาเท่าไหร่ แต่เราพอคาดเดาได้ว่าหญิงนั้นจะคลอดลูกภายในหนึ่งเดือนหรือมากกว่านั้น

องค์พระผู้เป็นเจ้าได้ตรัสกับเราเกี่ยวกับหมายสำคัญแห่งวาระสุดท้ายในมัทธิวบทที่ 24 เราต้องตื่นตัวและเตรียมพร้อมสำหรับการเสด็จกลับมาครั้งที่สองด้วยการอธิษฐาน (1 เปโตร 4:7)

พระคำของพระเจ้าคือมาตรฐานในการวัดความเชื่อ

1 เปโตร 1:23 กล่าวว่า “ท่านทั้งหลายได้บังเกิดใหม่แล้ว ไม่ใช่จากพันธุ์อมตะ แต่จากพันธุ์อมตะ คือด้วยพระวจนะของพระเจ้าอันทรงชีวิตและดำรงอยู่”

การได้รับพันธุ์อมตะ (ซึ่งได้แก่พระคำของพระเจ้า) ไม่ใช่จุดจบ เราจะบังเกิดใหม่และสมควรถูกเรียกว่า “มีชีวิตอยู่” ได้ก็ต่อเมื่อเราเอาใจใส่ดูแลเมล็ดพันธุ์แห่งพระคำของพระเจ้าในจิตใจของเราและเกิดผลอย่างบริบูรณ์เท่านั้น

การฟังพระคำของพระเจ้าและการสะสมพระคำไว้เป็นเพียงความรู้ไม่ใช่ความเชื่อที่แท้จริง เมื่อเรายึดมั่นในพระคำที่เราได้ยิน อธิษฐานเผื่อสิ่งนั้น และประพฤติตาม พระคำของพระเจ้าก็จะเกิดดอกออกผลในชีวิตเราสามสิบเท่า หกสิบเท่า หรือร้อยเท่า

แม้คนหนึ่งจะมีตำแหน่งในคริสตจักรและแม้เขาจะดูเหมือนเป็นคนมีความเชื่อ แต่ความเชื่อของเขาอาจเป็นความเชื่อที่ตายแล้ว ถ้าดูจากภายนอกยูดาสอิสคาริโอทเป็นคนที่มีตำแหน่งสำคัญจนได้รับการยอมรับให้เป็นสาวกขององค์พระผู้เป็นเจ้า แต่เขาละทิ้งพร

ะคุณที่เคยได้รับและพบกับความตายอันน่าอนาถเนื่องจากความบาปของการขายพระเยซู

ครั้งหนึ่งกษัตริย์ซาอูลเคยได้รับการยอมรับจากพระเจ้าเช่นกันและซาอูลถูกเจิมให้เป็นกษัตริย์ของอิสราเอล แต่ท่านเป็นคนหยิ่งผยองและขัดขวางน้ำพระทัยของพระเจ้า ในที่สุดท่านก็พบกับความพินาศ

ด้วยเหตุนี้ มาตรฐานที่ใช้วัดความเชื่อไม่ใช่สิ่งที่ปรากฏภายนอกหรือตำแหน่งที่เรามีอยู่ มาตรฐานเดียวคือพระคำของพระเจ้า ถ้ามีคนสอนหรือทำในสิ่งที่ฝ่าฝืนพระคำของพระเจ้า แม้เขาจะเป็นผู้นำคริสตจักรหรือศิษยาภิบาล เราต้องไม่ฟังเขา สิ่งสำคัญไม่ได้อยู่ที่ว่าเขาอยู่ในตำแหน่งที่จะสอนหรือไม่ แต่อยู่ที่ว่าเขาประพฤติตามพระคำหรือไม่ต่างหาก

คนที่ประพฤติตามพระบัญญัติอย่างน้อยหนึ่งข้อและพยายามสอนคนอื่นให้กระทำแบบเดียวกัน คนเช่นนี้คือคนที่มีความสำคัญในแผ่นดินสวรรค์ นอกจากนั้นถ้อยคำของเขาจะมีสิทธิอำนาจเปลี่ยนแปลงชีวิตผู้คนในโลกนี้

คำแนะนำและพระสัญญาขององค์พระผู้เป็นเจ้าสำหรับผู้เชื่อบางคนในคริสตจักรเมืองซาร์ดิส

แต่ก็มีพวกเจ้าสองสามคนที่เมืองซาร์ดิสที่ไม่ได้กระทำให้เสื้อผ้าของตนมีมลทินและเขาเหล่านั้นจะแต่งตัวสีขาวเดินไปกับเราเพราะว่าเขาเป็นคนที่สมควรแล้ว ผู้ใดมีชัยชนะผู้นั้นจะสวมเสื้อสีขาวและเราจะไม่ลบชื่อผู้นั้นออกจากหนังสือแห่งชีวิต เราจะรับรองชื่อผู้นั้นต่อพระพักตร์พระบิดาของเราและต่อหน้าเหล่าทูตสวรรค์ของพระองค์ (วิวรณ์ 3:4-6)

คริสตจักรเมืองซาร์ดิสพูดว่าตนเชื่อในพระเจ้าแต่เขาไม่ได้ดำเนินชีวิตตามพระคำ จากนั้นเขาถูกตำหนิอย่างรุนแรงว่าเขาเป็นผู้ที่ได้ชื่อว่ามีชีวิตอยู่แต่ว่าเขาได้ตายเสียแล้ว แต่องค์พระผู้เป็นเจ้าตรัสว่ามีผู้เชื่อในคริสตจักรเมืองซาร์ดิสบางคนที่ไม่ได้กระทำเสื้อผ้าของตนมีมลทินและเป็นคนที่สมควรแล้ว

เนื่องจากองค์พระผู้เป็นเจ้าตรัสว่า “สองสามคน” สิ่งนี้จึงไม่ได้

หมายถึงจำนวนสมาชิกเพียงไม่กี่คนในคริสตจักรซาร์ดิสเท่านั้น แต่ยังชี้ให้เห็นว่าพระองค์ไม่ได้ชมเชยคริสตจักรแห่งนี้โดยรวมเช่นกัน

สองสามคนที่ไม่ได้กระทำให้เสื้อผ้าของตนมีมลทิน

"เสื้อผ้า" เป็นสัญลักษณ์ของจิตใจของมนุษย์ การ "ไม่ได้ทำให้เสื้อผ้าของตนมีมลทิน" หมายความว่าคนเหล่านั้นไม่ได้ทำให้จิตใจของตนมีมลทิน กล่าวคือ เขาดำเนินชีวิตตามพระคำของพระเจ้าด้วยความเชื่อในความจริงเพื่อจิตใจของเขาจะไม่ด่างพร้อยไปด้วยความบาปและความชั่วร้าย

สิ่งนี้ยังหมายความว่าการชำระล้างจิตใจ (ซึ่งเคยด่างพร้อยก่อนรู้จักความจริง) ให้สะอาดด้วยการต่อสู้กับความบาปจนถึงกับเลือดไหลและยังหมายความว่าเขาไม่ได้ทำให้จิตใจที่เคยได้รับการชำระให้สะอาดมาแล้วกลับมามีมลทินอีกครั้งหนึ่ง ข้อความนี้จึงประยุกต์ใช้กับผู้คนที่ตื่นตัว อธิษฐาน และรักษาความเชื่อที่แท้จริงเอาไว้

คริสตจักรเมืองซาร์ดิสอยู่ในสภาพของคนตาบอดจูงคนตาบอดซึ่งทั้งสองกำลังจะเดินตกหลุม ถึงกระนั้นยังมีสมาชิกคริสตจักรแห่งนี้สองสามคนที่ฟังจิตสำนึกชอบของตนและพยายามทำสิ่งที่พระเจ้าทรงปรารถนา องค์พระผู้เป็นเจ้าตรัสกับคนกลุ่มนี้ว่า "และเขาเหล่านั้นจะแต่งตัวสีขาวเดินไปกับเราเพราะว่าเขาเป็นคนที่สมควรแล้ว" (ข้อ 4)

การตรัสว่า "เขาเป็นคนสมควรแล้ว" ไม่ได้หมายความว่าคนเหล่านี้ได้รับการชำระให้บริสุทธิ์อย่างสมบูรณ์ เมื่อพิจารณาดูความ

เชื่อของคริสตจักรเมืองซาร์ดิสโดยรวมมีเพียงไม่กี่คนที่อธิษฐานและพยายามรักษาความเชื่อที่แท้จริงเอาไว้ นี่เป็นสิ่งที่มีค่าในสายพระเนตรขององค์พระผู้เป็นเจ้า

สมาชิกส่วนใหญ่ในคริสตจักรเมืองซาร์ดิสมีความเชื่อที่ตายแล้ว แต่มีเพียงไม่กี่คนที่พยายามรักษาความเชื่อของตนเอาไว้และดำเนินชีวิตด้วยพระคำของพระเจ้าและได้รับการยอมรับจากองค์พระผู้เป็นเจ้าว่าเป็นคนที่สมควรแล้ว ดังนั้นเราจึงเห็นว่าความเชื่อของคนเหล่านี้เป็นความเชื่อที่ดี การพยายามรักษาความเชื่อของตนเอาไว้ในท่ามกลางผู้เชื่อที่เป็นมิตรกับโลกและด่างพร้อยไปด้วยความบาปอย่างสมาชิกส่วนใหญ่ของคริสตจักรเมืองซาร์ดิสจึงไม่เชื่อเรื่องง่าย แต่คนเหล่านี้ก็ยังรักษาความเชื่อของตนเอาไว้และเป็นพระพรอย่างยิ่งใหญ่

บางคนถูกข่มเหงจากคนในครอบครัวของตนเพราะเขาเป็นคริสเตียน คนเหล่านี้อาจรู้สึกว่าชีวิตของเขามีความยากลำบากอยู่ชั่วระยะหนึ่ง แต่เขาจะตื่นตัวและอธิษฐานเพิ่มมากขึ้นในสถานการณ์เช่นนี้ เขาจะเรียนรู้จักความอดทนด้วยเช่นกัน ในขณะที่เขาอธิษฐานเผื่อครอบครัวของตนด้วยใจร้อนรน ความรักฝ่ายวิญญาณที่เขามีต่อคนในครอบครัวก็จะเติบโตขึ้น เมื่อเขามีความรักฝ่ายวิญญาณเขาก็จะขอบพระคุณในทุกสถานการณ์และเห็นว่าคนในครอบครัวของเขาคือดวงวิญญาณที่มีคุณค่าที่พระเจ้าทรงมอบหมายให้เขาเอาใจใส่ดูแล

ในเวลาเดียวกัน เนื่องจากการข่มเหงนั้นเป็นการข่มเหงเพราะพระนามขององค์พระผู้เป็นเจ้า รางวัลของคนเหล่านี้จะถูกสำสมไ

ว้ในแผ่นดินสวรรค์ ความเชื่อของเขาจะหยั่งรากลึกมากขึ้นเพราะเขารักษาความเชื่อของตนเอาไว้ในสถานการณ์ที่ยากลำบากเช่นนั้น พระเจ้าทรงขัดเกลาแต่ละคนแตกต่างกันตามสภาพของทุ่งนาแห่งจิตใจของเขาและตามลักษณะของภาชนะที่เขาเป็น พระเจ้าทรงทำให้เราบริบูรณ์ในสิ่งที่เราขาดอยู่และทรงทำให้วิญญาณจิตของเราจำเริญขึ้นผ่านการขัดเกลาดังกล่าว

เช่นเดียวกัน เพื่อรักษาความเชื่อของตนเอาไว้ สมาชิกบางคนในคริสตจักรเมืองซาร์ดิส (ที่ไม่ได้ทำให้เสื้อผ้าของตนมีมลทิน) คงต้องอธิษฐานด้วยใจร้อนรนมากกว่าคนอื่น ผลลัพธ์ก็คือองค์พระผู้เป็นเจ้าทรงยอมรับว่าคนเหล่านี้เป็นคนที่สมควรแล้ว

ผู้เชื่อสองสามคนแต่งตัวสีขาวเดินไปกับองค์พระผู้เป็นเจ้า

ผู้เชื่อสองสามคนในคริสตจักรเมืองซาร์ดิสที่ได้รับการยอมรับจากองค์พระผู้เป็นเจ้าว่าเป็นคนที่สมควรได้รับพระพรของการ "แต่งตัวสีขาวเดินไปกับองค์พระผู้เป็นเจ้า"

เราต้องรู้ว่า "การอยู่กับองค์พระผู้เป็นเจ้า" กับ "การเดินไปกับองค์พระผู้เป็นเจ้า" แตกต่างกัน ไม่ว่าเราจะอาศัยอยู่ในที่แห่งใดก็ตามในแผ่นดินสวรรค์เราก็มีโอกาสได้อยู่กับองค์พระผู้เป็นเจ้าเพราะพระองค์สามารถเสด็จไปในที่ดีแห่งใดก็ได้ในสวรรค์ แม้เราจะอยู่ในเมืองบรมสุขเกษม องค์พระผู้เป็นเจ้าก็จะเสด็จมาหาเราและทรงใช้เวลากับเราที่นั่น แต่เนื่องจากผู้คนที่อาศัยอยู่ในเมืองบรมสุขเกษมได้รับความรอดอย่างน่าอับอาย คนเหล่านี้จะรู้สึกลำบากใจที่จะพบกับองค์พระผู้เป็นเจ้าหน้าต่อหน้าหรือเดินกับพร

ะองค์

แต่การเดินกับพระองค์มีความหมายมากกว่าการอยู่กับพระองค์ คนที่อยู่ในสวรรค์ชั้นที่สามและคนที่อยู่ในนครเยรูซาเล็มใหม่เท่านั้นที่จะสามารถเดินไปกับองค์พระผู้เป็นเจ้าได้อย่างแท้จริง

การเดินไปกับองค์พระผู้เป็นเจ้าหมายถึงการอยู่กับพระองค์ในทุกที่ทุกแห่งและทุกเวลา การที่จะเดินไปกับพระองค์ในแผ่นดินสวรรค์ได้นั้นเราต้องมีคุณสมบัติที่ถูกต้อง องค์พระผู้เป็นทรงสถิตอยู่กับบุตรของพระเจ้าที่ดำเนินชีวิตอยู่ในความจริงอย่างแน่นอน แต่พระองค์จะเดินไปกับคนที่รักพระเจ้ามากที่สุด กำจัดสิ่งชั่วร้ายทิ้งไป และได้รับการชำระให้บริสุทธิ์ ถ้าองค์พระผู้เป็นเจ้าทรงเดินไปกับผู้ใดผู้นั้นก็ได้รับการรับรองจากองค์พระผู้เป็นเจ้าโดยมีฤทธิ์อำนาจของพระองค์ปรากฏในตัวเขาให้เห็นเป็นหลักฐานที่ชัดเจน

ความหมายของเสื้อสีขาว

องค์พระผู้เป็นเจ้าทรงแนะนำและทรงสัญญากับผู้เชื่อสองสามคนในคริสตจักรเมืองซาร์ดิสว่า "ผู้ใดมีชัยชนะผู้นั้นจะสวมเสื้อสีขาว" (ข้อ 5)

"การมีชัยชนะ" ในที่นี้หมายถึง "การรักษาความเชื่อเอาไว้และการดำเนินชีวิตในความจริง" "เสื้อสีขาว" หมายถึงเสื้อผ้าที่ดวงวิญญาณที่ได้รับความรอดสวมใส่ เสื้อสีขาวเป็นสัญลักษณ์ของความรอด แม้คนที่ไม่ได้ถูกรับขึ้นไปในการเสด็จมาครั้งที่สองขององค์พระผู้เป็นเจ้าและต้องพบกับความทุกข์เวทนาครั้งใหญ่เจ็ดปี คนเหล่

านี้จะได้รับความรอดและจะได้สวมเสื้อสีขาวในภายหลังเช่นกัน

เสื้อสีขาวในที่นี้ไม่ได้เป็นเพียงสัญลักษณ์ของความรอดเท่านั้น แต่ยังเป็นเสื้อสีขาวที่เราได้รับตามระดับแห่งการชำระให้บริสุทธิ์ของแต่ละคนด้วยเช่นกัน ยิ่งบุคคลได้รับการชำระให้บริสุทธิ์ในระดับสูงมากเท่าใดเสื้อผ้าสีขาวที่เขาจะสวมใส่ก็มีความสุกใสมากขึ้นเท่านั้น ดังนั้นถ้าเราอยากรู้ว่าจิตใจของแต่ละคนที่อยู่ในสวรรค์สะอาดมากน้อยเพียงใดเมื่อครั้งที่เขาอยู่ในโลกนี้เราสามารถดูได้จากความสุกใสของเสื้อผ้าที่เขาสวมใส่

ถ้าเราอยากรู้ว่าแต่ละคนเคยสะสมรางวัลไว้มากน้องเพียงใดเมื่อครั้งที่เขาอยู่ในโลกเราก็สามารถดูได้จากเครื่องประดับที่เขาสวมใส่ในสวรรค์เช่นกัน เพราะว่าพระเจ้า (ผู้ทรงตอบแทนเราตามสิ่งที่เราได้กระทำ) จะทรงมอบเครื่องประดับอันงดงามให้กับเราตามการงานที่เราได้กระทำในโลกนี้

พระพรของการไม่ถูกลบชื่อออกจากหนังสือแห่งชีวิต

องค์พระผู้เป็นเจ้าตรัสว่านอกจากคนที่มีชัยชนะจะสวมเสื้อสีขาวแล้วชื่อของเขาจะไม่ถูกลบออกจากหนังสือแห่งชีวิตด้วยเช่นกัน (ข้อ 5)

แม้ดูเหมือนว่ามนุษย์กำลังหายใจ แต่ก็ไม่ได้ความว่าเขามีชีวิตอยู่อย่างแท้จริง มนุษย์จะมีชีวิตที่แท้จริงได้ก็ต่อเมื่อวิญญาณจิตของเขาที่ตายไปแล้วเพราะบาปของอาดัมได้รับการรื้อฟื้นขึ้นมาใหม่เท่านั้น สำหรับคนที่ไม่ต้อนรับเอาองค์พระผู้เป็นเจ้าและมีชีวิตอยู่ในความมืดนั้นวิญญาณจิตของเขายังตายอยู่ ดังนั้นเมื่อคนเหล่านี้

สียชีวิตวิญญาณของเขาจะไปลงไปสู่นรกซึ่งเป็นความตายนิรันดร์

แต่เมื่อเขาต้อนรับเอาพระเยซูคริสต์องค์พระผู้เป็นเจ้าและได้รับพระวิญญาณบริสุทธิ์ วิญญาณที่ตายไปแล้วของเขาจะมีชีวิตขึ้นมาใหม่และเขาจะมีชีวิตนิรันดร์ ชื่อของเขาจะถูกบันทึกไว้ในหนังสือแห่งชีวิตในสวรรค์ เพราะเหตุนี้วิวรณ์ 20:15 จึงกล่าวว่า "และถ้าผู้ใดไม่มีชื่อจดไว้ในหนังสือชีวิต ผู้นั้นก็ถูกทิ้งลงไปในบึงไฟ" คนที่มีชื่อบันทึกไว้ในหนังสือแห่งชีวิตเท่านั้นที่จะรอด

อย่างไรก็ตาม การที่ชื่อของเราถูกบันทึกไว้ในหนังสือแห่งชีวิตในเวลานี้ก็ไม่ได้เป็นสิ่งค้ำประกันว่าเราจะได้รับความรอด เราจะไปถึงความรอดได้ก็ต่อเมื่อชื่อของเรายังถูกบันทึกไว้ในหนังสือแห่งชีวิตเมื่อพระเจ้าซึ่งเป็นผู้พิพากษาทรงเปิดหนังสือเล่มนั้นออกในการพิพากษาบนพระที่นั่งใหญ่สีขาวเท่านั้น พระองค์ตรัสว่า "เราจะไม่ลบชื่อผู้นั้นออกจากหนังสือแห่งชีวิต" ถ้าคิดในมุมกลับก็หมายความว่าชื่อของเราที่อยู่ในหนังสือเล่มนั้นสามารถถูกลบออกไปได้เช่นกัน

ผู้เชื่อหลายคนในปัจจุบันคิดว่าเมื่อชื่อของเขาถูกบันทึกไว้ในหนังสือแห่งชีวิตแล้วชื่อของเขาก็จะอยู่ที่นั่นถาวรตลอดไปและเขาสามารถไปสู่สวรรค์แม้เขาจะดำเนินชีวิตในโลกนี้ตามที่เขาต้องการก็ตาม แต่ข้อเท็จจริงไม่ได้เป็นเช่นนั้นเลย จากวินาทีที่ชื่อของเราถูกบันทึกไว้ในหนังสือแห่งชีวิตเป็นต้นมาเราได้ก้าวเข้าสู่เส้นทางของการที่จะได้รับชีวิตนิรันดร์ แต่ถ้าเราก้าวออกนอกเส้นทางที่นำไปสู่ชีวิตนิรันดร์ในสวรรค์ เราก็จะดับพระวิญญาณบริสุทธิ์ (1 เธสะโลนิกา 5:19) และชื่อของเราก็จะถูกลบออกจากหนังสือแห่ง

ชีวิต (อพยพ 32:33)

1 โครินธ์ 15:2 กล่าวเช่นกันว่า "และซึ่งจะทำให้ท่านรอด ถ้าท่านยังยึดตามหลักคำสอนที่ข้าพเจ้าประกาศนั้น เว้นเสียแต่ท่านได้เชื่อเฉย ๆ" คำว่า "เชื่อเฉย ๆ" ในที่นี้หมายถึง "ความเชื่อฝ่ายเนื้อหนัง" ซึ่งเป็นความเชื่อที่ตายแล้วโดยไม่มีการประพฤติตามความจริง แม้เราเข้าร่วมนมัสการในคริสตจักรมาเป็นเวลานานและมีความรู้พระคัมภีร์อย่างลึกซึ้ง ตราบใดที่เราไม่ได้ดำเนินชีวิตตามพระคำของพระเจ้าแต่ดำเนินชีวิตเหมือนผู้คนชาวโลก ความเชื่อที่เรามีก็เป็นความเชื่อ "ที่ตายแล้ว"

พระคัมภีร์กล่าวเช่นกันว่าถ้าเราทำตามการงานของเนื้อหนังที่เห็นได้ชัดเจน เช่น การล่วงประเวณี การโสโครก การลามก และการนับถือรูปเคารพ เป็นต้น เราจะไม่มีส่วนในแผ่นดินของพระเจ้า (กาลาเทีย 5:19-21)

พระคัมภีร์บอกเราเกี่ยวกับ "บาปที่นำไปสู่ความตาย" ด้วยเช่นกัน

บาปที่นำไปสู่ความตายเหล่านี้ประกอบด้วย "การหมิ่นประมาทพระวิญญาณบริสุทธิ์" "การกล่าวร้ายพระวิญญาณบริสุทธิ์" (มัทธิว 12: 31-32) "การหลงหายไปหลังจากที่เขาได้มีส่วนในพระวิญญาณบริสุทธิ์และการตรึงพระบุตรของพระเจ้าและทำให้พระองค์รับการดูหมิ่นเยาะเย้ยอีกครั้งหนึ่ง" (ฮีบรู 6:6) และ "การจงใจทำบาปแม้หลังจากที่เขาได้รับความรู้ในเรื่องความจริง" (ฮีบรู 10:26)

พระคัมภีร์บอกถึงวิธีการที่เราจะได้รับความรอด แต่ในเวลาเดียวกันพระคัมภีร์ก็บอกอย่างชัดเจนถึงวิธีการที่เราอาจล้มลงไปสู่ค

วามพินาศได้เช่นกัน ความรอดไม่ใช่สิ่งที่ถูกชี้ขาดในจุดใดจุดหนึ่งของกาลเวลา แต่ความรอดเป็นกระบวนการที่ดำเนินไปอย่างต่อเนื่องจนกว่าองค์พระผู้เป็นเจ้าเสด็จกลับมา

แม้เราจะอยู่ภายในขอบเขตของความรอด แต่เราก็อาจก้าวออกนอกเขตแดนนี้ได้ด้วยเสรีภาพแห่งการตัดสินใจของเราเอง ในทางกลับกัน ถึงแม้เราจะอยู่นอกขอบเขตของความรอด แต่ในจุดหนึ่งเราก็อาจก้าวเข้ามาอยู่ในขอบเขตนี้ได้ด้วยเช่นกัน

พระพรของการที่พระองค์ทรงรับรองชื่อของเราต่อพระพักตร์พระเจ้าและต่อหน้าทูตสวรรค์

องค์พระผู้เป็นเจ้าทรงสัญญากับสมาชิกสองสามคนในคริสตจักรเมืองซาร์ดิสว่า "เราจะรับรองชื่อผู้นั้นต่อพระพักตร์พระบิดาของเราและต่อหน้าเหล่าทูตสวรรค์ของพระองค์" (ข้อ 5) เราต้องได้รับการรับรองจากองค์พระผู้เป็นเจ้าว่า "ท่านเป็นบุตรของพระเจ้า" ต่อพระพักตร์พระเจ้าผู้ทรงเป็นผู้พิพากษาในการพิพากษาบนพระที่นั่งใหญ่สีขาว

การรับรองขององค์พระผู้เป็นเจ้าต้องได้รับการยอมรับจากบรรดาทูตสวรรค์ด้วยเช่นกัน ทูตสวรรค์บางองค์ทำหน้าที่สำรวจความประพฤติ ความคิด และจิตใจของเราพร้อมกับจัดทำรายงานและบันทึกสิ่งนั้นเอาไว้ (มัทธิว 18:10) ทูตสวรรค์เหล่านี้ยังนำเอาคำอธิษฐานของเราไปถวายบนแท่นทองคำด้วยเช่นกัน (วิวรณ์ 8:3-4)

พระเจ้าทรงส่งทูตสวรรค์บางองค์ให้มาปกป้องบุตรของพระอง

ค์ แต่มีทูตสวรรค์บางองค์ซึ่งทำหน้าที่ตรวจสอบบุคคลแต่ละคน รายงานที่บันทึกไว้โดยทูตสวรรค์เหล่านี้จะถูกนำไปใช้เป็นหลักฐานพิสูจน์ในการพิพากษาบนพระที่นั่งใหญ่สีขาว

ทูตสวรรค์อาจไม่ได้ออกมาเป็นพยานและรับรองเราในวันพิพากษา แต่เราต้องได้รับการรับรองจากทูตสวรรค์ในรายงานที่ละเอียดถี่ถ้วนเหล่านั้นว่าเราได้ดำเนินชีวิตสมกับที่เป็นบุตรของพระเจ้า เพราะทูตสวรรค์คือผู้ที่เฝ้าดูเราอยู่ในระยะที่ใกล้ชิดที่สุด ดังนั้นคำรับรองของทูตสวรรค์จึงเป็นสิ่งสำคัญ

องค์พระผู้เป็นเจ้าทรงต้องการให้คริสตจักรเมืองซาร์ดิสเปลี่ยนแปลง

องค์พระผู้เป็นเจ้าทรงสรุปคำตรัสของพระองค์เหมือนที่พระองค์ได้ตรัสไว้กับคริสตจักรแห่งอื่นว่า "ใครมีหูก็ให้ฟังข้อความซึ่งพระวิญญาณได้ตรัสไว้แก่คริสตจักรทั้งหลายเถิด" (ข้อ 6) พระองค์ทรงวิงวอนคริสตจักรเมืองซาร์ดิสด้วยพระทัยที่บริสุทธิ์และห่วงใยอีกครั้งหนึ่งว่าขอให้เขาจดจำสิ่งที่เขาได้ยินเอาไว้และเปลี่ยนแปลงตนเองเสียใหม่

คริสตจักรเมืองซาร์ดิสมีความเชื่อที่ตายแล้ว ถ้าเขาไม่กลับใจและไม่หันหลังกลับเขาก็จะไม่มีส่วนใดกับความรอด แต่ในเมื่อคนเหล่านั้นได้ยินและได้เรียนรู้ความจริง อย่างน้อยเขาก็รู้จักความจริงแม้จะเป็นเพียงความรู้ก็ตาม บัดนี้จึงเป็นเวลาที่เขาต้องเปลี่ยนแปลงความเชื่อที่เป็นเพียงความรู้ไปสู่ความเชื่อที่เป็นการประพฤติ

นอกจากนั้น แม้คนเหล่านั้นมีความเชื่อที่จะทำให้เขาได้รับควา

มรอด แต่เขาต้องยึดมั่นในความเชื่อและมีชัยชนะจนกว่าองค์พระผู้เป็นเจ้าเสด็จกลับมา เมื่อถึงเวลานั้นเขาจะได้สวมเสื้อสีขาวซึ่งเป็นสัญลักษณ์ของความรอดและจะได้รับรางวัลและสง่าราศีในสวรรค์ตามการกระทำของตนในโลกนี้

แต่คริสตจักรหลายแห่งในปัจจุบันไม่ตระหนักความจริงข้อนี้ คริสตจักรหลายแห่งไม่ได้ตื่นขึ้นจากการหลับใหลฝ่ายวิญญาณและมีความเชื่อที่ตายแล้ว สิ่งที่เลวร้ายกว่านั้นก็คือคริสตจักรเหล่านี้ไม่มีผู้เลี้ยงที่สอนความจริงให้กับตน คริสตจักรหลายแห่งมีสภาพเหมือนคนตาบอดจูงคนตาบอดด้วยกัน

พระเจ้าทรงต้องการให้คนที่มีหูฟังถ้อยคำของพระองค์และไปถึงความรอด พระองค์ทรงต้องการให้คนที่รักพระเจ้าพระบิดาอย่างแท้จริงแสวงหาองค์พระผู้เป็นเจ้าและปรารถนาที่จะเดินตามความจริง พระองค์ทรงปรารถนาให้คนเหล่านี้ได้รับการชี้นำเป็นอย่างดีเพื่อเขาจะไปสู่ที่อยู่อาศัยที่ดีกว่าในแผ่นดินสวรรค์

ด้วยเหตุนี้ เราควรรู้ว่าการมีความเชื่อที่แท้จริงและการเป็นเจ้าสาวที่ดีพร้อมซึ่งปราศจากตำหนิขององค์พระเป็นเจ้านั้นเป็นพระพรมากเพียงใด ทั้งนี้เพื่อเราจะสามารถเดินไปกับองค์พระผู้เป็นเจ้าเสมอไปในแผ่นดินสวรรค์

บทที่ 6

คริสตจักรเมืองฟีลาเดลเฟีย
– คำชมเชยในเรื่องการแสดงออกถึงความเชื่อ

คริสตจักรเมืองฟีลาเดลเฟียเป็นคริสตจักรเพียงแห่งเดียวในบรรดาคริสตจักรทั้งเจ็ดที่ได้รับเฉพาะคำชมเชย แม้คนเหล่านั้นจะมีกำลังเพียงเล็กน้อยแต่เขาก็ไม่ยอมถูกเปรอะเปื้อนไปด้วยโลกและรักษาความเชื่อของตนเอาไว้ เพราะเหตุนี้คริสตจักรแห่งนี้จึงได้รับลูกกุญแจของดาวิดที่สามารถเปิดประตูแห่งพระพร คนเหล่านั้นได้รับหลักฐานแห่งความรักของพระเจ้าและพระพรแห่งพระสัญญาที่ว่าเขาจะเป็นหลักของนครเยรูซาเล็มใหม่

ถ้อยคำขององค์พระผู้เป็นเจ้าที่ส่งไปถึงคริสตจักรเมืองฟีลาเดลเฟียเป็นข่าวสารสำหรับคริสตจักรและสมาชิกคริสตจักรที่พยายามจะประพฤติตามพระคำของพระเจ้าแม้เขาจะมีความเชื่อเพียงเล็กน้อยพร้อมกับสำแดงหมายสำคัญ การอัศจรรย์ และการทำงานด้วยฤทธิ์อำนาจของพระเจ้าผ่านทางข่าวสารนี้

วิวรณ์ 3:7-13

จงเขียนถึงทูตสวรรค์แห่งคริสตจักรที่เมืองฟีลาเดลเฟียว่า พระองค์ผู้บริสุทธิ์ ผู้สัตย์จริง ผู้ทรงถือลูกกุญแจของดาวิด ผู้เป็นทรงเปิดแล้วจะไม่มีผู้ใดปิด ผู้ทรงปิดแล้วจะไม่มีผู้ใดเปิดได้ตรัสดังนี้ว่า "เรารู้จักแนวการกระทำของเจ้า ดูเถิด เราได้ตั้งประตูซึ่งเปิดไว้ตรงหน้าพวกเจ้า ประตูนี้ไม่มีใครปิดได้ เรารู้ว่าเจ้ามีกำลังเพียงเล็กน้อย แต่กระนั้นเจ้าก็ได้ประพฤติตามคำของเราและไม่ได้ปฏิเสธนามของเรา ดูเถิด เราจะทำให้พวกธรรมศาลาของซาตานที่พูดมุสาว่าเขาเป็นพวกยิวและไม่ได้เป็นนั้นมากราบลงแทบเท้าของเจ้าและให้เขารู้ว่าเราได้รักพวกเจ้า เพราะเหตุที่เจ้าได้ประพฤติตามคำของเรา คือให้มีความอดทน เราจะป้องกันเจ้าให้พ้นจากการลองใจซึ่งจะมีทั่วทั้งโลกเพื่อจะลองใจคนทั้งปวงที่อยู่ในโลก เราจะมาในเร็ว ๆ นี้ จงยึดมั่นในสิ่งที่เจ้ามีเพื่อไม่ให้ผู้ใดชิงเอามงกุฎของเจ้าไปได้ ผู้ใดมีชัยชนะ เราจะตั้งให้ผู้นั้นเป็นหลักอยู่ในพระวิหารแห่งพระเจ้าของเราและผู้นั้นจะไม่ออกไปนอกพระวิหารอีกเลย และที่ตัวของผู้นั้นเราจะจารึกพระนามพระเจ้าของเราและชื่อเมืองของพระเจ้าของเรา คือนครเยรูซาเล็มใหม่ที่ลงมาจากสวรรค์จากพระเจ้าของเรา และเราจะจารึกนามใหม่ของเราไว้ที่ผู้นั้นด้วย ใครมีหูก็ให้ฟังข้อความซึ่งพระวิญญาณได้ตรัสไว้แก่คริสตจักรทั้งหลายเถิด"

จดหมายขององค์พระผู้เป็นเจ้าที่เขียนไปถึงคริสตจักรเมืองฟีลาเดลเฟีย

จงเขียนถึงทูตสวรรค์แห่งคริสตจักรที่เมืองฟีลาเดลเฟียว่า พระองค์ผู้บริสุทธิ์ ผู้สัตย์จริง ผู้ทรงถือลูกกุญแจของดาวิด ผู้เป็นทรงเปิดแล้วจะไม่มีผู้ใดปิด ผู้ทรงปิดแล้วจะไม่มีผู้ใดเปิดได้ตรัสดังนี้ว่า (วิวรณ์ 3:7)

ในสมัยที่พวกอัครทูตทำพันธกิจอยู่ในเมืองฟีลาเดลเฟียเมืองนี้ยังมีขนาดเล็กโดยมีประชากรประมาณ 1,000 คน เมืองนี้เกิดแผ่นดินไหวอยู่บ่อยครั้ง ประชากรส่วนใหญ่มีอาชีพเกษตรกร คนเหล่านี้มีความสุขกับการดื่มเหล้าองุ่นและการเต้นรำในขณะที่เขานมัสการพระดิโอนิซุสผู้เป็นเทพเจ้าแห่งเหล้าองุ่นของชาวกรีก ฟีลาเดลเฟียยังเป็นเมืองที่เป็นประตูผ่านไปยังเมืองซาร์ดิส เมืองเปอร์กามัม เมืองทรอย และกรุงโรมด้วยเช่นกัน

คริสตจักรเมืองฟีลาเดลเฟียไม่ได้เป็นเพียงคริสตจักรแห่งในบ

รรดาคริสตจักรทั้งเจ็ดที่ได้รับเฉพาะคำชมเชยจากองค์พระผู้เป็นเจ้าเท่านั้น แต่คริสตจักรแห่งนี้ยังเป็นแบบอย่างที่ดีให้กับคริสตจักรหลายแห่งในปัจจุบันด้วยเช่นกัน

องค์พระผู้เป็นเจ้าผู้บริสุทธิ์และสัตย์จริง
องค์พระผู้เป็นเจ้าผู้กำลังตรัสกับคริสตจักรเมืองฟีลาเดลเฟียทรง "บริสุทธิ์และสัตย์จริง" คำว่า "บริสุทธิ์" ในที่นี้หมายความว่าพระองค์ทรงอยู่เหนือมนุษย์ทุกคนโดยไม่ถูกเปรอะเปื้อนด้วยความบาป พระองค์ทรงถวายพระสิริแด่พระเจ้าแต่เพียงผู้เดียวเนื่องจากพระองค์ทรงดำรงอยู่โดยพระคำของพระเจ้าโดยปราศจากตำหนิหรือจุดด่างพร้อย

ครั้งแรกคำว่า "บริสุทธิ์" ไม่อาจใช้กับมนุษย์ได้ คำนี้ใช้กับพระเจ้าผู้ทรงบริสุทธิ์และสัตย์จริงเท่านั้น แต่ถ้ามนุษย์รื้อฟื้นพระฉายาของพระเจ้าที่เสียไปเพราะบาปขึ้นมาใหม่และถ้าเขามีลักษณะเหมือนพระเจ้าและบรรลุถึงความบริสุทธิ์ของพระองค์ คำว่า "บริสุทธิ์" ก็สามารถใช้กับมนุษย์ได้ พื้นฐานสำหรับเรื่องนี้ถูกบันทึกไว้ใน 1 เปโตร 1:16

พระเยซูตรัสไว้ในยอห์น 10:34-36 ว่า "ในพระธรรมของท่านมีคำเขียนไว้มิใช่หรือว่า 'เราได้กล่าวว่าท่านทั้งหลายเป็นพระ' ถ้าพระธรรมนั้นเรียกผู้ที่รับพระวจนะของพระเจ้าว่าเขาเป็นพระ (และจะฝ่าฝืนพระคัมภีร์ไม่ได้) ท่านทั้งหลายจะกล่าวหาท่านที่พระบิดาได้ตั้งไว้และทรงใช้เข้ามาในโลกว่า 'ท่านกล่าวคำหมิ่นประมาทพระเจ้า' เพราะเราได้กล่าวว่า 'เราเป็นบุตรของพระเจ้า' อย่างนั้นหรือ"

ข้อความที่ว่า "ผู้ที่รับพระวจนะของพระเจ้า" ในที่นี้หมายถึงผู้ค

นทีประพฤติตามพระคำแห่งความจริงและดำเนินชีวิตตามพระคำนัน สิงนีหมายความว่าพระเจ้าทรงถือว่าคนเหล่านีเป็นพระ

การพูดเช่นนีไม่ได้ความว่าคนเหล่านีอยู่ในระดับเดียวกันกับพระเจ้าเพียงเพราะว่าพระเจ้าทรงถือว่าเขาเป็นพระ แต่หมายความว่าพระเจ้าทรงถือว่าเขาเป็นบุตรของพระเจ้าโดยสมบูรณ์ พระองค์ทรงถือว่าคนเหล่านีเป็นมนุษย์ฝ่ายวิญญาณและเป็นบุคคลแห่งความจริง

เพราะเหตุนี้องค์พระผู้เป็นเจ้าจึงตรัสไว้ในมัทธิว 5:48 ว่า “เหตุฉะนี้ท่านทั้งหลายจงเป็นคนดีรอบคอบเหมือนอย่างพระบิดาของท่านผู้ทรงสถิตในสวรรค์เป็นผู้ดีรอบคอบ” พระองค์ตรัสไว้ในยอห์น 17:17-19 เช่นกันว่า “ขอทรงโปรดชำระเขาให้บริสุทธิ์ด้วยความจริง พระวจนะของพระองค์เป็นความจริง พระองค์ทรงใช้ข้าพระองค์มาในโลกฉันใด ข้าพระองค์ก็ใช้เขาไปในโลกฉันนั้น ข้าพระองค์ชำระตัวถวายเพราะเห็นแก่เขาเพือให้เขารับการทรงชำระแต่งตั้งไว้โดยสัจจะด้วยเช่นกัน” พระคัมภีร์ข้อเหล่านีกล่าวว่าพระเจ้าทรงมีน้ำพระทัยให้เราเป็นคนบริสุทธิ์เหมือนอย่างทีพระองค์ทรงบริสุทธิ์

คำว่า “สัตย์จริง” หมายถึง “ปราศจากความเท็จหรือความอสัตย์” สิ่งที “สัตย์จริง” คือสิงทีไม่เปลียนแปลง ไม่หันเหไปทางซ้ายหรือทางขวา ไม่ตลบตะแลง ไม่หลอกลวง ไม่โกหก ไม่มีเล่ห์เหลียม และไม่แปรเปลียน การเป็นคน “สัตย์จริง” มีความสำคัญมาก ถ้าเราเป็นคนสัตย์จริงเราจะมีความเชือ พระคำของพระเจ้าจะมีชีวิตและเกิดผลในเรา และเราจะมีประสบการณ์กับฤทธิ์อำนาจของพระเ

จ้า ทั้งนี้ก็เพราะว่าพระคำของพระเจ้าคือความสัตย์จริง

แต่ถ้าเราไม่ได้เป็นคนสัตย์จริงเราอาจมีความสงสัยและอาจถูกทดลองจากความอสัตย์ เราจะไม่มีวันเข้าใจคนที่มีจิตใจสัตย์จริงเช่นกัน (1 โครินธ์ 2:13) ข้อความที่ว่า "ผู้ทรงถือลูกกุญแจของดาวิด" หมายถึงอะไร

องค์พระผู้เป็นเจ้าผู้ทรงถือลูกกุญแจของดาวิด

ดาวิดเป็นกษัตริย์องค์ที่สองของอิสราเอล ท่านรักและยำเกรงพระเจ้ามาตั้งแต่วัยเด็ก อิสราเอลมีความมั่งคั่งที่สุดภายใต้การปกครองของดาวิด อิสราเอลขยายเขตแดน มีทรัพย์สมบัติมากมาย และได้รับเครื่องบรรณาการจากประเทศเพื่อนบ้าน ดาวิดยังเป็นที่รักและที่โปรดปรานอย่างมากของพระเจ้าและของประชาชนอิสราเอลด้วยเช่นกัน

ถ้าเรามีทรัพย์สมบัติมากมายอยู่ในห้องเก็บของเราต้องมีลูกกุญแจเปิดเข้าไปในห้องนั้น คนที่มีลูกกุญแจเท่านั้นจึงจะสามารถเปิดประตูห้องและชื่นชมกับทรัพย์สมบัติที่อยู่ในนั้น พระเจ้าทรงมอบลูกกุญแจที่สามารถเปิดประตูไปสู่พระพรให้กับดาวิดเพื่อท่านจะได้ชื่นชมกับพระพรนานาชนิด สิ่งนี้เกิดขึ้นได้เพราะดาวิดเป็นบุคคลที่พระเจ้าทรงพอพระทัย

แต่ดาวิดต้องผ่านการทดลองอย่างรุนแรงก่อนที่ท่านจะมีคุณสมบัติได้รับลูกกุญแจดังกล่าว เพื่อปกปิดความจริงที่ว่าท่านหลับนอนกับภรรยาของอูรียาห์ข้าราชการของท่านและทำให้เธอตั้งครรภ์ ดาวิดได้วางแผนฆ่าอูรียาห์ นี่คือจุดเริ่มต้นของการทดลอง การกระทำของดาวิดเป็นบาปที่ร้ายแรง แต่ที่ดาวิดทำเช่นนั้นไม่ใช่เพราะว่าท่านเป็นคนชั่วช้าเลวทราม

ดาวิดเป็นคนที่รักพระเจ้าเหนือสิ่งอื่นใด แต่เพราะท่านมีรากเหง้าของความชั่วร้ายอยู่ในธรรมชาติของตนสิ่งนั้นจึงปรากฏออกมาเป็นความบาป

เนื่องจากพระเจ้าทรงทราบว่ายังมีร่องรอยของความชั่วร้ายหลงเหลืออยู่ในธรรมชาติของดาวิดพระองค์จึงทรงอนุญาตให้ท่านเข้าสู่การทดลองเพื่อท่านจะค้นพบตัวตนที่แท้จริงของท่านและได้รับการชำระให้บริสุทธิ์อย่างสมบูรณ์

ถึงกระนั้น ดาวิดได้มอบทุกสิ่งทุกอย่างไว้ในพระหัตถ์ของพระเจ้าในช่วงของการทดลองอย่างรุนแรง เนื่องจากการก่อกบฏของอับซาโลมพระโอรสของท่านกษัตริย์ดาวิดต้องหลบหนีหัวซุกหัวซุน จากนั้นดาวิดถึงชายสามัญคนหนึ่งชื่อชิเมอีร้องด่าท่านว่า "เจ้าคนกระหายโลหิต เจ้าคนถ่อย จงไปเสียให้พ้น" (2 ซามูเอล 16:7) แต่ดาวิดก็ไม่ได้ถือโทษชายคนนั้น ท่านกลับถ่อมตัวลงเพื่อท่านจะได้รับพระเมตตาจากพระเจ้า ดาวิดมีท่าทีที่แตกต่างไปจากสมัยก่อนอย่างมากเมื่อครั้งที่ท่านวางแผนฆ่าอูรียาห์ผู้ไร้ความผิดด้วยอำนาจของความเป็นกษัตริย์

จากการทดลองเหล่านี้ทำให้ดาวิดเปลี่ยนเป็นบุคคลที่พระเจ้าทรงพอพระทัยมากยิ่งขึ้น หลังจากที่พระเจ้าได้ทรงขัดเกลาท่านเพื่อให้เป็นภาชนะที่เหมาะสมที่จะรับเอาพระพรพระองค์ทรงมอบลูกกุญแจให้กับดาวิดเพื่อให้ท่านเปิดประตูไปสู่พระพรอันยิ่งใหญ่เหนือสิ่งอื่นใด ท่านได้รับพระพรที่ท่านคิดไม่ถึง นั่นคือ พระเยซูผู้ทรงเปิดประตูหนทางแห่งความรอดได้ถือกำเนิดในวงศ์วานของกษัตริย์ดาวิด

พระเจ้าไม่ได้ทรงมอบลูกกุญแจของดาวิดดอกนี้ให้กับผู้ถูกเลือกสรรเพียงไม่กี่คนเท่านั้น แต่พระองค์ทรงมอบกุญแจลูกนี้ใ

ห้กับทุกคนทีรักพระเจ้า มีลักษณะเหมือนองค์พระผู้เป็นเจ้า เป็นคนบริสุทธีและสัตย์จริงโดยไม่เลือกหน้า เมือเรามีคุณสมบัติตามเงือนไขทีพระเจ้าทรงต้องการ ประตูแห่งพระพรในเรืองสุขภาพและพระพรด้านอืน ๆ (เช่น ทรัพย์สินเงินทอง เกียรติยศและอำนาจ) ก็จะถูกเปิดออก สุดท้าย พระเจ้าจะทรงมอบลูกกุญแจเพือเปิดประตูแห่งพระพรทียิงใหญ่ทีสุดให้กับเรา นันคือประตูของนครเยรูซาเล็มใหม่

พระคัมภีร์กล่าวถึงองค์พระผู้เป็นเจ้าผู้ทรงถือลูกกุญแจทีเปิดไปสู่พระพรนานาประการว่า “ผู้ทรงเปิดแล้วจะไม่มีผู้ใดปิด ผู้ทรงปิดแล้วจะไม่มีผู้ใดเปิด” (ข้อ 8)

ประตูแห่งความรอดจะเปิดออกได้ด้วยพระนามของพระเยซูคริสต์องค์พระเป็นเจ้าเท่านัน เมือประตูนีถูกเปิดออกแล้วจะไม่มีสามารถปิดได้ เหมือนทีกิจการ 4:12 กล่าวไว้ว่า “ในผู้อืนความรอดไม่มีเลยด้วยว่านามอืนซึงให้เราทังหลายรอดได้ไม่ทรงโปรดให้มีในท่ามกลางมนุษย์ทัวใต้ฟ้า”

แม้แต่ผีมารซาตานก็ไม่สามารถปิดประตูนีได้ องค์พระผู้เป็นเจ้าทรงเปิดและปิดทุกอย่างตามน้ำพระทัยของพระเจ้า พระองค์ทรงกระทำให้ทุกสิงทุกอย่างสำเร็จตามการจัดเตรียมของพระเจ้าโดยไม่มีข้อผิดพลาดแม้แต่เพียงเล็กน้อย

คริสตจักรในปัจจุบันทีมีสภาพเหมือนคริสตจักรเมืองฟีลาเดลเฟีย

ข่าวสารทีส่งไปถึงคริสตจักรเมืองฟีลาเดลเฟียมีเนือหาทีบอกถึงลักษณะของคริสตจักรทีพระเจ้าทรงเลือกสรรและทรงกำกับดูแลด้วยพระองค์เองเอาไว้ พระเจ้าทรงยอมรับและทรงชีนำคริสตจักร

ประเภทนี้ คริสตจักรในยุคปัจจุบันที่ได้รับคำชมเชยจากองค์พระผู้เป็นเจ้าเหมือนกับคริสตจักรเมืองฟีลาเดลเฟียเป็นคริสตจักรที่มีกำลังเพียงเล็กน้อยแต่จะไม่ยอมประนีประนอมกับโลก คริสตจักรเหล่านี้จะประพฤติตามพระคำของพระเจ้าและจะทนต่อการข่มเหงหรือความทุกข์ลำบากจนถึงที่สุดพร้อมกับมีชัยชนะด้วยความรักและความเชื่อ

คริสตจักรประเภทนี้จะได้รับพระพรแบบเดียวกันกับที่คริสตจักรเมืองฟีลาเดลเฟียได้รับ นั่นคือ คริสตจักรเหล่านี้จะมีหลักฐานแห่งความรักของพระเจ้าและจะสำแดงถึงการทำงานด้วยฤทธิ์อำนาจอันอัศจรรย์ของพระเจ้า

พระเจ้าจะทรงเปิดประตูแห่งพระพรอีกหลายบานซึ่งรวมถึงประตูแห่งฤทธิ์อำนาจฝ่ายวิญญาณเพื่อเอาชนะและขับไล่ผีมารซาตานออกไป พระองค์จะทรงเปิดประตูแห่งฤทธิ์อำนาจของพระเจ้าเพื่อทำการอัศจรรย์ หมายสำคัญ และพระราชกิจที่เหนือธรรมชาติอื่น ๆ อีกมากมาย คริสตจักรสามารถนำดวงวิญญาณอีกมากมายมาสู่หนทางแห่งความรอดผ่านทางประตูเหล่านี้

นอกจากนั้น เมื่อประตูแห่งพระพรสำหรับคริสตจักรถูกเปิดออก สมาชิกในคริสตจักรเหล่านี้จะมีโอกาสได้รับลูกกุญแจของนครเยรูซาเล็มใหม่โดยขึ้นอยู่กับว่าคนเหล่านี้มีคุณสมบัติเหมาะสมหรือไม่

นับตั้งแต่การเปิดตัวของคริสตจักรมันมินเซ็นทรัลเชิร์ชผมได้ยึดเอาคริสตจักรเมืองฟีลาเดลเฟียเป็นแบบอย่างและพยายามอย่างสุดกำลังที่จะเป็นคริสตจักรอันงดงามเพื่อให้ได้รับคำชมเชยจากองค์พระผู้เป็นเจ้า เราได้ทนต่อการข่มเหงและความทุกข์ลำบากหลากหลายรูปแบบเพื่อจะประพฤติตามพระคำของพระเจ้าและไม่ปร

ะนีประนอมกับโลก

ผลลัพธ์ก็คือพระเจ้าทรงอนุญาตให้มีฤทธิ์อำนาจแห่งการทรงสร้างและสิ่งมหัศจรรย์อันยิ่งใหญ่เกินความคิดของมนุษย์เกิดขึ้นในคริสตจักรแห่งนี้ แต่การทำงานด้วยฤทธิ์อำนาจของพระเจ้าที่กำลังเกิดขึ้นในคริสตจักรเวลานี้ไม่ได้เกิดขึ้นมาตั้งแต่แรก เมื่อเราเอาชนะการขัดเกลาด้วยไฟของพระเจ้าด้วยความเชื่อทีละขั้นพระองค์ก็ทรงนำเราก้าวไปสู่ระดับที่สูงขึ้น

แม้พระเจ้าทรงมอบกุญแจสู่พระพรมากมายให้กับคริสตจักร แต่การที่เราจะเปิดประตูไปสู่พระพรและชื่นชมกับพระพรที่อยู่ในห้องเก็บของเหล่านั้นได้ก็ขึ้นอยู่กับผู้เชื่อและคริสตจักรแต่ละแห่ง

ฮักกัย 2:9 กล่าวว่า “พระเจ้าจอมโยธาตรัสว่า ‘สง่าราศีของพระนิเวศครั้งหลังนี้จะยิ่งใหญ่กว่าครั้งเดิมนั้น’ พระเจ้าจอมโยธาตรัสว่า ‘และเราจะให้เกิดความสมบูรณ์พูนสุขในสถานที่นี้’” พระคัมภีร์ข้อนี้กล่าวว่าแม้เราจะมีกำลังเพียงเล็กน้อยเราควรทำอย่างสุดกำลังของเราเพื่อเราจะสามารถทำสิ่งที่ยิ่งใหญ่มากขึ้นกว่าครั้งก่อนเพื่อเป็นการถวายเกียรติยศแด่พระเจ้า

องค์พระผู้เป็นเจ้าทรงชมเชยคริสตจักรเมืองฟีลาเดลเฟีย

"เรารู้จักแนวการกระทำของเจ้า ดูเถิด เราได้ตั้งประตูซึ่งเปิดไว้ตรงหน้าพวกเจ้า ประตูนี้ไม่มีใครปิดได้ เรารู้ว่าเจ้ามีกำลังเพียงเล็กน้อย แต่กระนั้นเจ้าก็ได้ประพฤติตามคำของเรา และไม่ได้ปฏิเสธนามของเรา ดูเถิด เราจะทำให้พวกธรรมศาลาของซาตานที่พูดมุสาว่าเขาเป็นพวกยิวและไม่ได้เป็นนั้นมากราบลงแทบเท้าของเจ้าและให้เขารู้ว่าเราได้รักพวกเจ้า เพราะเหตุที่เจ้าได้ประพฤติตามคำของเรา คือให้มีความอดทน เราจะป้องกันเจ้าให้พ้นจากการลองใจซึ่งจะมีทั่วทั้งโลกเพื่อจะลองใจคนทั้งปวงที่อยู่ในโลก (วิวรณ์ 3:8-10)

เมื่อผู้คนประสบความสำเร็จในด้านต่าง ๆ ในการส่งเสริมการพัฒนาอารยธรรมของมนุษย์หรือเมื่อคนเหล่านั้นทำสิ่งที่ดีงามด้วยความรัก ชื่อของเขาจะเป็นที่จดจำและเป็นที่ยกย่องตลอดหลายชั่วอายุคน

223

ถ้าเราเป็นที่รักและเป็นที่ยอมรับของเพื่อนบ้านในลักษณะนี้ก็ถือเป็นสิ่งที่น่าชื่นชมยินดีอย่างยิ่ง ถ้าเราได้รับคำชมเชยจากองค์พระผู้เป็นเจ้าเหมือนคริสตจักรเมืองฟีลาเดลเฟียก็ถือเป็นสิ่งที่นิรันดร์และสัตย์จริง ความสุขและคุณค่าที่เราได้รับนี้จะไม่มีสิ่งเปรียบเทียบได้

องค์พระผู้เป็นเจ้าทรงตั้งประตูที่เปิดไว้ตรงหน้าคริสตจักรเมืองฟีลาเดลเฟีย

ก่อนที่องค์พระผู้เป็นเจ้าจะชมเชยคริสตจักรเมืองฟีลาเดลเฟีย พระองค์ทรงสัญญากับคนเหล่านั้นว่าพระองค์จะทรงอวยพรเขา พระองค์ตรัสเป็นพิเศษว่า "ดูเถิด เราได้ตั้งประตูซึ่งเปิดไว้ตรงหน้าพวกเจ้า ประตูนี้ไม่มีใครปิดได้" (ข้อ 8) เมื่อองค์พระผู้เป็นเจ้าทรงเปิดประตูไปสู่พระพรแล้วไม่มีใครสามารถปิดประตูนี้ได้ไม่ว่าจะเป็นมนุษย์ ทูตสวรรค์ หรือผีมารซาตานก็ตาม องค์พระผู้เป็นเจ้าทรงเชื่อฟังจนกระทั่งถึงความมรณาเพื่อทำตามน้ำพระทัยของพระเจ้า พระองค์ทรงมีชัยชนะเหนืออำนาจของความตาย ด้วยชัยชนะนั้นพระเจ้าทรงแต่งตั้งพระเยซูคริสต์ให้เป็นกษัตริย์เหนือกษัตริย์และองค์พระผู้เป็นเจ้าเหนือเจ้าทั้งหลาย

นอกจากนั้น ยอห์น 14:13 กล่าวว่า "สิ่งใดที่ท่านทั้งหลายจะขอในนามของเราเราจะกระทำสิ่งนั้นเพื่อว่าพระบิดาจะทรงได้รับเกียรติอันยิ่งใหญ่ทางพระบุตร" พระคัมภีร์ข้อนี้กล่าวว่าพระเจ้าทรงสัญญาว่าพระองค์จะทรงมอบทุกสิ่งที่เราทูลขอในพระนามของพระเยซูคริสต์ให้กับเรา

เปโตรสาวกคนหนึ่งของพระเยซูยอมรับต่อพระพักตร์พระองค์

ว่า "พระองค์ทรงเป็นพระคริสต์พระบุตรของพระเจ้าผู้ทรงพระชนม์อยู่" (มัทธิว 16:16) จากนั้นพระเยซูตรัสกับเปโตรว่า "ฝ่ายเราบอกท่านว่าท่านคือเปโตรและบนศิลานี้เราจะสร้างคริสตจักรของเราไว้และพลังแห่งความตายจะมีชัยต่อคริสตจักรนั้นหามิได้ เราจะมอบลูกกุญแจแผ่นดินสวรรค์ให้ไว้แก่ท่าน ท่านจะกล่าวห้ามสิ่งใดในโลกสิ่งนั้นก็จะถูกกล่าวห้ามในสวรรค์ เมื่อท่านจะกล่าวอนุญาตสิ่งใดในโลกสิ่งนั้นจะกล่าวอนุญาตในสวรรค์ด้วย" (มัทธิว 16:18-19)

พระดำรัสของพระองค์ที่ว่า "เราได้ตั้งประตูซึ่งเปิดไว้ตรงหน้าพวกเจ้า ประตูนี้ไม่มีใครปิดได้" เป็นถ้อยคำที่เต็มไปด้วยสิทธิอำนาจ นี่เป็นสิทธิอำนาจที่พระองค์ทรงมอบให้กับเปโตรเพื่อว่าเมื่อท่านกล่าวห้ามสิ่งใดในโลกสิ่งนั้นก็จะถูกกล่าวห้ามในสวรรค์และสิ่งที่ท่านกล่าวอนุญาตในโลกสิ่งนั้นก็จะกล่าวอนุญาตในสวรรค์ด้วย

แต่ถ้อยคำแห่งพระพรนี้ไม่ได้มีไว้สำหรับคริสตจักรเมืองฟีลาเดลเฟียเท่านั้นแต่มีไว้สำหรับทุกคนหรือทุกคริสตจักรที่ได้รับการยอมรับจากองค์พระผู้เป็นเจ้า เนื่องจากผู้คนและคริสตจักรที่พระเจ้าทรงเลือกและทรงนำล้วนอยู่ในการจัดเตรียมของพระเจ้า เมื่อองค์พระผู้เป็นเจ้าทรงเปิดประตูแล้วก็ไม่มีใครสามารถปิดได้ไม่ว่าในสถานการณ์ใดก็ตาม

ไม่ว่าผีมารซาตานจะพยายามขัดขวางมากเพียงใดก็ตาม ถ้าพระเจ้าทรงตัดสินพระทัยและทรงบัญชาให้สิ่งหนึ่งสิ่งใดสำเร็จลุล่วงสิ่งนั้นก็จะสำเร็จลุล่วงเพื่อถวายเกียรติยศแด่พระเจ้า

องค์พระผู้เป็นเจ้าทรงเป็นเหมือนเดิมวานนี้ วันนี้ และสืบไปเป็นนิตย์ พระองค์จะสถิตอยู่กับเราจนกว่าพระองค์จะเส

ด็จมารับเรา พระองค์จะทรงรับรองสมาชิกและคริสตจักรที่พระเจ้าทรงตั้งขึ้น

คริสตจักรเมืองฟีลาเดลเฟียประพฤติตามพระคำของพระเจ้าแม้จะมีกำลังเพียงเล็กน้อย

สาเหตุที่คริสตจักรเมืองฟีลาเดลเฟียได้รับพระพรเหล่านี้ก็เพราะคนเหล่านั้นประพฤติตามพระคำของพระเจ้าแม้เขาจะมีกำลังเพียงเล็กน้อยและไม่ได้ปฏิเสธพระนามขององค์พระผู้เป็นเจ้า ในเมื่อองค์พระผู้เป็นเจ้าทรงชมเชยว่าคริสตจักรนี้ทำดีมาก ทำไมพระองค์จึงตรัสตั้งแต่แรกว่าเขามีกำลังเพียงเล็กน้อย

คำตรัสนี้มีความหมายอยู่สองอย่าง ความหมายแรก "กำลังเพียงเล็กน้อย" หมายถึงสถานะที่เรามีความเชื่อเล็กน้อยเท่าเมล็ดพืชหลังจากที่เราต้อนรับเอาองค์พระผู้เป็นเจ้า แต่เมล็ดพืชขนาดเล็กนั้นจะเติบโตขึ้นเป็นต้นไม้ขนาดใหญ่และนกจำนวนมากจะเข้ามาทำรังอาศัยอยู่ตามกิ่งก้านของไม้ต้นนั้น ในทำนองเดียวกันความเชื่อของเราจะเติบโตขึ้นเป็นความเชื่อขนาดใหญ่เมื่อเราเจริญก้าวหน้าในชีวิตคริสเตียน

กล่าวคือ นับจากช่วงเวลาที่คนเหล่านั้นมีกำลังเพียงเล็กน้อยเมื่อครั้งที่ความเชื่อของเขายังมีขนาดเล็กเป็นต้นมาคริสตจักรเมืองฟีลาเดลเฟียได้ประพฤติตามพระคำของพระเจ้าที่เขาเรียนรู้และเติบโตขึ้นในความเชื่อของตน

ที่จริงการประพฤติตามพระคำของพระเจ้าด้วยกำลังเพียงเล็กน้อยในการเริ่มต้นชีวิตคริสเตียนครั้งแรกไม่ใช่สิ่งที่ทำได้ง่าย เพราะคนที่เริ่มต้นชีวิตคริสเตียนครั้งแรกมีกำลังเพียงเล็กน้อยที่จะเอาช

นะโลก แม้เขาจะรู้ว่าความจริงคืออะไรแต่เขาก็ไม่สามารถทำตามความจริงในชีวิตของเขาได้

ยกตัวอย่าง เมื่อคนเหล่านี้ได้ยินจากคำเทศนาว่าเขาควรละทิ้งการเป็นคนใจร้อน เขาตัดสินใจว่าเขาจะดำเนินชีวิตตามพระคำ แต่เมื่อเขาเผชิญหน้ากับเหตุการณ์ที่ทำให้ตนผิดหวังเขาจะโกรธเพราะมีกำลังเพียงเล็กน้อย อย่างไรก็ตาม แม้เขาจะมีกำลังเพียงเล็กน้อย ถ้าเขาใส่พระคำไว้ในจิตใจของตนอย่างแท้จริงและอธิษฐานอย่างร้อนรน คนเหล่านี้ก็สามารถเอาชนะได้ด้วยความช่วยเหลือของพระวิญญาณ

คริสตจักรเมืองฟีลาเดลเฟียมีกำลังเพียงเล็กน้อย แต่เขาได้อธิษฐานอย่างร้อนรนและประพฤติตามพระคำของพระเจ้า ดังนั้นความเชื่อของเขาจึงเติบโตขึ้นอย่างรวดเร็ว คนเหล่านั้นจึงเป็นคริสตจักรที่ได้รับคำชมเชยจากองค์พระผู้เป็นเจ้า

ความหมายที่สอง การประพฤติตามพระคำของพระเจ้าด้วยกำลังเพียงเล็กน้อยหมายความว่าแม้ในความเป็นจริงคนเหล่านั้นมีกำลังมาก แต่เขาก็ทำให้น้ำพระทัยของพระเจ้าสำเร็จด้วยความถ่อมใจเสมือนหนึ่งว่าเขามีกำลังเพียงเล็กน้อย ขอให้เราดูแบบอย่างของพระเยซูองค์พระผู้เป็นเจ้าของเราในเรื่องนี้

พระเยซูทรงเป็นอันหนึ่งอันเดียวกันกับพระเจ้าพระบิดาตั้งแต่ดั้งเดิม พระองค์ทรงมีสิทธิและฤทธิ์อำนาจแบบเดียวกันกับสิทธิและฤทธิ์อำนาจของพระเจ้า แต่พระเยซูองค์นี้ทรงรับสภาพเป็นมนุษย์ที่ต่ำต้อยเมื่อพระองค์เสด็จมาในโลกนี้ พระองค์ทรงดำเนินชีวิตเหมือนมนุษย์ทั่วไป พระองค์ประสบกับความหิว ความเหน็ดเหนื่อย ความหนาวเย็น และความเจ็บปวดของเนื้อหนั

งเหมือนที่มนุษย์ทั่วไปประสบ

พระองค์ทรงทำภารกิจของการเป็นพระผู้ช่วยให้รอดสำเร็จไม่ใช่ในสภาพของพระบุตรของพระเจ้าผู้ทรงสง่าราศีอันสูงส่ง แต่ในสภาพของมนุษย์ธรรมดาคนหนึ่งที่มีกำลังเพียงเล็กน้อย แม้พระองค์ทรงมีฤทธิ์อำนาจยิ่งใหญ่ แต่พระองค์ก็ทรงทำให้ทุกสิ่งทุกอย่างสำเร็จตามหลักความยุติธรรมในฐานะมนุษย์คนหนึ่งที่มีความจำกัดและมีกำลังเพียงเล็กน้อย

เช่นเดียวกัน แม้เราบางคนอาจมีจิตใจที่ดีงามและมีศักยภาพมากมาย แต่พระเจ้าก็ไม่ได้ทรงมอบพลังอำนาจอันยิ่งใหญ่ให้กับเราตั้งแต่แรกโดยไม่มีเงื่อนไข พระเจ้าทรงนำเราไปทีละขั้นตามหลักความยุติธรรมเพื่อว่ากำลังเพียงเล็กน้อยที่เรามีอยู่จะเติบโตขึ้นจนกลายเป็นกำลังขนาดใหญ่

คริสตจักรเมืองฟีลาเดลเฟียไม่ได้ปฏิเสธพระนามขององค์พระผู้เป็นเจ้าแม้จะมีกำลังเพียงเล็กน้อย

คริสตจักรเมืองฟีลาเดลเฟียได้รับคำชมเชยจากการที่เขาประพฤติตามพระคำของพระเจ้าและการที่เขาไม่ได้ปฏิเสธพระนามของพระองค์ คำว่า “ไม่ได้ปฏิเสธนามของเรา” ในที่นี้ไม่ใช่เป็นการปฏิเสธพระนามขององค์พระผู้เป็นเจ้าด้วยคำพูดและการละทิ้งพระองค์เท่านั้น

ถ้าเรารู้จักน้ำพระทัยของพระเจ้าและไม่ได้ดำเนินชีวิตตามน้ำพระทัยของพระองค์ สิ่งนี้ถือเป็นการปฏิเสธพระนามขององค์พระผู้เป็นเจ้าเช่นกัน มีบางคนที่พูดด้วยริมฝีปากของตนว่าเขามีความเชื่อ แต่คนเหล่านี้กลับโอนเอนไปมาและเต็มไปด้วยความสงสัย ใน

ไม่ช้าเขาก็หันกลับไปหาโลกอีกครั้งหนึ่งโดยไม่พยายามที่จะทำตามน้ำพระทัยของพระเจ้าด้วยซ้ำ

ถ้าคนหนึ่งรู้จักน้ำพระทัยของพระเจ้าแต่กลับฝ่าฝืนน้ำพระทัยของพระองค์อย่างต่อเนื่องเพราะเขาเห็นว่าเป็นเรื่องเล็กน้อย เมื่อเขาเผชิญหน้ากับการทดลองหรือความทุกข์ลำบากเขาจะไม่สามารถเอาชนะสิ่งเหล่านั้นได้ แต่เขาจะบ่นและต่อว่าพระเจ้า เขาอาจหนีออกไปจากคริสตจักรด้วยซ้ำ เขาอาจคิดว่า "เรื่องนี้เป็นเรื่องเล็กน้อย" และฝ่าฝืนความจริง แต่ในที่สุดเขาจะพบกับสถานการณ์บางอย่างซึ่งอาจทำให้เขาปฏิเสธองค์พระผู้เป็นเจ้า

คริสตจักรเมืองฟีลาเดลเฟียเริ่มต้นด้วยกำลังและความเชื่อเพียงเล็กน้อย แม้ในขณะที่ความเชื่อของเขากำลังเติบโตขึ้นการประพฤติของเขาก็มีมากพอที่จะทำให้เขาได้รับคำชมเชยจากองค์พระผู้เป็นเจ้า คนเหล่านั้นดำเนินชีวิตด้วยพระคำของพระเจ้าในทุกสถานการณ์ เขาไม่ได้ปฏิเสธพระเจ้าแม้ในยามที่เขาพบกับการทดลองและความทุกข์ลำบาก แต่เขารักษาความเชื่อของตนเอาไว้และยืนหยัดอยู่บนความเชื่ออย่างมั่นคงมากยิ่งขึ้นเรื่อย ๆ

เพื่อเราสามารถประพฤติตามพระคำของพระเจ้าและไม่ปฏิเสธพระนามของพระองค์ด้วย "กำลังเพียงเล็กน้อย" ที่เรามีอยู่ สิ่งสำคัญที่สุดก็คือเราต้องไม่หยุดอธิษฐาน

เราไม่สามารถกำจัดความอสัตย์และเอาชนะความมืดด้วยกำลังและอำนาจของเราเองเพียงลำพัง เนื่องจากเราจะกระทำสิ่งเหล่านี้ได้ด้วยพระคุณและพระกำลังจากพระเจ้าเท่านั้น ดังนั้นเราจึงต้องรับเอาพระคุณและพระกำลังจากพระองค์ด้วยการอธิษฐาน

เราควรเข้าใจอย่างถูกต้องเช่นกันว่าน้ำพระทัยขององค์พระผู้เป็นเจ้าคืออะไร เราต้องรู้ว่าบาปคืออะไร ความมืดคืออะไร และคำว่า "เนื้อหนัง" หมายถึงอะไร เราต้องกำจัดสิ่งเหล่านี้ทิ้งไปอย่างรวดเร็ว ถ้าไม่เช่นนั้นเราก็อาจหลงไปจากวิถีของความชอบธรรมและเดินทางผิดเพราะเราไม่รู้จักน้ำพระทัยขององค์พระผู้เป็นเจ้านั่นเอง

ด้วยเหตุนี้ คนที่รู้จักน้ำพระทัยขององค์พระผู้เป็นเจ้าอย่างแท้จริงจึงสามารถขอบพระคุณและชื่นชมยินดีเมื่อเขาถูกตำหนิและถูกต่อว่าเพราะสิ่งนี้ทำให้เขาเข้าใจน้ำพระทัยขององค์พระผู้เป็นเจ้าชัดเจนยิ่งขึ้นและดำเนินชีวิตตามน้ำพระทัยนั้น

คริสตจักรเมืองฟีลาเดลเฟียได้รับหลักฐานแห่งความรักขององค์พระผู้เป็นเจ้า

องค์พระผู้เป็นเจ้าทรงทราบทุกสิ่งที่เขาทำเพื่อจะประพฤติตามพระคำของพระองค์เหมือนที่พระองค์ตรัสว่า "เรารู้จักแนวการกระทำของเจ้า" แม้คนเหล่านั้นมีกำลังและความเชื่อเพียงเล็กน้อย แต่เขาก็ไม่ได้ปฏิเสธพระนามขององค์พระผู้เป็นเจ้า ดังนั้นพระองค์จึงทรงสำแดงหลักฐานแห่งความรักของพระองค์แก่เขา

พระองค์ตรัสว่า "ดูเถิด เราได้ตั้งประตูซึ่งเปิดไว้ตรงหน้าพวกเจ้า ประตูนี้ไม่มีใครปิดได้ เรารู้ว่าเจ้ามีกำลังเพียงเล็กน้อย แต่กระนั้นเจ้าก็ได้ประพฤติตามคำของเราและไม่ได้ปฏิเสธนามของเรา ดูเถิด เราจะทำให้พวกธรรมศาลาของซาตานที่พูดมุสาว่าเขาเป็นพวกยิวและไม่ได้เป็นนั้นมากราบลงแทบเท้าของเจ้าและให้เขารู้ว่

าเราได้รักพวกเจ้า” (ข้อ 9)

ผมได้อธิบายไปแล้วว่า “ธรรมศาลาของซาตาน” หมายถึงกลุ่มคนที่พูดจาต่อต้านความจริงและเป็นต้นเหตุให้เกิดปัญหาในคริสตจักร ข้อความที่ว่า “คนที่พูดมุสาว่าเขาเป็นพวกยิวและไม่ได้เป็น” คือคนที่พูดว่าเขาเชื่อในพระเจ้าและเป็นบุตรของพระเจ้า แต่เขากลับเป็นส่วนหนึ่งของธรรมศาลาของซาตาน คนเหล่านี้เป็นอุปสรรคต่อแผ่นดินของพระเจ้า

คนเหล่านี้เรียกตนเองว่าเป็นบุตรของพระเจ้าเพียงแค่ริมฝีปากของเขาแต่เขาไม่ได้ดำเนินชีวิตในความจริง เขานินทาว่าร้าย พิพากษาตัดสิน และกล่าวประณามคนอื่น คนเหล่านี้นำเพียงปัญหาและข้อโต้เถียงเข้ามาในคริสตจักร

ถ้าสิ่งใดไม่ได้เป็นไปตามเค้าโครงหรือความคิดของเขา เขาจะกล่าวประณามแม้กระทั่งคนที่เปิดเผยถึงพระสิริของพระเจ้าผ่านทางหมายสำคัญและการอัศจรรย์ “คนที่พูดมุสาว่าเขาเป็นพวกยิวและไม่ได้เป็น” คือคนที่พูดว่าตนเป็นผู้เชื่อแต่เขากลับข่มเหงคริสตจักรและศิษยาภิบาลที่พระเจ้าเองทรงเลือกสรรเอาไว้ คนเหล่านี้เป็นอุปสรรคต่อแผ่นดินของพระเจ้า

พระคัมภีร์กล่าวว่าคนที่ปฏิเสธพระเยซูคริสต์คือคนพูดมุสาและเป็นปฏิปักษ์ของพระคริสต์ (1 ยอห์น 2:22) แต่มีบางคนที่พูดโกหกแม้เขาจะพูดว่าเขาเชื่อ

1 ยอห์น 1:6 กล่าวว่า “ถ้าเราจะว่าเราร่วมสามัคคีธรรมกับพระองค์และยังดำเนินอยู่ในความมืด เราก็พูดมุสาและไม่ได้ดำเนินชีวิตตามความจริง” พระคัมภีร์ข้อนี้กล่าวว่าคนที่พูดมุสาคือคนที่พูดว่าตนเชื่อแต่ไม่ได้ดำเนินชีวิตตามพระคำของพระเจ้าอย่างแท้จ

ริง

องค์พระผู้เป็นเจ้าตรัสว่า “(เราจะทำให้คน) ที่พูดมุสาว่าเขาเป็นพวกยิวและไม่ได้เป็นนั้นมากราบลงแทบเท้าของเจ้า” ข้อความนี้หมายความว่าแม้แต่คนเช่นนี้ก็จะรู้ถึงความผิดของตนต่อพระพักตร์พระเจ้าในไม่ช้าและจะกลับใจและเข้ามาหาพระองค์ พระเจ้าทรงยืนยันจากสิ่งนี้ว่าพระองค์ทรงรักคริสตจักรและผู้รับใช้ของพระองค์

คริสตจักรเมืองฟีลาเดลเฟียยังประสบกับการข่มเหงและความยุ่งยากจากผู้คนที่เรียกตนเองว่าเป็นยิวแต่ไม่ได้เป็นด้วยเช่นกัน แต่พระเจ้าทรงทำให้ผู้คนเช่นนี้กลับใจและเข้ามาในคริสตจักร พระเจ้าทรงสำแดงหลักฐานว่าพระองค์ทรงรักคริสตจักรเมืองฟีลาเดลเฟีย แต่ไม่ใช่ทุกคนจะกลับใจและหันหลังกลับ

คนเหล่านั้นได้ทำบาปในการหมิ่นประมาทพระวิญญาณบริสุทธิ์ด้วยการกล่าวร้ายต่อพระวิญญาณบริสุทธิ์ ดังนั้นจึงไม่ใช่เรื่องง่ายที่เขาจะกลับใจ หันหลังกลับ และได้รับการยกโทษ (มัทธิว 12:31-32) แต่ในท่ามกลางผู้คนที่เรียกตนเองว่าเป็นยิวนั้นมีบางคนที่มีจิตใจดีงาม เมื่อเขาได้ยินพระคำแห่งความจริงและเห็นถึงการทำงานด้วยฤทธิ์อำนาจของพระเจ้า เขาจึงสำนึกถึงความผิดบาปของตนและกลับใจ

พระเจ้าทรงสำแดงหลักฐานของความรักผ่านความทุกข์ลำบาก

บางครั้งพระเจ้าทรงอนุญาตให้บุตรที่รักของพระองค์พบกับการข่มเหงหรือความทุกข์ลำบากในขั้นตอนของการขัดเกลาของพร

ะองค์ แต่ในตอนท้ายสิ่งนี้กลายเป็นพระพรและจะมีหลักฐานปรากฏให้เห็นอย่างชัดเจน แต่ผู้คนที่ข่มเหงหรือสร้างปัญหาให้กับบุตรของพระเจ้าจะพบกับการพิพากษาในความยุติธรรม

สาเหตุก็เพราะว่าการต่อต้านคนหรือคริสตจักรที่พระเจ้าทรงรักและทรงรับรองนั้นคือการต่อต้านพระเจ้า ดังนั้นเมื่อเราอ่านพระคัมภีร์เราจึงพบว่าคนที่ประพฤติตนเช่นนี้จะพบกับโศกนาฏกรรมในวาระสุดท้าย เมื่อผู้คนพูดว่าเขารักพระเจ้าเขาต้องแสดงหลักฐานของความรักด้วยการประพฤติ เช่นเดียวกัน พระเจ้าไม่ได้ตรัสกับบุตรของพระองค์เพียงแค่ว่า "เรารักเจ้า" แต่พระองค์ทรงสำแดงหลักฐานของความรักที่ชัดเจนของพระองค์ให้เห็นด้วยเช่นกัน

ในพระคัมภีร์ ผู้คนที่พระเจ้าทรงรักสามารถแสดงหลักฐานให้เห็นอย่างชัดเจนว่าพระเจ้าทรงสถิตอยู่กับเขา พระเจ้าทรงเป็นเหมือนเดิมวานนี้ วันนี้ และสืบไปเป็นนิตย์ พระองค์ทรงสำแดงหลักฐานด้วยวิธีการต่าง ๆ ต่อคริสตจักรและศิษยาภิบาลที่พระองค์ทรงรัก

ประการแรก พระเจ้าทรงสำแดงการทำงานจำนวนมากที่เป็นหลักฐานยืนยันว่าพระองค์คือพระเจ้าผู้ทรงพระชนม์อยู่ นอกจากนั้นพระเจ้ายังทรงตีความหมายเกี่ยวกับความลับแห่งมิติฝ่ายวิญญาณอันลึกซึ้งให้กับบุตรของพระองค์เข้าใจด้วยการดลใจของพระวิญญาณบริสุทธิ์ซึ่งไม่มีมนุษย์คนใดเข้าใจได้ ผีมารซาตานอาจพยายามรบกวนเขาแต่พระเจ้าทรงสำแดงหลักฐานด้วยการปกป้องคนเหล่านั้น

นอกจากนี้ อุปสรรคที่เกิดจากคนที่เรียกตนเองว่าเป็นพวกยิวแต่ไม่ได้เป็นนั้นอาจกลายเป็นโอกาสสำคัญในการสำแดงฤทธิ์อำนา

จที่ยิ่งใหญ่ของพระเจ้าเพิ่มมากขึ้นด้วยเช่นกัน

ผีมารซาตานอาจยุยงให้คนที่ชั่วร้ายนำการข่มเหงและความทุกข์ลำบากมาสู่ผู้คนที่พระเจ้าทรงเลือกสรร แต่จากเหตุการณ์นี้คนของพระเจ้าอาจได้รับฤทธิ์อำนาจที่ยิ่งใหญ่มากขึ้นตามกฎของความยุติธรรม ตราบใดที่คนเหล่านี้เอาชนะความทุกข์ลำบากด้วยความดี ความรัก และความเชื่อ เขาก็สามารถรับเอาฤทธิ์อำนาจที่ยิ่งใหญ่มากยิ่งขึ้นพระเจ้า ในไม่ช้าผู้คนที่พระเจ้าทรงเลือกสรรก็จะเข้าถึงฤทธิ์อำนาจที่มหัศจรรย์มากยิ่งขึ้นของพระเจ้า

คริสตจักรเมืองฟีลาเดลเฟียพ้นจากการลองใจ

ผู้เชื่อในคริสตจักรเมืองฟีลาเดลเฟียประพฤติตามพระคำของพระเจ้าและไม่ได้ปฏิเสธพระนามขององค์พระผู้เป็นเจ้าแม้จะมีกำลังเพียงเล็กน้อย คนเหล่านั้นยังประพฤติตามพระคำของพระเจ้าที่ให้เขามีความอดทนด้วยเช่นกันและพระเจ้าทรงป้องกันเขาให้พ้นจากการลองใจ (ข้อ 10) ทำไมพระคัมภีร์ข้อนี้จึงใช้คำว่า "ประพฤติตามคำของเราคือให้มีความอดทน"

บางครั้งการที่จะประพฤติตามพระคำของพระเจ้าเราต้องอาศัยความอดทนอย่างมาก โดยเฉพาะอย่างยิ่งในยามที่เรามีกำลังเพียงเล็กน้อยหรือมีความเชื่อที่อ่อนแอ ในช่วงที่มีความเชื่ออ่อนแอแนวโน้มที่เราจะทำตามความเท็จในจิตใจของเราก็มีมากกว่าแนวโน้มที่จะทำตามความจริงและความดีงาม เพื่อเอาชนะความเท็จ เพื่อต่อสู้กับความผิดบาป และเพื่อทำตามความจริง เราจึงจำเป็นต้องอดทนอย่างไม่ลดละด้วยการอธิษฐานและการอดอาหาร

แต่เมื่อจิตใจแห่งความจริงของเรามีกำลังแข็งแกร่งมากกว่าจิต

ใจแห่งความเท็จเราก็สามารถทำตามความจริงได้ง่ายยิ่งขึ้น เราไม่จำเป็นต้องอดกลั้นอดทนหรือกำราบความต้องการของเนื้อหนังเหมือนแต่ก่อน ด้วยความพยายามเพียงเล็กน้อยการประพฤติตามความจริงจะเกิดขึ้นตามมาโดยอัตโนมัติ

แต่เราไม่ควรปล่อยให้จิตใจของเราหยุดพักเพียงเพราะว่าจิตใจแห่งความจริงมีกำลังแข็งแกร่งกว่าจิตใจแห่งความเท็จ เราต้องอดทนไว้นานและควบคุมตนเองอย่างต่อเนื่องจนกว่าเราจะกำจัดความชั่วร้ายทุกรูปแบบทิ้งไป

เมื่อเราพยายามอดทนอย่างพากเพียรและประพฤติตามพระคำอย่างเต็มที่ตามขนาดแห่งความเชื่อของเรา พระเจ้าจะทรงถือว่าความพยายามของเราเป็นการกระทำแห่งความเชื่อ พระเจ้าจะทรงปกป้องเราและอวยพรเราให้พ้นจากการลองใจ

ข้อความที่ว่า "เราจะป้องกันเจ้าให้พ้นจากการลองใจ" หมายถึงอะไร พระเจ้าทรงตอบแทนทุกคนตามสิ่งที่เขาได้กระทำ ตราบใดที่บุตรของพระเจ้าดำเนินชีวิตในพระคำและในความสว่าง พระเจ้าจะทรงป้องกันเขาให้พ้นจากอำนาจของความมืด

ยกตัวอย่าง ตราบใดที่บุตรของพระเจ้ารักษาวันสะบาโตให้บริสุทธิ์และถวายสิบลดอย่างครบถ้วน พระเจ้าจะทรงคุ้มครองชีวิตบางด้านของเขา ถ้าเขาประสบกับอุบัติเหตุเนื่องจากความผิดพลาดของตนเอง พระเจ้าจะทรงปกป้องเขาเพื่อเขาจะไม่ได้รับบาดเจ็บ อะไรจะเกิดขึ้นถ้าเขาประพฤติตามพระคำด้วยความอดทนและดำเนินชีวิตในความจริง พระเจ้าจะทรงปกป้องชีวิตของเขาในทุก ๆ ด้านอย่างแน่นอน

เหตุผลของการถูกทดสอบและการถูกทดลอง

คริสเตียนบางคนดูเหมือนจะมีชีวิตคริสเตียนที่ดีแต่คนเหล่านี้กลับประสบกับการทดลองหรือความทุกข์ลำบากมากมาย บางคนพูดในทำนองว่า "คริสเตียนเหล่านั้นอาจทำบาปต่อพระพักตร์พระเจ้า" หรือ "คนเหล่านั้นทำงานเฉพาะในยามที่มีคนมองดูเขาเท่านั้น" จากนั้นคนเหล่านี้ก็เริ่มประเมิน ติฉินนินทา พิพากษา และกล่าวประณามคริสเตียนเหล่านั้น

แน่นอน เมื่อบุตรของพระเจ้าประพฤติตามพระคำของพระองค์และดำเนินชีวิตในความจริงพระเจ้าจะทรงปกป้องเขาให้พ้นจากการทดลองและความทุกข์ลำบาก แม้ในยามที่บุตรของพระเจ้าพบกับการทดลองและความทุกข์ลำบากพระเจ้าจะทรงช่วยเขาให้เกิดผลอันดีในทุกสิ่ง (โรม 8:28) ดังนั้นถ้าเราไม่ได้รับการปกป้องจากพระเจ้าและประสบกับความทุกข์ลำบากและการทดลองเราต้องมองย้อนกลับไปดูตนเองและสำรวจดูว่าเราได้ดำเนินชีวิตอย่างถูกต้องหรือไม่ในสายพระเนตรของพระเจ้า

แต่บางครั้งเราอาจพบกับการทดลองและความทุกข์ยากลำบากแม้เราได้ดำเนินชีวิตคริสเตียนอย่างถูกต้องก็ตาม ในกรณีนี้การทดลองและความทุกข์ยากลำบากที่เกิดเป็นการอนุญาตของพระเจ้าเพื่อพระองค์จะทรงอวยพรเรา ด้วยเหตุนี้ เมื่อเราเห็นคนบางคนประสบกับความทุกข์ยากลำบากและการทดลองเราไม่ควรด่วนตัดสินคนนั้นจากสิ่งที่เรามองเห็นภายนอกโดยคิดว่าเรากำลังวินิจฉัยเขาด้วยความจริง

ยกตัวอย่าง เมื่อโยเซฟถูกขายไปเป็นทาสที่ประเทศอียิปต์และเมื่อท่านถูกจำคุกอย่างไม่ถูกต้อง จากมุมมองฝ่ายเนื้อหนังอาจดูเห

มือนว่าโยเซฟกำลังประสบกับความทุกข์และการทดลอง แต่พระเจ้าทรงอนุญาตให้สิ่งเหล่านี้เกิดขึ้นกับโยเซฟในการจัดเตรียมของพระองค์ผู้ได้ทรงวางแผนให้โยเซฟขึ้นเป็นผู้ปกครองเหนืออียิปต์และก่อตั้งรากฐานของอิสราเอล ดังนั้นการทดลองและความทุกข์ลำบากเหล่านี้ไม่เพียงแต่ส่งผลที่เป็นพระพรต่อตัวของโยเซฟเท่านั้นแต่ยังเป็นการถวายเกียรติอันยิ่งใหญ่แด่พระเจ้าด้วยเช่นกัน

เมื่อคริสเตียนที่สัตย์ซื่อถูกข่มเหงและถูกฆ่าเพราะความเชื่อของตนก็เช่นเดียวกัน ไม่ใช่เพราะว่าคนเหล่านี้ไม่ได้รับการปกป้องจากพระเจ้า แต่ประเด็นอยู่ที่ว่าเขามีชัยชนะต่อความทุกข์ยาก

คนเหล่านี้จะได้รับศักดิ์ศรีอันรุ่งเรืองเกินกว่าที่จะนำเอาความทุกข์ยากลำบากใดในปัจจุบันเปรียบเทียบได้ เหมือนดังที่โรม 8:18 กล่าวไว้ว่า "เพราะข้าพเจ้าเห็นว่าความทุกข์ลำบากแห่งสมัยปัจจุบันไม่สมควรที่จะเอาไปเปรียบกับศักดิ์ศรีซึ่งจะเผยให้แก่เราทั้งหลาย"

รายละเอียดเพิ่มเติมของ "การลองใจ" ในที่นี้บ่งชี้ไปยังช่วงเวลาแห่งความทุกข์เวทนาครั้งใหญ่เจ็ดปี ด้วยเหตุนี้ ในขณะที่เราดำเนินชีวิตอยู่ในวาระสุดท้าย เราต้องตื่นตัวและมีชีวิตอย่างสุขุมรอบคอบในความเชื่อเพื่อเราจะไม่พบกับการลองใจ

ในวาระสุดท้ายของโลกนี้ ถ้าเราเพียงแต่เข้าร่วมนมัสการในคริสตจักรแต่ไม่ได้ประพฤติตามพระคำของพระเจ้าและถ้าเราเป็นมิตรกับโลก เราจะไม่ถูกรับขึ้นไปในอากาศเมื่อองค์พระผู้เป็นเจ้าของเราเสด็จกลับมา แต่เราจะเผชิญกับความทุกข์เวทนาครั้งใหญ่เจ็ดปี แต่ถ้าเราประพฤติตามพระคำด้วยความอดทน เราจะไม่เพียงแต่พ้นจากการลองใจเท่านั้น แต่เราจะได้เข้าร่วมในงานมงคลสม

รสเจ็ดปีที่จะจัดขึ้นในฟ้าอากาศร่วมกับองค์พระผู้เป็นเจ้าด้วยเช่นกัน

เมื่อองค์พระผู้เป็นเจ้าเสด็จกลับมาอีกครั้งหนึ่งในฟ้าอากาศ คนที่ล่วงหลับไปในองค์พระผู้เป็นเจ้าจะเป็นขึ้นมาก่อน จากคนที่ยังมีชีวิตอยู่และได้ต้อนรับเอาองค์พระผู้เป็นเจ้าได้รับร่างกายแห่งการเป็นขึ้นมาและถูกรับขึ้นไปในฟ้าอากาศ คนเหล่านี้จะเข้าร่วมในงานมงคลสมรสเจ็ดปีในฟ้าอากาศ

ในเวลานั้นพระวิญญาณบริสุทธิ์จะถูกนำออกไปจากโลกนี้ โลกจะเข้าสู่ช่วงเวลาแห่งความทุกข์เวทนาครั้งใหญ่เจ็ดปี โลกจะถูกควบคุมด้วยอำนาจแห่งความมืดอย่างเบ็ดเสร็จ ผู้เป็นปฏิปักษ์ของพระคริสต์จะปรากฏตัวขึ้น สมุนของผู้เป็นปฏิปักษ์ของพระคริสต์จะเสาะหาผู้คนที่พยายามรักษาความเชื่อของตนในพระเยซูคริสต์และจะพยายามทำให้คนเหล่านี้ปฏิเสธองค์พระผู้เป็นเจ้าด้วยการทรมานอย่างรุนแรง

เพื่อให้รอดพ้นจากการลองใจของความทุกข์เวทนาครั้งใหญ่เจ็ดปีดังกล่าวเราต้องตื่นตัว อธิษฐาน และประดับตนเองให้พร้อมในฐานะเจ้าสาวขององค์พระผู้เป็นเจ้า นั่นคือ เราต้องกำจัดความชั่วร้ายทุกรูปแบบทิ้งไปเพื่อเราจะมีจิตใจเหมือนพระทัยขององค์พระผู้เป็นเจ้า

~

องค์พระผู้เป็นเจ้าทรงสัญญากับคริสตจักรเมืองฟีลาเดลเฟีย

เราจะมาในเร็ว ๆ นี้ จงยึดมั่นในสิ่งที่เจ้ามีเพื่อไม่ให้ผู้ใดชิงเอามงกุฎของเจ้าไปได้ ผู้ใดมีชัยชนะ เราจะตั้งให้ผู้นั้นเป็นหลักอยู่ในพระวิหารแห่งพระเจ้าของเราและผู้นั้นจะไม่ออกไปนอกพระวิหารอีกเลย และที่ตัวของผู้นั้นเราจะจารึกพระนามพระเจ้าของเราและชื่อเมืองของพระเจ้าของเรา คือนครเยรูซาเล็มใหม่ที่ลงมาจากสวรรค์จากพระเจ้าของเรา และเราจะจารึกนามใหม่ของเราไว้ที่ผู้นั้นด้วย ใครมีหูก็ให้ฟังข้อความซึ่งพระวิญญาณได้ตรัสไว้แก่คริสตจักรทั้งหลายเถิด (วิวรณ์ 3:11-13)

คริสตจักรเมืองฟีลาเดลเฟียประพฤติตามพระคำด้วยความอดทนนับจากช่วงเวลาที่เขามีกำลังเพียงเล็กน้อย ดังนั้นองค์พระผู้เป็นเจ้าจึงทรงเปิดประตูแห่งพระพรให้กับเขาและทรงสำแดงหลักฐา

นแห่งความรักของพระองค์แก่เขา ยิ่งกว่านั้น พระองค์ตรัสกับเขา ว่าพระองค์จะเสด็จมาในเร็ว ๆ นี้และตรัสว่าเขาต้องประพฤติตนอย่างไร (ข้อ 11)

พระสัญญาขององค์พระผู้เป็นเจ้าที่ว่า "เราจะมาในเร็ว ๆ นี้" ไม่ได้ประยุกต์ใช้เมื่อสองพันปีที่แล้วเท่านั้นแต่ยังคงประยุกต์ในปัจจุบันด้วยเช่นกัน บางคนอาจพูดว่า "พระองค์ตรัสว่าพระองค์จะมาในเร็ว ๆ นี้ แต่ทำไมพระองค์จึงทรงล่าช้าละ" ที่จริงพระองค์ไม่ได้ทรงล่าช้า พระดำรัสของพระองค์สำเร็จเป็นจริงอย่างต่อเนื่องมาโดยตลอดจนถึงวินาทีนี้ ด้วยสุขภาพที่ดีผู้คนส่วนใหญ่มีชีวิตอยู่ได้ประมาณเจ็ดสิบหรือแปดสิบปี จากนั้นคนเหล่านี้ก็พบกับองค์พระผู้เป็นเจ้าผู้ตรัสว่า "เราจะมาในเร็ว ๆ นี้"

ดังนั้น เราไม่ควรคิดว่าการเสด็จมาขององค์พระผู้เป็นเจ้าล่าช้า (2 เปโตร 3:9-10) แต่เราควรเตรียมตัวเองให้พร้อมที่จะต้อนรับการเสด็จกลับมาขององค์พระผู้เป็นเจ้าตลอดเวลา

คำแนะนำและพระพรที่องค์พระผู้เป็นเจ้าทรงมอบให้กับคริสตจักรเมืองฟีลาเดลเฟียคืออะไร

องค์พระผู้เป็นเจ้าทรงต้องการให้เรายึดมั่นในสิ่งที่เรามีอยู่

ประการแรก องค์พระผู้เป็นเจ้าตรัสกับคริสตจักรเมืองฟีลาเดลเฟียว่า "จงยึดมั่นในสิ่งที่เจ้ามีเพื่อไม่ให้ผู้ใดชิงเอามงกุฎของเจ้าไปได้" (ข้อ 11) ครั้งหนึ่งองค์พระผู้เป็นเจ้าตรัสกับกับคริสตจักรเมืองธิยาทิราว่า "แต่สิ่งที่เจ้ามีอยู่แล้วจงยึดไว้ให้มั่นจนกว่าเราจะมา"

(วิวรณ์ 2:25) หมายความว่าคนเหล่านี้ต้องรักษาความเชื่อที่ตนมีอยู่เอาไว้เพื่อเขาจะไม่เสียโอกาสของการได้รับความรอด

แต่เมื่อองค์พระผู้เป็นเจ้าตรัสกับคริสตจักรเมืองฟีลาเดลเฟียว่า "จงยึดมั่นในสิ่งที่เจ้ามี" คำตรัสนี้ไม่ใช่เรื่องของความรอดเท่านั้น

สมาชิกคริสตจักรเมืองฟีลาเดลเฟียประพฤติตามพระคำของพระเจ้านับจากช่วงเวลาที่เขามีกำลังและความเชื่อเพียงเล็กน้อย คำตรัสนี้จึงหมายความว่าคนเหล่านั้นควรทำหน้าที่ซึ่งตนได้รับมอบหมายจากพระเจ้าให้สมบูรณ์เพื่อเขาจะได้รับมงกุฎและรางวัลที่พระเจ้าได้ทรงสัญญาไว้กับเขาในแผ่นดินสวรรค์ ดังนั้นองค์พระผู้เป็นเจ้าจึงทรงเตือนไม่ให้เขาสูญเสียมงกุฎนี้ไปด้วยการเสื่อมถอยไปช่วงกลางคัน

แน่นอน เมื่อเราอยู่ในสวรรค์ มงกุฎที่เราได้รับจะไม่มีแย่งชิงไปจากเราได้ แต่ตราบใดที่เรายังอยู่ในโลกนี้ ถ้าเราล้มเลิกหรือเสื่อมถอยไปในกลางคัน มงกุฎที่เราควรได้รับในสวรรค์ก็จะถูกแย่งชิงไปจากเรา

ถ้าเรามีความเชื่อและความหวังอย่างแท้จริงในเรื่องแผ่นดินสวรรค์เราต้องไม่ละเลยหน้าที่ซึ่งเราได้รับมอบหมายจากพระเจ้าหรือละทิ้งหน้าที่เหล่านั้นเพื่อเราจะไม่สูญเสียมงกุฎที่ทรงสัญญาไว้นั้นไป นอกจากนั้นเราต้องไม่มีใจเย่อหยิ่งในหน้าที่ของเราโดยคิดว่า "ถ้าไม่มีเรางานนี้จะไม่มีสำเร็จ" คันประทีปอาจถูกยกออกไปจากที่ได้เสมอ เราต้องรักษาท่าทีที่ถ่อมใจ ความรักดั้งเดิม และความร้อนรนครั้งแรกของเราเอาไว้

พระเจ้าไม่เคยหยุดทำภารกิจของพระองค์ให้สำเร็จ ถ้าเราไม่ทำหน้าทีของเราให้สำเร็จไม่ว่าในสถานการณ์ใดก็ตาม พระเจ้าจะทำภารกิจของพระองค์ให้สำเร็จผ่านทางบุคคลอีกคนหนึงทีพระองค์ทรงเตรียมเอาไว้

พระเจ้าจะไม่ทรงยึดเอาหน้าทีของเราคืนไปทันทีเพียงเพราะเราละเลยต่อหน้าทีดังกล่าวครังหรือสองครัง พระองค์ทรงให้โอกาสเราอยู่เสมอเพือเราจะกลับมาทำหน้าทีของตน แต่ถ้าเรายังนิงเฉยต่อโอกาสมากมายทีพระเจ้าทรงมอบให้พระองค์ก็จะทรงให้โอกาสคนอืนทำหน้าทีแทนเราเพือให้แผ่นดินของพระองค์สำเร็จ

เราได้ละทิงความผิดบาปและเดินหน้าต่อไปด้วยความหวังในเรืองแผ่นดินสวรรค์อย่างต่อเนือง ดังนันเราไม่ควรสูญเสียรางวัลทังสินทีเราได้สำสมไว้ในสวรรค์ด้วยการหันกลับไปมองดูโลก

สมมุติว่าเราเป็นคนทีสัตย์ซือในชีวิตคริสเตียนของเรามาโดยตลอดและสามารถเข้าไปสู่ทีอยู่อาศัยทีดีในแผ่นดินสวรรค์ แต่ถ้าเราหลงทำบาปทีนำไปสู่ความตาย แม้เราจะกลับใจและหันหลังจากบาปนัน เราก็คงต้องเริมต้นใหม่อีกครังหนึงจากเมืองบรมสุขเกษมซึงเป็นทีอาศัยระดับตำทีสุดในสวรรค์

แต่ถ้าเราหันหลังกลับอย่างแท้จริงและรับเอาพระคุณจากพระเจ้าด้วยความพยายามของเรา เราก็สามารถรือฟืนสถานภาพดังเดิมของเรากลับคืนมาได้ เราสามารถคาดหวังทีอยู่อาศัยทีดีในแผ่นดินสวรรค์ด้วยเช่นกันโดยขึนอยู่กับความพยายามของเรา

พระพรของการเป็นหลักอยู่ในพระวิหารของพระเจ้า เมื่อคริสตจักรเมืองฟีลาเดลเฟียยึดมั่นในสิ่งที่เขามีอยู่และมีชัยชนะในที่สุด องค์พระผู้เป็นเจ้าทรงสัญญากับคนเหล่านั้นว่าพระองค์จะทรงทำให้เขาเป็นหลัก (เสา) อยู่ในพระวิหารของพระเจ้า (ข้อ 12)

"พระวิหารแห่งพระเจ้า" ในที่นี้หมายถึงสถานที่ตั้งพระที่นั่งของพระเจ้าซึ่งได้แก่นครเยรูซาเล็มใหม่ การเป็นหลักอยู่ในนครเยรูซาเล็มใหม่หมายถึงการเป็นบุคคลสำคัญในนครเยรูซาเล็มใหม่ นี่เป็นพระพรอันยิ่งใหญ่อย่างมาก

แต่องค์พระผู้เป็นเจ้าไม่ได้ประทานพระพรนี้ให้กับทุกคน แต่พระองค์ทรงมอบให้กับคนที่มีชัยชนะเท่านั้น สมาชิกของคริสตจักรเมืองฟีลาเดลเฟียมีความเชื่อเพียงเล็กน้อยแต่คนเหล่านั้นก็ประพฤติตามพระคำของพระเจ้าและไม่เคยปฏิเสธพระนามขององค์พระผู้เป็นเจ้า เมื่อความเชื่อของคนเหล่านั้นเติบโตขึ้นเขาจึงสามารถประพฤติตามความจริงโดยไม่เปลี่ยนแปลงและได้รับการชำระให้บริสุทธิ์อย่างสมบูรณ์ ผู้เชื่อเหล่านั้นทำหน้าที่ซึ่งตนได้รับมอบหมายจากพระเจ้าจนสำเร็จอย่างสัตย์ซื่อ

นี่คือชีวิตของคนที่มีชัยชนะและความเชื่อของเขาได้รับการรับรองจากองค์พระผู้เป็นเจ้าว่าเป็นความเชื่อที่สมบูรณ์แบบ บุคคลเช่นนี้จะเป็นหลักอยู่ในนครเยรูซาเล็มใหม่ แม้พระเจ้าได้ทรงมอบคำสัญญาแห่งพระพรให้กับเรา แต่ถ้าเราไม่ได้ยึดมั่นในพระสัญญาของพระองค์และไม่รักษาจิตใจของเราให้บริสุทธิ์ พระองค์ก็จะทร

งริบเอาพระสัญญาเหล่านี้คืนไปจากเรา

เมื่อเราทำหน้าที่ของตนให้สำเร็จและมีชัยชนะจนกระทั่งพระคำที่พระเจ้าทรงมอบให้เราปรากฏเป็นจริงในชีวิตเรา เราก็จะได้รับมงกุฎและรางวัลที่พระองค์ทรงสัญญาไว้รวมทั้งได้รับพระพรของการเป็นหลักอยู่ในพระวิหารในนครเยรูซาเล็มใหม่

เพราะพระเจ้าไม่ทรงเปลี่ยนแปลงพระองค์จึงไม่ทรงริบเอาพระพรเหล่านี้คืนไปจากเรา เนื่องจากพระพรเหล่านี้จะไม่มีวันถูกริบคืนไปจากเรา องค์พระผู้เป็นเจ้าจึงตรัสว่า "ผู้นั้นจะไม่ออกไปนอกพระวิหารอีกเลย"

องค์พระผู้เป็นเจ้าตรัสต่อไปว่า "ที่ตัวของผู้นั้นเราจะจารึกพระนามพระเจ้าของเราและชื่อเมืองของพระเจ้าของเรา คือนครเยรูซาเล็มใหม่ที่ลงมาจากสวรรค์จากพระเจ้าของเราและเราจะจารึกนามใหม่ของเราไว้ที่ผู้นั้นด้วย" (ข้อ 12) ข้อนี้หมายความว่าพระเจ้าทรงยืนยันและทรงรับประกันคำสัญญาของพระองค์ด้วยจารึกพระนามของพระเจ้า ชื่อของนครเยรูซาเล็มใหม่ และพระนามใหม่ขององค์พระผู้เป็นเจ้าของเราไว้อย่างครบถ้วน

พระนามใหม่ขององค์พระผู้เป็นเจ้าคือ "กษัตริย์เหนือกษัตริย์ทั้งหลาย องค์พระผู้เป็นเจ้าเหนือเจ้าทั้งหลาย" นี่คือพระนามอันทรงเกียรติที่พระเจ้าทรงมอบให้กับพระเยซูคริสต์องค์พระผู้เป็นเจ้าของเราผู้ทรงทำให้การจัดเตรียมของพระเจ้าในเรื่องความรอดของมนุษย์สำเร็จด้วยการไถ่เราให้พ้นจากความผิดบาป ผู้ทรงเป็นขึ้นมาจากความตายและผู้ทรงเสด็จขึ้นสู่สวรร

ค์ (ฟิลิปปี 2:9-11)

คุณสมบัติของผู้ที่จะเข้าสู่นครเยรูซาเล็มใหม่

กรุงเยรูซาเล็มเป็นเมืองหลวงของประเทศอิสราเอล เมืองนี้เป็นที่พำนักของบรรดากษัตริย์ของอิสราเอล เครื่องบูชาทั้งสิ้นจะถูกนำมาถวายแด่พระเจ้าที่พระวิหารอันบริสุทธิ์ของพระเจ้าในกรุงเยรูซาเล็ม แต่นครเยรูซาเล็มใหม่แตกต่างจากกรุงเยรูซาเล็มที่อยู่ในโลกนี้ซึ่งจะสูญสิ้นไปในที่สุด นครเยรูซาเล็มใหม่ (ซึ่งเป็นวิสุทธินคร) เป็นนครเยรูซาเล็มนิรันดร์และเป็นที่ประทับของพระเจ้า (วิวรณ์ 21:1-2)

คนที่ได้รับการชำระให้บริสุทธิ์อย่างสมบูรณ์และมีความสัตย์ซื่อในโลกนี้เท่านั้นที่จะสามารถเข้าไปสู่นครเยรูซาเล็มใหม่ ในนครนั้นพระเจ้าจะทรงมอบศักดิ์ศรีนิรันดร์ให้กับคนเหล่านี้ เพราะเหตุนี้นครนี้จึงถูกเรียกว่า “นครแห่งศักดิ์ศรี” พระเจ้ามิได้ทรงมอบพระสัญญาแห่งความหวังนี้แก่คริสตจักรเมืองฟีลาเดลเฟียเท่านั้น แต่พระองค์ทรงมอบพระสัญญานี้ให้กับคริสตจักรและผู้เชื่อทุกคนที่ประพฤติตนเหมือนคริสตจักรและผู้เชื่อในเมืองฟีลาเดลเฟียเช่นกัน

แต่เราจะไม่สามารถเข้าไปในนครนี้ได้ถ้าเราไม่ได้มีความสัตย์ซื่อขั้นสูงสุดด้วยความเชื่อในขนาดที่สมบูรณ์ เราต้องได้รับการชำระให้บริสุทธิ์อย่างสมบูรณ์โดยปราศจากความชั่วร้ายทุกรูปแบบ และเราต้องสัตย์ซื่อต่อสิ่งสารพัดในชุมชนของพระเจ้า ความเชื่อของเราไม่สามารถบรรลุถึงระดับนี้ได้ในวันเดียว เราไม่สามารถบร

รลุถึงความเชื่อระดับนี้ด้วยกำลังของเราเพียงอย่างเดียวเช่นกัน

เหล่าบิดาแห่งความเชื่อในพระคัมภีร์ซึ่งเป็นคนที่พระเจ้าทรงเห็นว่าสมควรเข้าไปสู่นครเยรูซาเล็มใหม่ คนเหล่านี้มีความเชื่อที่บริสุทธิ์เหมือนทองคำหลังจากที่เขาผ่านความทุกข์ลำบากแห่งการขัดเกลาซึ่งอยู่ในการจัดเตรียมของพระเจ้า คนเหล่านี้ทำหน้าที่ของตนจนสำเร็จลุล่วงแม้กระทั่งการสละชีวิตของเขาซึ่งมนุษย์ธรรมดาไม่สามารถทำสิ่งเหล่านี้ได้ ด้วยเงื่อนไขนี้เองบิดาแห่งความเชื่อเหล่านี้จึงมีคุณสมบัติเข้าไปสู่นครเยรูซาเล็มใหม่

ด้วยเหตุนี้ ขอให้เราประพฤติตามพระคำของพระเจ้าด้วยความอดทนโดยไม่เปลี่ยนแปลงแม้เราจะมีความเชื่อเพียงเล็กน้อย ขอให้เราได้รับหลักฐานแห่งความรักของพระเจ้าโดยรับการชำระให้บริสุทธิ์และมีความสัตย์ซื่ออย่างสมบูรณ์ และขอให้เราได้รับพระพรของการเป็นหลักอยู่ในนครเยรูซาเล็มใหม่

บทที่ 7

คริสตจักรเมืองเลาดีเซีย
– คริสตจักรใหญ่ที่ไม่เย็นและไม่ร้อน

คริสตจักรเมืองเลาดีเซียมีความมั่งคั่งในด้านการเงิน แต่คนเหล่านั้นอยู่ในสภาพที่น่าสมเพช ในฝ่ายวิญญาณคนเหล่านี้เป็นคนแร้นแค้นเข็ญใจ เป็นคนขัดสน เป็นคนตาบอด และเปลือยกายอยู่ องค์พระผู้เป็นเจ้าทรงกล่าวโทษเขาอย่างรุนแรงเพราะเขาไม่ร้อนหรือไม่เย็น พระองค์ทรงบอกให้เขากระตือรือร้นมากขึ้นและกลับใจเสียใหม่ นี่คือถ้อยคำที่องค์พระผู้เป็นเจ้าทรงมอบให้กับคริสตจักรต่าง ๆ ในปัจจุบันที่ไม่พยายามจะกระตือรือร้นหรือเปลี่ยนแปลงตนเองโดยกล่าวว่า "เราเป็นคนมั่งมีและเราไม่ต้องการสิ่งใดอีกเลย"

วิวรณ์ 3:14-22

จงเขียนถึงทูตสวรรค์แห่งคริสตจักรที่เมืองเลาดีเซียว่า พระองค์ผู้ทรงเป็นพระอาเมนทรงเป็นพยานที่ซื่อสัตย์และสัตย์จริงและทรงเป็นปฐมเหตุแห่งสิ่งสารพัดซึ่งพระเจ้าทรงสร้างได้ตรัสดังนี้ว่า "เรารู้จักแนวการกระทำของเจ้า เจ้าไม่เย็นไม่ร้อน เราใคร่ให้เจ้าเย็นหรือร้อน เพราะเหตุที่เจ้าเป็นแต่อุ่นๆ ไม่เย็นและไม่ร้อน เราจะคายเจ้าออกจากปากของเรา เพราะเจ้าพูดว่า 'เราเป็นคนมั่งมีได้ทรัพย์สมบัติมากและเราไม่ต้องการสิ่งใดเลย' เจ้าไม่รู้ว่าเจ้าเป็นคนแร้นแค้นเข็ญใจ เป็นคนขัดสน เป็นคนตาบอด และเปลือยกายอยู่ เราเตือนสติเจ้าให้ซื้อทองคำที่หลอมให้บริสุทธิ์แล้วจากเราเพื่อเจ้าจะได้เป็นคนมั่งมีและให้เจ้าซื้อเสื้อผ้าสีขาวเพื่อนุ่งห่มให้พ้นจากความอับอายที่เจ้าต้องเปลือยกายอยู่และซื้อยาทาตาของเจ้าเพื่อเจ้าจะได้แลเห็น เรารักผู้ใดเราก็ตักเตือนและตีสอนผู้นั้น เหตุฉะนั้นจงมีความกระตือรือร้นและกลับใจเสียใหม่ นี่แนะ เรายืนเคาะอยู่ที่ประตู ถ้าผู้ใดได้ยินเสียงของเราและเปิดประตู เราจะเข้าไปหาผู้นั้นและจะรับประทานอาหารร่วมกับเขาและเขาจะรับประทานอาหารร่วมกับเรา ผู้ใดมีชัยชนะ เราจะให้ผู้นั้นนั่งกับเราบนพระที่นั่งของเราเหมือนกับที่เรามีชัยชนะแล้วและได้นั่งกับพระบิดาของเราบนพระที่นั่งของพระองค์ ใครมีหูก็ให้ฟังข้อความซึ่งพระวิญญาณได้ตรัสไว้แก่คริสตจักรทั้งหลายเถิด"

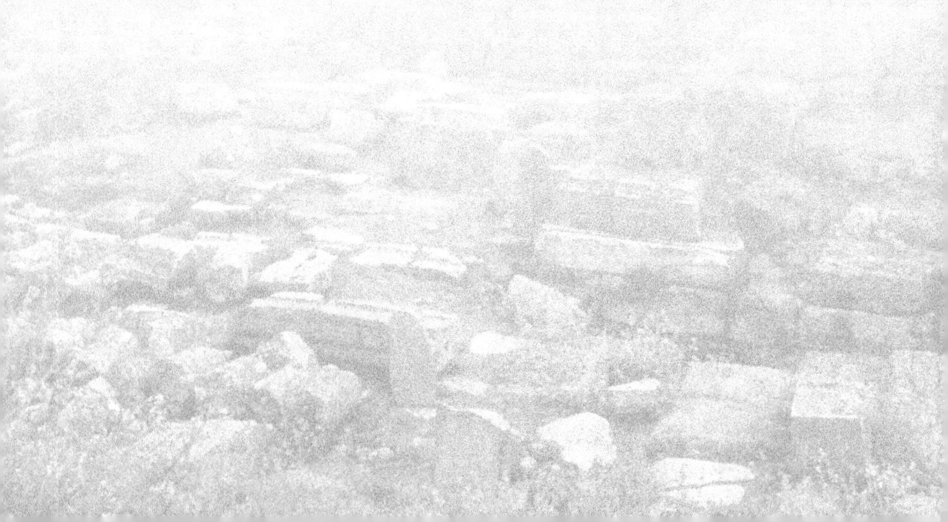

จดหมายขององค์พระผู้เป็นเจ้าที่เขียนถึงคริสตจักรเมืองเลาดีเซีย

จงเขียนถึงทูตสวรรค์แห่งคริสตจักรที่เมืองเลาดีเซียว่า พระองค์ผู้ทรงเป็นพระอาเมนทรงเป็นพยานที่ซื่อสัตย์และสัตย์จริงและทรงเป็นปฐมเหตุแห่งสิ่งสารพัดซึ่งพระเจ้าทรงสร้างไว้ได้ตรัสดังนี้ว่า (วิวรณ์ 3:14)

เอปาโฟรดิทัส (เพื่อร่วมงานคนหนึ่งของอัครทูตเปาโล) เป็นผู้ประกาศพระกิตติคุณในเมืองเลาดีเซีย อัครทูตเปาโลให้ความสนใจกับคริสตจักรในเมืองเลาดีเซียด้วยเช่นกัน (โคโลสี 4:15-16) คริสตจักรเมืองเลาดีเซียถูกตั้งขึ้นในสถานการณ์ที่เอื้อต่อการเจริญเติบโตอย่างยิ่ง คนเหล่านั้นอยู่ในสภาพแวดล้อมที่ดี แต่แทนที่เขาจะเจริญเติบโตขึ้นในฝ่ายวิญญาณ ผู้เชื่อเหล่านั้นกลับหยุดนิ่งเนื่องจากการทดลองในเรื่องการเงินและการมีชีวิตที่เต็มไปด้วยความสะดวกสบาย องค์พระผู้เป็นเจ้าจึงต้องตำหนิเขาว่าเป็นแต่อุ่น ๆ

เลาดีเซียเป็นคริสตจักรเพียงแห่งเดียวที่ได้รับเฉพาะคำตำหนิโดยไม่มีคำชมเชยจากองค์พระผู้เป็นเจ้า คริสตจักรเมืองซาร์ดิสถูก

ตำหนิแต่ก็ยังมีสมาชิกบางคนที่ไม่ได้ทำเสื้อผ้าของตนเป็นมลทิน แต่คริสตจักรเมืองเลาดีเซียได้เพียงคำตำหนิ

พระอาเมน พยานที่ซื่อสัตย์และสัตย์จริง

พระคัมภีร์ตอนนี้พูดถึงองค์พระผู้เป็นเจ้าผู้ทรงเขียนจดหมายถึงคริสตจักรเมืองเลาดีเซียว่า "พระองค์ผู้ทรงเป็นพระอาเมนทรงเป็นพยานที่ซื่อสัตย์และสัตย์จริงและทรงเป็นปฐมเหตุแห่งสิ่งสารพัดซึ่งพระเจ้าทรงสร้าง" (ข้อ 14) องค์พระผู้เป็นเจ้าตรัสเฉพาะคำว่า "ใช่พระเจ้าข้า" และ "อาเมน" ต่อพระพักตร์พระเจ้าพระบิดา พระองค์ไม่เคยขัดขืนต่อพระบิดาด้วยการตรัสว่า "ไม่ใช่พระเจ้าข้า" พระเยซูทรงดำรงอยู่ในสภาพของพระเจ้า แต่พระองค์ไม่ได้ทรงถือว่าการเท่าเทียมกับพระเจ้าเป็นสิ่งที่จะต้องยึดถือ พระองค์ได้เสด็จลงมาในโลกนี้ในสภาพเป็นมนุษย์

พระเยซูตรัสตอบพระบิดาเพียงคำว่า "ใช่พระเจ้าข้า" เท่านั้นจนกระทั่งพระบุตรของพระเจ้าผู้สูงส่งองค์นี้ถูกมนุษย์ที่พระองค์ทรงสร้างขึ้นปฏิเสธ ดูหมิ่นเกลียดชัง และตรึงเสียที่กางเขน (ฟีลิปปี 2:6-8) เพราะเหตุนี้ 2 โครินธ์ 1:19 จึงกล่าวว่า "เพราะว่าพระบุตรของพระเจ้า คือพระเยซูคริสต์ ผู้ซึ่งข้าพเจ้ากับสิลวานัสและทิโมธีได้ประกาศแก่พวกท่านนั้นไม่ใช่จริง ไม่จริงส่งๆ ไป แต่โดยพระองค์นั้นล้วนแต่จริงทั้งสิ้น"

เราในฐานะที่เป็นบุตรของพระเจ้าต้องสามารถพูดเฉพาะคำว่า "ใช่พระเจ้าข้า" และ "อาเมน" ต่อพระพักตร์พระเจ้า เราต้องถือว่าแนวคิดหรือหลักการหรือสิ่งใดก็ตามที่เราคิดว่าถูกเป็นสิ่งที่ไร้ค่าและเชื่อฟังพระคำของพระเจ้าเพียงอย่างเดียว ผู้เชื่อหลายคนไม่เชื่อหรือไม่เชื่อฟังพระคำอย่างแท้จริงถ้าพระคำของพระเจ้าขัดแย้งกับความคิดของเขา

บางครั้งผู้เชื่อเหล่านี้อาจดูเหมือนเชื่อฟังพระคำในช่วงแรก แต่

เมื่อเขาพบกับความยากลำบากเขาก็เปลี่ยนความคิดฝ่ายเนื้อหนังของเขา นี่คือสาเหตุที่เขาไม่ได้มีประสบการณ์กับการทำงานของพระเจ้าและไม่สามารถถวายเกียรติแด่พระองค์

ใน 2 โครินธ์ 1:20 กล่าวว่า "บรรดาพระสัญญาของพระเจ้าก็จริงโดยพระเยซู เพราะเหตุนี้เราจึงพูดว่าอาเมนโดยพระองค์เป็นที่ถวายเกียรติแด่พระเจ้า" พระเจ้าจะทรงรับรองผลของการเชื่อฟังของเราเหมือนที่พระองค์ทรงรับรองการเชื่อฟังขององค์พระผู้เป็นเจ้าเมื่อเราพูดว่า "อาเมน" และ "ใช่พระเจ้าข้า" ต่อพระองค์

องค์พระผู้เป็นเจ้าทรงเป็น "พยานที่ซื่อสัตย์และสัตย์จริง" คนสัตย์ซื่อจะไม่อ้างความคิดของตนเอง เขาจะไม่แสวงหาผลประโยชน์ของตนด้วยซ้ำ เขามีเพียงคำว่า "อาเมน" และ "ใช่พระเจ้าข้า" เท่านั้นอยู่ในชีวิตของเขา เมื่อกษัตริย์ทรงบัญชา ข้าราชบริพารที่ซื่อสัตย์จะไปตามพระบัญชานั้นแม้เขาจะรู้ว่าเขาอาจเสียชีวิตก็ตาม

เนื่องจากพระเยซูองค์พระผู้เป็นเจ้าของเราทรงสัตย์ซื่อพระองค์จึงทรงเชื่อฟังจนกระทั่งความมรณาด้วยการตรัสว่า "อาเมน" เพียงอย่างเดียว ในที่สุดพระองค์จึงทรงทำให้คำพยากรณ์เกี่ยวกับพระเมสสิยาห์ในพระคัมภีร์เดิมสำเร็จอย่างครบถ้วนสมบูรณ์ เนื่องจากองค์พระผู้เป็นเจ้าทรงทำให้พระคำของพระเจ้าสำเร็จอย่างสัตย์ซื่อพระองค์จึงกลายเป็นพยานที่สัตย์จริงจากข้อเท็จจริงที่ว่าพระสัญญาทั้งสิ้นของพระเจ้าได้สำเร็จสมบูรณ์โดยทางพระองค์

องค์พระผู้เป็นเจ้าทรงเป็นปฐมเหตุแห่งการทรงสร้าง

องค์พระผู้เป็นเจ้า "ทรงเป็นปฐมเหตุแห่งสิ่งสารพัดซึ่งพระเจ้าทรงสร้าง" โคโลสี 1:15-17 กล่าวว่า "พระองค์ทรงเป็นพระฉายของพระเจ้าผู้ซึ่งไม่ประจักษ์แก่ตา ทรงเป็นบุตรหัวปีเหนือสรรพสิ่งทั้งปวง เพราะว่าในพระองค์สรรพสิ่งได้ถูกสร้างขึ้นทั้งในท้องฟ้าและที่แผ่นดินโลก สิ่งซึ่งประจักษ์แก่ตาและซึ่งไม่ประจักษ์แก่ตา ไม่

ว่าจะเป็นเทวบัลลังก์หรือเป็นเทพอาณาจักรหรือเป็นเทพผู้ครองหรือศักดิเทพ สรรพสิ่งทั้งสิ้นถูกสร้างขึ้นโดยพระองค์และเพื่อพระองค์ พระองค์ทรงดำรงอยู่ก่อนสรรพสิ่งทั้งปวงและสรรพสิ่งทั้งปวงเป็นระเบียบอยู่โดยพระองค์”

ในปฐมกาลจักรวาลทั้งสิ้นและทุกสิ่งที่อยู่ในนั้นถูกสร้างขึ้นด้วยพระคำ (พระวาทะ) ของพระเจ้า ยอห์น 1:1 กล่าวว่า “ในปฐมกาลพระวาทะดำรงอยู่และพระวาทะทรงสถิตอยู่กับพระเจ้าและพระวาทะทรงเป็นพระเจ้า” องค์พระผู้เป็นเจ้าทรงสถิตอยู่กับพระเจ้าและพระวาทะที่เสด็จเข้ามาในโลกในสภาพของเนื้อหนังคือพระเยซู ด้วยเหตุนี้ องค์พระผู้เป็นเจ้าจึงทรงเป็นปฐมเหตุของการทรงสร้าง

เพราะเหตุใดองค์พระผู้เป็นเจ้าจึงทรงอธิบายพระองค์ต่อคริสตจักรในเมืองเลาดีเซียว่าพระองค์เป็น “พระอาเมน ทรงเป็นพยานที่ซื่อสัตย์และสัตย์จริง และทรงเป็นปฐมเหตุแห่งสิ่งสารพัดซึ่งพระเจ้าทรงสร้าง” สาเหตุก็เพื่อยืนยันว่าพระวจนะทั้งสิ้นของพระเจ้าจะสำเร็จและการพิพากษาของพระเจ้าก็ยุติธรรมและถูกต้อง

องค์พระผู้เป็นเจ้า–ผู้ทรงเป็นปฐมเหตุแห่งการทรงสร้างและทรงทำให้พระคำของพระเจ้าสำเร็จด้วยการตรัสตอบพระบิดาว่า “อาเมน” และ “ใช่พระเจ้าข้า” เพียงอย่างเดียว–ทรงต้องการที่จะเตือนเราให้ระลึกถึงข้อเท็จจริงที่ว่าพระคำที่พระองค์ทรงมอบให้กับคริสตจักรเมืองเลาดีเซียจะสำเร็จเป็นด้วยเช่นกัน

คริสตจักรในปัจจุบันที่มีสภาพเหมือนคริสตจักรเมืองเลาดีเซีย

เมื่อคริสตจักรอธิษฐานอย่างหนักและทำงานอย่างสัตย์ซื่อเพื่อแผ่นดินของพระเจ้า

พระเจ้าจะทรงประทานการฟื้นฟูและพระพรทางด้านการเงินให้กับเขา พระองค์จะอวยพระพรสมาชิกแต่ละคนอย่างเหมาะสมต

ามที่เขาสมควรได้รับ คริสตจักรบางแห่งในปัจจุบันนำพระพรที่พระเจ้าทรงมอบให้ไปใช้ในทางที่ผิด นั่นคือ คริสตจักรและสมาชิกประนีประนอมกับโลกด้วยพระพรที่พระเจ้าประทานให้

เมื่อคริสตจักรมีขนาดใหญ่ขึ้นคริสตจักรก็มีทรัพย์สินเงินทองชื่อเสียง และอำนาจทางสังคมมากขึ้น ถ้าคริสตจักรละเลยพระราชกิจของพระเจ้าและหันไปติดตามชื่อเสียงและทรัพย์สินเงินทองมากกว่า คริสตจักรก็กำลังประพฤติ ดำเนินชีวิต และละเล่นอยู่ระหว่างพระเจ้ากับโลก แทนที่คริสตจักรจะให้ความสนใจกับการช่วยดวงวิญญาณให้รอดและขยายแผ่นดินของพระเจ้าเพิ่มมากขึ้นเขากลับประนีประนอมกับโลก เมื่อคริสตจักรคบค้าสมาคมกับโลกมากขึ้นเขาก็จะเป็นอันหนึ่งอันเดียวกับผู้คนที่มีทรัพย์สินเงินทองชื่อเสียง และอำนาจ

แต่ไม่ได้หมายความว่าเราต้อง “บอยคอต” หรือกีดกันผู้คนที่มีทรัพย์สินเงินทอง มีชื่อเสียง และมีอำนาจในโลกนี้ เราต้องโอบอุ้มคนเหล่านี้ด้วยความรักของพระคริสต์ มีสามัคคีธรรมกับเขา และปลูกฝังความเชื่อให้กับเขาเพื่อเขาจะถวายเกียรติแด่พระเจ้า การกระทำเช่นนี้เป็นสิ่งที่ดีและถูกต้องอย่างแน่นอน

แต่เพราะคริสตจักรหลายแห่งไม่มีความสนใจในเป้าประสงค์เช่นนั้นอย่างแท้จริง เขาเพียงแต่ต้องการที่จะมีทรัพย์สินเงินทองชื่อเสียง และอำนาจเพิ่มมากขึ้น คริสตจักรบางแห่งจึงประนีประนอมกับโลก องค์พระผู้เป็นเจ้าทรงกำลังตำหนิคริสตจักรเหล่านี้ว่าเขาเป็นแต่อุ่น ๆ

องค์พระผู้เป็นเจ้าทรงตำหนิคริสตจักรเลาดีเซีย

เรารู้จักแนวการกระทำของเจ้า เจ้าไม่เย็นไม่ร้อน เราใคร่ให้เจ้าเย็นหรือร้อน เพราะเหตุที่เจ้าเป็นแต่อื่น ๆ ไม่เย็นและไม่ร้อน เราจะคายเจ้าออกจากปากของเรา เพราะเจ้าพูดว่า 'เราเป็นคนมั่งมีได้ทรัพย์สมบัติมากและเราไม่ต้องการสิ่งใดเลย' เจ้าไม่รู้ว่าเจ้าเป็นคนแร้นแค้นเข็ญใจ เป็นคนขัดสน เป็นคนตาบอด และเปลือยกายอยู่ (วิวรณ์ 3:15-17)

ในสมัยนั้นเมืองเลาดีเซียบริบูรณ์ไปด้วยขนแกะ ในเมืองนั้นมีคนร่ำรวยอยู่เป็นจำนวนมากจนมีการก่อตั้งธนาคารพาณิชย์มาตั้งแต่ช่วงแรกของประวัติศาสตร์ของคนเหล่านั้น แม้จะเกิดแผ่นดินไหวครั้งใหญ่ในปีคริสตศักราช 17 แต่ชาวเมืองนั้นก็สามารถฟื้นฟูตนเองขึ้นมาอย่างรวดเร็วโดยไม่พึ่งพาความช่วยเหลือจากรัฐกลางของจักรภพโรมเหมือนเมืองอื่น ๆ

คริสตจักรเลาดีเซียเติบโตขึ้นในความมั่งคั่งร่ำรวยนี้และคนเหล่านั้นถูกตำหนิจากองค์พระผู้เป็นเจ้าเขาเป็นแต่อุ่น ๆ ไม่เย็นและไม่ร้อน พระองค์ทรงต้องการให้เขาเย็นหรือร้อนไม่เช่นนั้นพระองค์จะคายเขาออกจากปากของพระองค์

ความเชื่อแบบอุ่น ๆ ที่ไม่เย็นและไม่ร้อน
เมื่อเราต้มน้ำเย็นด้วยไฟน้ำก็จะร้อน แต่เมื่อเราปิดไฟน้ำก็จะเริ่มอุ่นและในไม่ช้าน้ำก็จะเย็น การมีความเชื่อแบบอุ่น ๆ ไม่เย็นและไม่ร้อนหมายถึงอะไร เมื่อจิตวิญญาณของเราเย็นก็หมายความว่าเราไม่มีการทำงานของพระวิญญาณบริสุทธิ์ในจิตใจของเรา สภาพเช่นนี้จะทำให้เราไม่มีส่วนเกี่ยวข้องกับความรอด

บางครั้งในท่ามกลางผู้คนที่ไปโบสถ์มีบางคนที่ไม่ได้รับพระวิญญาณบริสุทธิ์ดังนั้นเขาจึงไม่รู้ว่าความเชื่อที่แท้จริงคืออะไรและคนเหล่านี้ไม่เข้าใจว่าความรอดคืออะไร นอกจากนั้น ในท่ามกลางคริสเตียนที่เคยได้รับพระวิญญาณบริสุทธิ์มีบางคนที่ไม่ได้กำจัดความต้องการฝ่ายโลกของตนทิ้งไป ผลลัพธ์ก็คือคนเหล่านี้ดับพระวิญญาณบริสุทธิ์ในเวลาต่อมาด้วยการหันกลับไปหาโลก องค์พระผู้เป็นเจ้าตรัสว่าคนที่ทำตัวออกห่างความรอดคือคนที่อยู่ในสภาพเยือกเย็นฝ่ายวิญญาณ

แต่ในอีกด้านหนึ่ง การเป็นผู้เชื่อที่ร้อนรนชี้ให้เห็นว่าสถานะทางความเชื่อของคนที่ได้รับพระวิญญาณบริสุทธิ์กำลังเจริญเติบโตขึ้นจากการที่เขาได้รับกำลังฝ่ายวิญญาณทุกวัน เมื่อเราเปิดประตูใจของเราและรับเอาพระวิญญาณบริสุทธิ์เราก็จะเข้าใจพระคำของพระเจ้าด้วยความช่วยเหลือของพระวิญญาณบริสุทธิ์ เมื่อเรารู้จักพร

ะเจ้ามากขึ้นและเมื่อเราพยายามประพฤติตามความจริงที่ละเล็กทีละน้อยเราก็จะเต็มล้นด้วยพระวิญญาณบริสุทธิ์พร้อมกับได้รับพระคุณและพระกำลังจากพระเจ้า ในไม่ช้าเราก็จะแสวงหาสิ่งที่อยู่ฝ่ายวิญญาณในทุกสถานการณ์

เนื่องจากเราต่อสู้กับความบาปด้วยพระคำของพระเจ้าจนถึงเลือดไหล เนื้อหนังของเราจึงตายแต่วิญญาณของเราจะเติบโตขึ้น จากนั้นเราจะเสียสละตนเองอย่างเอาจริงเอาจังเพื่อทำให้แผ่นดินของพระเจ้าสำเร็จ เราจะสามารถรักพระเจ้าอย่างสิ้นสุดใจสิ้นสุดความคิด และสิ้นสุดกำลังของเราเหมือนที่องค์พระผู้เป็นเจ้าตรัสไว้ในมาระโก 12:30 เช่นกัน นี่คือความเชื่อที่ร้อนรน

ความเชื่อร้อนรนหรือความเชื่อที่เยือกเย็นไม่ได้บ่งชี้ถึงขนาดของความเชื่อของบุคคล ผู้เชื่อที่เป็นฆราวาสไม่จำเป็นต้องมีความเชื่อที่เยือกเย็นเสมอไปหรือคนที่มาโบสถ์เป็นเวลานานหรือคนที่มีตำแหน่งในคริสตจักรก็ไม่จำเป็นต้องมีความเชื่อร้อนรนเสมอไปเช่นกัน

แม้บางคนจะมีความเชื่อเพียงเล็กน้อยและไม่ได้ประพฤติตามความจริงอย่างครบถ้วน แต่ตราบใดที่เขาพยายามอย่างสุดกำลังที่จะทำตามน้ำพระทัยของพระเจ้าตามขนาดแห่งความเชื่อของตน เราถือว่าคนแบบนี้มีความเชื่อที่ร้อนรน

แน่นอน เมื่อเขามีเพียงความเชื่อในขนาดที่เล็กน้อย บางครั้งเขาไม่เพียงแต่ปักใจกับสิ่งที่อยู่ฝ่ายเนื้อหนังเท่านั้นแต่เขายังทำตามการงานของเนื้อหนังด้วยเช่นกัน กล่าวคือ คนที่ยังไม่ได้กำจัดความโกรธทิ้งไปจนหมดสิ้นอาจไม่สามารถควบคุมอารมณ์ของตนเอง จากนั้น "สิ่งที่อยู่ฝ่ายเนื้อหนัง" อาจกลายเป็น

"การงานของเนื้อหนัง" เมื่อเขาแสดงความโกรธและทำการทะเลาะวิวาทกับคนอื่น

ถึงกระนั้นก็ตาม ถ้าเขากลับใจทันทีและหันหลังกลับพร้อมกับพยายามเปลี่ยนแปลงตนเองอย่างต่อเนื่อง เราถือว่าความเชื่อของเขาจะไม่ใช่ความเชื่อที่เยือกเย็น กล่าวคือ เมื่อเขาตรวจสอบตนเอง อธิษฐาน อดอาหาร และพยายามเชื่อฟังพระคำของพระเจ้าอยู่เสมอ พระเจ้าจะทรงถือว่าความเชื่อของเขาเป็นความเชื่อที่ร้อนรน

แต่ในอีกด้านหนึ่ง ถ้าบุคคลไม่พยายามที่จะเปลี่ยนแปลงตนเองเลยแม้เขาจะเป็นคริสเตียนมาเป็นเวลานานหรือถ้าเขาเดินออกนอกลู่นอกทางแม้เขาจะรู้ว่าอะไรคือน้ำพระทัยของพระเจ้า บุคคลเช่นนี้มีความเชื่อที่เยือกเย็น ปัญหาก็คือเขาไม่ได้มีความเชื่อที่เยือกเย็นโดยฉับพลัน ครั้งแรกความเชื่อของเขาเป็นความเชื่อแบบอุ่น ๆ ก่อนโดยที่เขาไม่รู้ตัวและในไม่ช้าความเชื่อนั้นก็เยือกเย็นลง

ความเชื่อแบบอุ่น ๆ เป็นความเชื่อที่หยุดอยู่กับที่โดยไม่มีความร้อนรนแม้ว่าคนนั้นจะรู้ว่าพระเจ้าทรงพระชนม์อยู่และรู้ว่านรกและสวรรค์มีอยู่จริง คนที่มีความเชื่อประเภทนี้แม้เขาจะไปโบสถ์และคิดว่าตนมีความเชื่อ แต่เขาไม่ได้ติดต่อสื่อสารกับพระวิญญาณบริสุทธิ์ ด้วยเหตุนี้เขาจึงไม่ได้ยินพระสุรเสียงของพระวิญญาณบริสุทธิ์ เขาหาตัวเองไม่เจอแม้ในขณะที่เขากำลังฟังพระคำของพระเจ้า

เขามาโบสถ์เพราะเขารู้ว่าเขาจะตกนรกถ้าความเชื่อของเขาเยือกเย็นเล็ก แต่เขาไม่เสียสละตนเองเพื่อองค์พระผู้เป็นเจ้า เขาจะไม่พยายามถวายให้กับองค์พระผู้เป็นเจ้ามากกว่าที่เป็นอยู่ ดังนั้นความเชื่อของเขาจึงขาดความร้อนรน นอกจากนั้น เนื่องจากเขาไม่ได้เข้าสุหนัตในจิตใจของตนชีวิตของเขาจึงไม่เปลี่ยนแปลง ถ้ามอ

งจากภายนอกเขาอาจดูเป็นคนสัตย์ซื่อ แต่เนื่องจากเขาไม่ได้เข้าสุหนัตในจิตใจของตนแม้เขาจะเป็นคริสเตียนมาเป็นเวลานานชีวิตของเขาไม่มีการเปลี่ยนแปลงไม่ว่าจะเป็นเวลานี้หรือเมื่อหนึ่งปีหรือห้าปีหรือสิบปีที่ผ่านมา เขาไม่แตกต่างอะไรจากผู้คนชาวโลกทั่วไป

ถ้าเขารู้สึกพอใจกับสภาพของการมีความเชื่อแบบอุ่น ๆ และไม่กลับใจ ในไม่ช้าความเชื่อของเขาก็จะเยือกเย็นลงเหมือนเมื่อเราวางน้ำอุ่นไว้อีกไม่นานน้ำอุ่นก็จะกลายเป็นน้ำเย็น ด้วยเหตุนี้ เมื่อผู้คนมีความเชื่อแบบอุ่น ๆ เป็นเวลานาน เขาจะไม่มีส่วนเกี่ยวข้องกับความรอดและในที่สุดเขาจะเข้าไปสู่หนทางแห่งความตาย เพราะเหตุนี้องค์พระผู้เป็นเจ้าจึงตรัสว่า "เราจะคายเจ้าออกจากปากของเรา"

องค์พระผู้เป็นเจ้าทรงตักเตือนคนที่มีความเชื่อแบบอุ่น ๆ อย่างรุนแรง

ผู้เชื่อต้องไม่ดับพระวิญญาณบริสุทธิ์ด้วยการมีความเชื่อที่เยือกเย็น ความเชื่อที่เยือกเย็นทำลายความสัมพันธ์ระหว่างเรากับพระเจ้าซึ่งจะทำให้เราไม่ได้รับความรอด เราต้องไม่มีความเชื่อแบบอุ่น ๆ เช่นกัน ในขณะที่ทรงตักเตือนในเรื่องความเชื่อแบบอุ่น ๆ ทำไมองค์พระผู้เป็นเจ้าจึงตรัสว่า "เราใคร่ให้เจ้าเย็นหรือร้อน" แทนที่จะตรัสว่า "เราใคร่ให้เจ้าร้อน" สาเหตุก็เพราะว่าพระองค์ทรงมีใจปรารถนาที่จะให้เรารู้ว่าเราต้องป้องกันตนเองมากเพียงใดเพื่อไม่ให้มีมีความเชื่อแบบอุ่น ๆ

สมมุติว่าเมื่อความเชื่อของเราเยือกเย็นลง พระเจ้าอาจให้โอกาส

กับเราที่จะกลับใจและหันกลับไปสู่ความเชื่อที่ร้อนรนโดยผ่านการตีสอน ยกตัวอย่าง เมื่อเราทำบาปและพระเจ้าทรงหันพระพักตร์ไปจากเรา เราอาจพบกับการตีสอนผ่านความเจ็บไข้ได้ป่วย อุบัติเหตุ หรือภัยพิบัติ การตีสอนเหล่านี้เป็นโอกาสที่เราจะฉีกหัวใจของเราออกด้วยการกลับใจและรื้อฟื้นความเชื่อของเราขึ้นมาใหม่ แต่เมื่อความเชื่อของเราอยู่สภาพอุ่น ๆ เป็นการยากที่เราจะได้รับโอกาสเช่นนี้

แต่ไม่ได้หมายความว่าเราต้องมีความเชื่อที่เยือกเย็น ที่จริงเมื่อเราถูกตีสอนในขณะที่ความเชื่อเราเยือกเย็นลง การที่เราจะกลับใจและหันหลังกลับไม่ใช่เรื่องง่ายเพราะเราจะรู้สึกกลัวหรือท้อใจแทนที่เราจะสัมผัสถึงความรักของพระเจ้า ยิ่งกว่านั้น การที่เราจะกลับใจและหันหลังกลับหลังจากที่เราประสบกับสิ่งซึ่งเป็นโศกนาฏกรรมหรือภัยพิบัติถือเป็นเรื่องที่ไร้เหตุผลและเจ็บปวดมากทีเดียว แม้เราสามารถรับการยกโทษจากพระเจ้า แต่การรื้อฟื้นความสัมพันธ์กับพระเจ้าที่ขาดสะบั้นลงขึ้นมาใหม่นั้นไม่ใช่เรื่องง่าย

ความเชื่อแบบอุ่น ๆ เป็นสภาพของการหยุดนิ่งที่น่ากลัว

ถ้ามองจากอีกมุมหนึ่ง ความเชื่อแบบอุ่น ๆ ถือเป็นสภาพของการหยุดนิ่งที่น่ากลัวอย่างมาก โดยเฉพาะอย่างยิ่งสำหรับคนที่มีความเชื่อในระดับที่สามซึ่งต้องมองย้อนกลับไปดูตนเองอย่างจริงจังมากขึ้น ความเชื่อระดับที่หนึ่งเป็นความเชื่อของคนที่เพิ่งต้อนรับเอาองค์พระผู้เป็นเจ้าและเป็นความเชื่อที่ทำให้เขาได้รับความรอด ความเชื่อระดับที่สองเป็นความเชื่อของคนที่ฟังพระคำของพระเจ้าและพยายามที่จะดำเนินชีวิตตามพระคำนั้น ความเชื่อระดับที่สามเป็นคว

ามเชื่อที่เจริญเติบโต คนที่มีความเชื่อระดับที่สามจะสามารถประพฤติตามพระคำของพระเจ้าที่ได้ยินได้ฟังมา

เมื่อเราได้รับพระวิญญาณบริสุทธิ์และดำเนินชีวิตในความเชื่ออย่างต่อเนื่องด้วยความพากเพียร เราก็สามารถเข้าสู่ความเชื่อระดับที่สามได้ไม่ยาก ที่ดีกว่านั้นก็คือ ถ้าเราเข้าร่วมการประชุมนมัสการและการประชุมอธิษฐานกับคริสตจักรที่เต็มล้นไปด้วยพระวิญญาณบริสุทธิ์และอุดมไปด้วยพระคำแห่งความจริง ความเชื่อของเราจะเติบโตอย่างรวดเร็วในระยะเวลาสั้น ๆ

อย่างไรก็ตาม เมื่อเราเข้าสู่ความเชื่อระดับที่สามเราต้องเริ่มให้การฝึกฝนจิตใจภายในของเราแทนที่จะฝึกฝนการกระทำภายนอก ด้วยเหตุนี้ เราต้องใช้ความพยายามมากขึ้นกับจิตใจ ความคิด และกำลังของเรา เมื่อเราเข้าร่วมนมัสการเราต้องนมัสการด้วยจิตวิญญาณและความจริงอย่างสิ้นสุดใจและสิ้นสุดความคิดของเขา เราต้องอธิษฐานด้วยใจร้อนรนมากขึ้นจากส่วนลึกแห่งจิตใจของเราเพราะการอธิษฐานเช่นนี้เป็นกลิ่นหอมแห่งจิตใจของเราที่ถวายแด่พระเจ้า

เมื่อเราทำหน้าที่ของเรา ความสัตย์ซื่อของเราจะอยู่ในระดับที่แตกต่างไปจากเมื่อครั้งที่เรายังเป็นผู้เชื่อใหม่และในช่วงที่เราเติบโตขึ้นในระดับหนึ่ง กล่าวคือ แม้เราจะทำหน้าที่อย่างเดิมความเชื่อของเราก็จะเติบโตมากขึ้น เราควรสัตย์ซื่อต่อหน้าที่ของเราด้วยความรักและความดีมากยิ่งขึ้น

ความคาดหวังของพ่อแม่ที่มีต่อลูกของตนจะแตกต่างกันในขณะที่ลูกของเขายังเป็นเด็กและเมื่อลูกของเขาเติบโตเป็นผู้ใหญ่ แม้น้ำหอมประเภทเดียวกันก็มีราคาที่แตกต่างกันตามขนาดขอ

งความบริสุทธิ์และความเข้มข้น หัวน้ำหอมทีมีความบริสุทธิ์และค วามเข้มข้นแบบดั้งเดิมมีราคาสูงมากแม้จะมีปริมาณเพียงเล็กน้อย แต่เมือหัวน้ำหอมนีถูกนำไปเจือจาง น้ำหอมจะมีราคาถูกลงแม้ปริ มาณของน้ำหอมจะเพิมขึนก็ตาม

เช่นเดียวกัน เราอาจรู้สึกว่าเมือความเชือของเราเติบโตขึนขนา ดการประพฤติของเราต่อพระพักตร์พระเจ้าอาจดูไม่แตกต่างกันม ากนัก แต่ถ้าเรามีความรักและความดีฝ่ายวิญญาณการประพฤติเห ล่านั้นจะมีคุณภาพดีกว่าอย่างแน่นอน

ตัวอย่างของการหยุดนิงในความเชือ

ในทางทฤษฎีเราอาจเข้าใจเรืองเหล่านีดี แต่เป็นการง่ายทีเราจะ มองข้ามสิงเหล่านีในชีวิตประจำวันของเรา เนืองจากการประพฤติ ภายนอกของเราดูไม่แตกต่างไปจากเมือก่อน เราอาจไม่รู้ว่าเราต้อ งถวายจิตใจภายในของเราให้กับพระเจ้ามากขึน แม้เราเคยดำเนิน ชีวิตคริสเตียนในพระคุณของพระเจ้าอย่างพากเพียร แต่เราก็อาจสู ญเสียการเต็มล้นด้วยพระวิญญาณบริสุทธิ์ไปและเราอาจจบลงด้วย การมีชีวิตในความเชือทีเป็นเพียงการทำตามประเพณี

เราอาจขาดการประชุมนมัสการหรือการประชุมอธิษฐานทีเรา เคยเข้าร่วมอย่างขยันขันแข็งหนึงหรือสองครั้ง หรือแม้ในยามทีเรา เข้าร่วมนมัสการ การนมัสการของเราอาจกลายเป็นเพียงการทำตา มประเพณี เราไม่ได้เต็มล้นด้วยความชืนชมยินดีและการดลใจขอ งพระวิญญาณบริสุทธิ์ เราเพียงแต่เอาตัวของเราไปนังอยู่ในห้องน มัสการเท่านั้น

เราเคยถวายให้กับพระเจ้าด้วยความชืนชมยินดี แต่บัดนีทำสิงเ

หล่านี้ด้วยความรู้สึกว่าเป็นหน้าที่ บางครั้งเรารู้สึกลำบากใจหรือเป็นภาระ เมื่อเราไม่มีการเต็มล้นของพระวิญญาณบริสุทธิ์ในชีวิตของเราจิตใจของเราจะว่างเปล่าและเต็มไปด้วยปัญหา ในไม่ช้าเราจะหันกลับไปหาโลกพร้อมกับพยายามปลอบใจและเติมใจตนเองด้วยสิ่งของฝ่ายโลก เราอาจเผลอทำตามการงานของเนื้อหนังและสร้างกำแพงแห่งความบาปต่อพระพักตร์พระเจ้า

เมื่อเราอยู่ในสภาพนี้ การที่เราจะรื้อฟื้นความร้อนรนขึ้นมาใหม่ไม่ใช่เรื่องง่ายถ้าเราสำนึกถึงสภาพดังกล่าวด้วยตัวเราเอง เนื่องจากเราไม่มีพระคุณของพระเจ้าอยู่ในจิตใจของเราเราจึงไม่มีแนวคิดของการเดินหน้าไปด้วยความเชื่อที่ร้อนรน เราเพียงแต่ต้องการมีความสุขใจอยู่กับเนื้อหนัง

จากนั้นเราก็ละทิ้งความหวังของการเข้าสู่นครเยรูซาเล็มใหม่ซึ่งคนที่จะเข้าไปในสถานที่แห่งนี้ต้องเป็นผู้ที่ได้กำจัดความชั่วร้ายออกจากจิตใจของตนอย่างสิ้นเชิงและมีความสัตย์ซื่อต่อสิ่งสารพัดในชุมชนของพระเจ้า เราอาจคิดว่า "เอานะอย่างน้อยเราก็ได้ไปสวรรค์" หรือ "แค่เรารอดก็ดีพอแล้ว"

เพราะอะไรการมีความเชื่อแบบอุ่น ๆ จึงเป็นสิ่งที่อันตราย เพราะเราไม่สามารถคงสภาพความอุ่น นี้ไว้ได้ตลอด อีกไม่นานความเชื่อแบบอุ่น ๆ ของเราจะกลายเป็นความเชื่อที่เยือกเย็น ถ้าเราวางน้ำร้อนไว้เฉย ๆ อีกไม่นานน้ำนั้นก็จะอุ่นและในไม่ช้ามันก็จะเย็น สิ่งนี้เป็นเหมือนการเอาเรือไปลอยไว้กลางกระแสน้ำที่ไหลเชี่ยว เรือจะไม่หยุดนิ่งอยู่เฉย ๆ แต่มันจะลอยไปตามกระแสน้ำ

นี่เป็นสภาพของกษัตริย์อาสาแห่งอาณาจักรยูดาห์ที่อยู่ทางตอน

ใต้ ในช่วงสามสิบห้าปีแรกของการขึ้นครองราชย์ท่านเป็นกษัตริย์ที่พึ่งพิงพระเจ้า เมื่อพระมารดาของท่านกราบไหว้รูปเคารพ ท่านกำจัดรูปเคารพเหล่านั้นทิ้งไป ด้วยความวิตกกังวลว่าประชาชนจะทำตามแบบอย่างพระมารดาของพระองค์กษัตริย์อาสาจึงปลดเธอออกจากการเป็นพระราชชนนี

แต่ในช่วงปีสุดท้ายแห่งการครองราชย์ของพระองค์ความเชื่อของกษัตริย์อาสาเสื่อมถอยลง ก่อนหน้านี้ไม่ว่าศัตรูของพระองค์จะมีกำลังเข้มแข็งเพียงใดก็ตามกษัตริย์อาสาพึ่งพิงพระเจ้าแต่เพียงผู้เดียวและสามารถปราบศัตรูเหล่านั้นได้ แต่ในภายหลังเมื่อมีศัตรูยกทัพมารุกรานกษัตริย์อาสาเริ่มหันไปพึ่งมนุษย์ พระองค์ขอความช่วยเหลือจากกษัตริย์ของคนต่างชาติ กษัตริย์อาสาถูกพระเจ้าทรงตำหนิผ่านทางผู้เผยพระวจนะฮานานี แต่พระองค์ไม่กลับใจและไม่หันหลังกลับ ตรงกันข้าม พระองค์กลับข่มเหงและจำคุกผู้เผยพระวจนะของพระเจ้า เนื่องจากเหตุการณ์นี้กษัตริย์อาสาจึงถูกลงโทษและเท้าทั้งสองข้างของท่านติดเชื้ออย่างรุนแรง

ถ้าท่านรักษาความเชื่อและความไว้วางใจของตนไว้ในพระเจ้าแห่งความรักและความเมตตากษัตริย์อาสาคงรู้ว่าพระเจ้าทรงลงโทษท่านเพราะพระองค์ทรงรักท่าน กษัตริย์อาสาคงรู้ว่าพระเจ้าทรงต้องการให้โอกาสท่านกลับใจ แต่ท่านกลับไม่ยึดมั่นในความรักของพระเจ้าแม้หลังจากที่ท่านถูกพระเจ้าลงโทษ ตรงกันข้าม ท่านกลับพยายามที่จะหลบพระพักตร์พระเจ้า กษัตริย์อาสาหันไปพึ่งพิงหมอที่เป็นมนุษย์และพบกับความตายในที่สุด นี่เป็นตัวอย่างที่แสดงให้เห็นอย่างชัดเจนว่าผลลัพธ์สุดท้ายของการมีความเชื่อแบบอุ่น ๆ นั้นเป็นอย่างไร

อันตรายของการมีความเชื่อแบบอุ่น ๆ

สุภาษิตข้อหนึ่งกล่าวว่า "วัวแก่มักคิดว่าตนไม่เคยเป็นลูกวัว" คำกล่าวนี้หมายความว่าเมื่อคนหนึ่งผ่านพ้นความยากลำบากด้วยความช่วยเหลือของคนอื่นเขาจะไม่จดจำช่วงเวลาที่เขาเคยมีปัญหาในชีวิต เขาหลงลืมแม้กระทั่งความช่วยเหลือที่ตนเคยได้รับ สุภาษิตข้อนี้ประยุกต์กับชีวิตคริสเตียนได้เช่นกัน สมมุติว่าคนหนึ่งตกอยู่ในสถานการณ์ที่ลำบากซึ่งมีปัญหามากมาย แต่เขาได้อธิษฐานอย่างร้อนรนต่อพระเจ้าและได้รับพระคุณและพระพรจากพระองค์ แต่จากนั้นแทนที่เขาจะดำเนินชีวิตคริสเตียนอย่างขยันขันแข็งเขากลับหลงไปจากพระเจ้าและเป็นมิตรกับโลกอีกครั้งหนึ่ง

เพราะเหตุนี้พระเจ้าจึงทรงต้องการที่จะอวยพรให้วิญญาณจิตของเราจำเริญขึ้นก่อนเป็นอันดับแรก จากนั้นพระองค์จึงจะอวยพรให้เรามีความเจริญสุขทุกประการ สาเหตุก็เพราะว่าความเชื่อของคนที่จำเริญขึ้นในฝ่ายวิญญาณจิตจะไม่มีวันเปลี่ยนแปลงหรือเยือกเย็นลง

สมมุติมีคนหนึ่งยังไม่ได้จำเริญขึ้นในวิญญาณจิต แต่ถ้าเขาสำแดงถึงความเชื่อของตนออกมาให้มากที่สุดเท่าที่เขาทำได้และหว่านด้วยคำอธิษฐานด้วยความเชื่อตามระดับความเชื่อของตน พระเจ้าก็จะทรงให้เขาเก็บเกี่ยวผลอันเหมาะสมตามกฎแห่งความยุติธรรมของพระองค์

พระเจ้าจะทรงอวยพรให้วิญญาณจิตของเขาจำเริญขึ้นอย่างแน่นอนและพระองค์จะทรงอนุญาตให้เขาเก็บเกี่ยวสิ่งที่เขาหว่านลงไปด้วยความเชื่อในเวลานั้นด้วยเช่นกัน ถ้าทุกคนได้รับพระพรภายหลังจากที่วิญญาณจิตของเขาจำเริญขึ้นเท่านั้นละก้อ จะมีใครได้รับ

พระพรและคำตอบได้เล่า

แต่สิ่งสำคัญอยู่ในช่วง "หลังจาก" ที่เขาได้รับพระพรและคำตอบ พระพรและคำตอบที่เขาได้รับอาจเกิดดอกออกผลอย่างสมบูรณ์หรือพระพรและคำตอบนั้นอาจสูญหายไปอย่างสิ้นเชิงทั้งนี้ขึ้นอยู่กับว่าบุคคลนั้นจัดการกับชีวิตในความเชื่อของเขาอย่างไร

ด้วยเหตุนี้ สิ่งที่สำคัญอย่างแท้จริงจึงอยู่ที่ว่าเราจะดำเนินชีวิตแบบใดหลังจากที่เราได้รับพระพรจากพระเจ้า หลังจากได้รับพระพร ถ้าเราเพียงแต่พึงพอใจกับสภาพที่เป็นอยู่ เยือกเย็นลงในความเชื่อ และเป็นมิตรกับโลกเพียงเพื่อจะมีทรัพย์สินเงินทองและชื่อเสียงเพิ่มมากขึ้น เราจะถูกตำหนิจากองค์พระผู้เป็นเจ้าอย่างแน่นอน

ลักษณะพื้นฐานที่สำคัญที่สุดของความเชื่อแบบอุ่น ๆ ก็คือความเชื่อแบบนี้พยายาม "เหยียบเรือสองแคม" ระหว่างพระเจ้ากับโลกนี้ กล่าวคือ ในขณะที่ขาของเขาข้างหนึ่งยืนอยู่ในโลกและขาอีกข้างหนึ่งยืนอยู่บนความเชื่อ คนที่มีความเชื่อแบบนี้จะเลือกข้างที่ให้ประโยชน์กับตนมากกว่าโดยขึ้นอยู่กับเวลาและสถานที่

องค์พระผู้เป็นเจ้าตรัสไว้ในลูกา 16:13 เช่นกันว่า "ไม่มีผู้ใดเป็นข้าสองเจ้าบ่าวสองนายได้เพราะว่าจะชังนายข้างหนึ่งและจะรักนายอีกข้างหนึ่ง หรือจะนับถือนายฝ่ายหนึ่งและจะดูหมิ่นนายอีกฝ่ายหนึ่ง ท่านจะปฏิบัติพระเจ้าและจะปฏิบัติเงินทองพร้อมกันไม่ได้"

คำว่า "เงินทอง" ในที่นี้ไม่ได้หมายถึงวัตถุต่าง ๆ ของโลกนี้เท่านั้น แต่คำนี้เป็นสัญลักษณ์ของโลกและสิ่งต่าง ๆ ที่เป็นของโลก พระองค์ตรัสว่าเราไม่สามารถรักโลกและสิ่งต่าง ๆ ของโลกและรักพระเจ้าในเวลาเดียวกันได้ (1 ยอห์น 2:15)

บางคนคิดว่า "การเหยียบเรือสองแคม" เป็นความฉลาดในขณะที่เขากำลังดำเนินชีวิตในความเชื่อของตน แต่การกระทำเช่นนี้ไม่ใช่ความฉลาด หากแต่เป็นความโง่เขลา พระเจ้าตรัสว่าพระองค์จะคายคนเช่นนี้ออกจากปากของพระองค์ (วิวรณ์ 3:16) "การคายออกจากปาก" หมายความว่าพระองค์จะไม่ทรงยอมรับว่าคนเช่นนี้เป็นบุตรของพระเจ้าและเขาจะไม่รอด นี่เป็นคำตักเตือนที่รุนแรงมาก

คริสตจักรเมืองเลาดีเซียรู้สึกมั่งคั่งสมบูรณ์ฝ่ายวิญญาณ ลักษณะประการแรกของผู้เป็นสุขได้แก่ "บุคคลผู้ใดรู้สึกบกพร่องฝ่ายวิญญาณผู้นั้นเป็นสุขเพราะแผ่นดินสวรรค์เป็นของเขา" (มัทธิว 5:3) คนที่รู้สึกขัดสนหรือบกพร่องฝ่ายวิญญาณคือคนที่ถ่อมใจ คนเช่นนี้กระหายหาพระเจ้าและพึ่งพิงพระองค์

แต่คนที่รู้มั่งคั่งสมบูรณ์ฝ่ายวิญญาณจะเต็มไปด้วยความหยิ่งผยอง ความโอหัง ความเห็นแก่ตัว และความอยาก คนเหล่านี้ไม่แสวงหาพระเจ้า แต่เขาจะพยายามเติมจิตใจของตนให้เต็มไปด้วยสิ่งของฝ่ายโลกนี้

มีบางคนที่เริ่มต้นชีวิตของตนในพระคริสต์ด้วยความรู้สึกขัดสนฝ่ายวิญญาณ แต่เมื่อเวลาผ่านไปวิญญาณจิตของเขามั่งคั่งสมบูรณ์ขึ้น แต่เมื่อเนื้อหนังที่เขาพยายามยับยั้งไว้ปรากฏโฉมหน้าขึ้นมาอีกครั้งหนึ่ง จิตใจของเขาก็ถูกปลุกเร้าด้วยสิ่งของฝ่ายโลก คนเหล่านี้จึงมุ่งให้ความสนใจไปที่ทรัพย์สินเงินทอง ชื่อเสียง และอำนาจ ความเชื่อของเขาก็เปลี่ยนไปเป็นความเชื่อฝ่ายเนื้อหนัง

แม้จะดูเหมือนว่าคนเหล่านี้กำลังดำเนินชีวิตในความเชื่อ แต่เข

าไม่มีความปรารถนาหรือความกระหายในเรืองความจริง ในไม่ช้าคนเหล่านีจะอธิษฐานน้อยลงเรือย ๆ และหยุดอธิษฐานในทีสุด เวลานีเขาไม่ได้ทำอะไรกับความเชือของตน ความเชือทีเขาแสดงออกมาเป็นเพียงรูปแบบเท่านัน คนเหล่านีให้ความสำคัญกับงานของตนและกิจกรรมของโลกนีก่อนเป็นอันดับแรกแทนทีจะให้ความสำคัญกับงานของพระเจ้า คนเหล่านีพูดว่า “เราเป็นคนมังมีและเราไม่ต้องการสิงใดเลย”

ขัดสนฝ่ายวิญญาณ ตาบอด และเปลือยกาย

องค์พระผู้เป็นเจ้าตรัสว่า “เจ้าไม่รู้ว่าเจ้าเป็นคนแร้นแค้นเข็ญใจ เป็นคนขัดสน เป็นคนตาบอด และเปลือยกายอยู่” (ข้อ 17) ถ้าคนเหล่านันสำนึกและยอมรับความบกพร่องของตนพระเจ้าก็จะทรงให้โอกาสแห่งการกลับใจให้กับเขาและเข้ามาพึงพิงพระองค์ แต่เพราะคนทีมีความเชือแบบอุ่น ๆ มักคิดว่าตนเองเป็นคนมังคังสมบูรณ์เขาจึงไม่สำนึกและไม่ยอมรับถึงความบกพร่องของตน

พ ร ะ ว ิ ญ ญ า ณ บ ร ิ ส ุ ท ธ ิ ์ ท ร ง ค ร ่ ํ า ค ร ว ญ แต่คนเหล่านีก็ยอมไม่สำนึกผิด ดังนันเขาจึงไม่พยายามทีจะกระตือรือร้นหรือเปลียนแปลงตนเอง ในฝ่ายร่างกายคนเหล่านีอาจไม่ขาดแคลนสิงใดเลย แต่ถ้าเขามุ่งหน้าไปตามเส้นทางทีเขากำลังมุ่งไปนีอย่างต่อเนือง ในทีสุดเขาจะอยู่ห่างไกลจากความรอด เพราะเหตุนีเขาจึงอยู่ในสภาพทีน่าสมเพชอย่างทีสุด ทรัพย์สมบัติทีเขาชืนชมอยู่ในโลกนีเป็นเพียงสิงทีชัวคราว แต่คนทีสะสมทรัพย์สมบัติของตนไว้ในแผ่นดินสวรรค์คือคนทีมังคังสมบูรณ์อย่างแท้จริง

คนทีมีความเชือแบบอุ่น ๆ เป็นคนทีไม่สัตย์ซือในสายพระเนตร

ของพระเจ้า คนเหล่านี้ไม่ได้หว่านสิ่งใดต่อพระพักตร์พระเจ้าเพราะเขามีความต้องการเงินทองอย่างรุนแรง โดยสรุป คนเหล่านี้ไม่ได้สะสมสิ่งหนึ่งสิ่งใดไว้ในสวรรค์ ด้วยเหตุนี้ แม้คนเหล่านี้จะกลับใจได้รับความรอดอย่างหวุดหวิด และไปสวรรค์ แต่เขาจะไม่ได้รับรางวัลใดเลยในสวรรค์ เพราะฉะนั้นเขาจึงเป็นคนที่ "แร้นแค้นเข็ญใจ"

คนที่เข้าใจพระคำในฝ่ายวิญญาณจะมีความหวังสำหรับชีวิตนิรันดร์ ดังนั้นคนเหล่านี้จึงค้นหาตนเองผ่านทางพระคำของพระเจ้าอย่างพากเพียร ออกมาจากความมืด และเข้าไปสู่ความสว่าง เพื่อสะสมรางวัลของตนไว้ในสวรรค์คนเหล่านี้จะมีความสัตย์ซื่อและหว่านเพื่อแผ่นดินของพระเจ้าอย่างกระตือรือร้น

แต่คนที่มีความเชื่อแบบอุ่น ๆ จะไม่รู้เกี่ยวกับโลกฝ่ายวิญญาณ แทนที่คนเหล่านี้จะมีความหวังสำหรับชีวิตที่จะมาถึงเขาจะมองเห็นเฉพาะความเป็นจริงของโลกที่อยู่รอบตัวเขา นี่คือความหมายของการพูดว่าคนเหล่านี้เป็นคนตาบอดฝ่ายวิญญาณ

คนตาบอดฝ่ายวิญญาณจะไม่สามารถเห็นความมืดที่อยู่ภายในเขาและเขาจะอยู่ในความมืดต่อไป (มัทธิว 6:22-23) ด้วยเหตุนี้ คนที่ตาบอดฝ่ายวิญญาณจึงไม่อาจสวมใส่เสื้อผ้าแห่งความชอบธรรมซึ่งคู่ควรกับคนที่เป็นบุตรของพระเจ้าเท่านั้น เพราะเหตุนี้องค์พระผู้เป็นเจ้าจึงตรัสว่าคนเหล่านี้ "เปลือยกายอยู่" เสื้อผ้าแสดงถึงจิตใจของมนุษย์ "การสวมเสื้อผ้าแห่งความชอบธรรม" หมายถึง "การเข้าสุหนัตในจิตใจและการมีความชอบธรรมอยู่ในจิตใจ"

อย่างไรก็ตาม เนื่องจากคนที่มีความเชื่อแบบอุ่น ๆ ไม่ได้เข้าสุห

นัตในจิตใจของตนหรือไม่ได้ดำเนินชีวิตด้วยพระคำของพระเจ้า ดังนั้นจิตใจของเขาจึงเต็มไปด้วยความชั่วและเขาดำเนินชีวิตอยู่ในความมืด นี่คือความหมายฝ่ายวิญญาณของการเปิดเผยให้เห็นความน่าอับอายของการเปลือยกาย

การสวมใส่เสื้อผ้าอันงดงามภายนอกไม่ได้หมายความว่าเขามีความงดงามอย่างแท้จริง ถ้าคนเหล่านี้ไม่ได้เข้าสุหนัตในจิตใจของตน แต่กลับเก็บความชั่วร้ายไว้ในใจของตนแทน ไม่ว่าเสื้อผ้าที่เขาสวมใส่ภายนอกจะงดงามเพียงใดก็ตาม คนเหล่านี้กำลังเปิดเผยให้เห็นถึงความน่าอับอายของการเป็นคนเปลือยกายในสายพระเนตรของพระเจ้า

เราจะสวมผ้าป่านเนื้อดีในสวรรค์ซึ่งไม่มีความมืดและผ้าป่านเนื้อดีหมายถึงความประพฤติอันชอบธรรมของเหล่าธรรมิกชน (วิวรณ์ 19:8) สวรรค์เป็นสถานที่สำหรับผู้คนที่ดำเนินชีวิตด้วยพระคำของพระเจ้า ถอดเสื้อผ้าฝ่ายเนื้อหนังที่เปรอะเปื้อนไปด้วยบาป และสวมใส่เสื้อผ้าแห่งความชอบธรรมอันงดงามเท่านั้น (มัทธิว 22:10-14)

ด้วยเหตุนี้ เพื่อจะเข้าสู่แผ่นดินสวรรค์อันงดงามในฐานะเจ้าสาวผู้ซึ่งจะต้อนรับองค์พระผู้เป็นเจ้า เราจำเป็นต้องประดับตนเองอย่างขยันหมั่นเพียรในฐานะเจ้าสาวของพระองค์และสวมใส่ผ้าป่านเนื้อดี การที่จะทำเช่นนี้ได้เราต้องดำเนินชีวิตคริสเตียนอย่างร้อนรน เราต้องไม่เกี่ยวข้องกับชีวิตที่น่าสมเพชของการเป็นคนแร้นแค้นเข็ญใจ คนขัดสน คนตาบอด หรือคนที่เปลือยกาย

องค์พระผู้เป็นเจ้าทรงแนะนำคริสตจักรเมืองเลาดีเซีย

เราเตือนสติเจ้าให้ซื้อทองคำที่หลอมให้บริสุทธิ์แล้วจากเรา เพื่อเจ้าจะได้เป็นคนมั่งมีและให้เจ้าซื้อเสื้อผ้าสีขาวเพื่อนุ่งห่ม ให้พ้นจากความอับอายที่เจ้าต้องเปลือยกายอยู่และซื้อยาทาตาของเจ้าเพื่อเจ้าจะได้แลเห็น เรารักผู้ใดเราก็ตักเตือนและตีสอนผู้นั้น เหตุฉะนั้นจงมีความกระตือรือร้นและกลับใจเสียใหม่ (วิวรณ์ 3:18-19)

คริสตจักรเมืองเลาดีเซียไม่รู้ว่าตนขาดแคลนสิ่งใด คนเหล่านี้คิดเพียงว่าตนเป็นคนมั่งมี องค์พระผู้เป็นเจ้ายังทรงปรารถนาให้เขากลับใจและหันหลังกลับ พระองค์ทรงให้คำแนะนำกับเขาโดยละเอียดว่าในฝ่ายวิญญาณเขาเป็นคนแร้นแค้นเข็ญใจ เป็นคนขัดสน เป็นคนตาบอด และเปลือยกายอยู่

องค์พระผู้เป็นเจ้าทรงต้องการให้เรามีความเชื่อที่บริสุทธิ์เหมือนทองคำ

ประการแรก พระองค์ตรัสว่า "เราเตือนสติเจ้าให้ซื้อทองคำที่หลอมให้บริสุทธิ์แล้วจากเราเพื่อเจ้าจะได้เป็นคนมั่งมี" (ข้อ 18) เพราะเหตุที่ผู้คนในโลกนี้ให้คุณค่าสูงสุดกับทองคำ องค์พระผู้เป็นทรงเปรียบเทียบความเชื่อกับ "ทองคำที่หลอมให้บริสุทธิ์แล้ว" เพราะความเชื่อเป็นสิ่งที่มีคุณค่ามากที่สุดในชีวิตคริสเตียน

ด้วยเหตุนี้ การ "ซื้อทองคำที่หลอมให้บริสุทธิ์แล้วจากเราเพื่อเจ้าจะได้เป็นคนมั่งมี" จึงหมายถึง "การมีความเชื่อที่เป็นเหมือนทองซึ่งไม่มีวันเปลี่ยนแปลง" เราจะรอดและไปสวรรค์ได้ก็ต่อเมื่อเรามีความเชื่อเท่านั้น เราจะได้รับคำตอบต่อสิ่งที่เราทูลก็ต่อเมื่อเรามีความเชื่อเท่านั้น (มัทธิว 9:29)

เราไม่ควรประกาศถึงความเชื่อของเราด้วยริมฝีปากเท่านั้น ความเชื่อของเราต้องควบคู่มาพร้อมกับการประพฤติตามแห่งการดำเนินชีวิตตามพระคำของพระเจ้า เราเรียกความเชื่อเช่นนี้ว่าความเชื่อฝ่ายวิญญาณ พระคัมภีร์เปรียบเทียบความเชื่อฝ่ายวิญญาณกับทองคำบริสุทธิ์

ด้วยเหตุนี้ คนที่มีความเชื่อฝ่ายวิญญาณจึงเชื่อในพระคำของพระเจ้าและทำตามพระคำของพระองค์ในทุกสถานการณ์ ผู้เผยพระวจนะเอลียาห์ใน 1 พงศ์กษัตริย์บทที่ 18 เป็นคนที่มีความเชื่อฝ่ายวิญญาณ เอลียาห์เป็นผู้เผยพระวจนะซึ่งรับใช้พระเจ้าอยู่ในรัชสมัยของกษัตริย์อาหับแห่งอิสราเอลซึ่งอยู่ทางตอนเหนือ

วันหนึ่งพระเจ้าตรัสกับผู้เผยพระวจนะเอลียาห์ว่าพระองค์จะทรงทำให้มีฝนตกลงมาบนแผ่นดินอิสราเอลซึ่งพบกับความแห้งแล้งมาเป็นเวลาสามปีครึ่ง เอลียาห์เชื่อในพระดำรัสของพระเจ้า ท่านจึงเดินทางขึ้นไปบนภูเขาคารเมล โน้มตัวของท่านลงถึงดิน และอธิษฐานด้วยความร้อนรนโดยการซบหน้าของท่านลงระหว่างเข่าสองข้าง ท่านอธิษฐานถึงเจ็ดครั้ง ในที่สุดคำอธิษฐานของท่านก็ได้รับคำตอบเมื่อมีฝนตกลงมาอย่างหนักบนแผ่นดินอิสราเอล

"เลขเจ็ด" หมายถึง "ความครบถ้วนและความสมบูรณ์แบบ" การที่คำอธิษฐานของท่านได้รับคำตอบเมื่อท่านอธิษฐานเป็นครั้งที่เจ็ดหมายความว่าท่านเชื่อจนกระทั่งถึงที่สุด อธิษฐานและได้รับคำตอบ แม้จะไม่มีคำตอบหลังจากการอธิษฐานครั้งที่เจ็ดเอลียาห์ก็ยังคงจะอธิษฐานต่อไปจนกว่าท่านจะได้รับคำตอบ

สาเหตุก็เพราะว่าเอลียาห์เชื่อในพระดำรัสที่พระเจ้าเคยตรัสกับท่านโดยไม่สงสัย การเชื่อในพระเจ้าจนถึงที่สุดคือความเชื่อฝ่ายวิญญาณซึ่งเป็นเหมือนทองคำบริสุทธิ์

แต่การที่จะได้มาซึ่งความเชื่อชนิดนี้ไม่ใช่เรื่องง่าย ผู้คนต้องถลุงทองคำด้วยไฟจนกระทั่งทองคำนั้นบริสุทธิ์ฉันใด การที่จะได้มาซึ่งความเชื่อที่เป็นเหมือนทองคำบริสุทธิ์นั้นต้องผ่านขั้นตอนการถลุงด้วยเช่นกัน

เราต้องเอาชนะการทดลองและความทุกข์ลำบากมากมาย ต่อสู้กับความบาปจนถึงเลือดไหล และดำเนินชีวิตตามพระคำของพระเจ้าด้วยความอดทน สิ่งเหล่านี้คือขั้นตอนการถลุงซึ่งจะทำให้เรามีความเชื่อที่เป็นเหมือนทองคำบริสุทธิ์

ตาฝ่ายวิญญาณและความบริสุทธิ์ในจิตใจ

คริสตจักรเมืองเลาดีเซียรู้สึกมั่งคั่งในจิตใจและเปลือยเปล่าในฝ่ายวิญญาณ องค์พระผู้เป็นเจ้าตรัสกับเขาว่า "ให้ซื้อเสื้อผ้าสีขาวเพื่อนุ่งห่ม" (ข้อ 18) เสื้อผ้าสีขาวในที่นี้แสดงถึงการประพฤติที่บริสุทธิ์ของเหล่าธรรมิกชนและความประพฤติที่บริสุทธิ์เกิดจากจิตใจที่บริสุทธิ์

สาเหตุก็เพราะองค์พระผู้เป็นเจ้าเคยตรัสไว้ว่า "ด้วยว่าปากนั้นพูดจากสิ่งที่มาจากใจ" (มัทธิว 12:34) สิ่งที่อยู่ในจิตใจของเราจะปรากฏออกมาผ่านทางริมฝีปากและการประพฤติของเรา คนหน้าซื่อใจคดที่ไม่ได้ชำระจิตใจของตนให้บริสุทธิ์แต่กลับพยายามแสดงหรือเสแสร้งความบริสุทธิ์ออกมาภายนอก คนเหล่านี้ไม่สามารถซ่อนตนเองให้พ้นจากพระพักตร์พระเจ้าได้ ในไม่ช้าความชั่วร้ายที่อยู่ในจิตใจของเขาจะถูกเปิดเผยออกมา

ด้วยเหตุนี้ "การสวมเสื้อผ้าสีขาว" จึงหมายถึง "การกำจัดความมืดและความเท็จออกไปจากจิตใจและการฝึกฝนจิตใจให้กลายเป็นจิตใจแห่งความจริง" เมื่อเรากระทำเช่นนี้เท่านั้นเราจึงจะสามารถสวมใส่เสื้อผ้าแห่งความชอบธรรมเพื่อความเปลือยเปล่าอันน่าอับอายของเราจะไม่ถูกเปิดเผยออกมา

อย่างไรก็ตาม ปัจจุบันมีผู้คนจำนวนมากที่เปิดเผยถึงความเปลือยเปล่าอันน่าอับอายของตนโดยที่เขาไม่รู้ว่าตนกำลังเปลือยกายอยู่ มีผู้คนอีกจำนวนไม่น้อยที่ไร้ยางอายด้วยการทำในสิ่งที่เลวร้ายยิ่งกว่าสัตว์เดียรัจฉานเสียอีก

เราอาจมีจิตใจ "สีดำ" ที่เปรอะเปื้อนไปด้วยความบาปและเราไ

ม่รู้ว่าเรามีความมืดอยู่ภายในเรา เราได้สูญเสียพระฉายาของพระเจ้าไปและล้มเหลวในการทำหน้าที่ของความเป็นมนุษย์ เราต้องรู้ว่าสิ่งเหล่านี้คือความเปลือยเปล่าฝ่ายวิญญาณและเป็นสิ่งที่น่าอับอาย

บางคนประกาศถึงความเชื่อของตนในพระเจ้าแต่เขากลับไม่รู้ว่าในฝ่ายวิญญาณตนเองกำลังเปลือยกายอยู่ คนเช่นนี้เป็นคนตาบอดฝ่ายวิญญาณ องค์พระผู้เป็นเจ้าทรงแนะนำคนเหล่านี้ว่า "ซื้อยาทาตาของเจ้าเพื่อเจ้าจะได้แลเห็น" (ข้อ 18)

เมื่อเราดำเนินชีวิตตามพระคำของพระเจ้าด้วยความเชื่อ ในไม่ช้าเราจะได้ยินพระสุรเสียงของพระวิญญาณบริสุทธิ์ เราจะรู้ว่าความจริงคืออะไรและความบาปคืออะไร การมีความเข้าใจฝ่ายวิญญาณเช่นนี้คือการเปิดสายตาฝ่ายวิญญาณออก

เมื่อสายตาฝ่ายวิญญาณของเราเปิดออกเราก็สามารถเข้าใจพระคำของพระเจ้า มีความหวังในเรื่องแผ่นดินสวรรค์ ค้นพบ "ตัวตน" ของเราตามพระคำของพระเจ้า และเปลี่ยนตนเองไปสู่ความจริง

"การเปิดสายตาฝ่ายวิญญาณออก" ยังหมายถึงความสามารถในการมองเห็นโลกฝ่ายวิญญาณผ่านสายตายฝ่ายวิญญาณด้วยเช่นกัน แต่ความหมายที่สำคัญกว่าคือการเข้าใจน้ำพระทัยของพระเจ้าด้วยการฟังพระคำของพระองค์และการเปลี่ยนตนเองไปสู่ความจริงผ่านความเข้าใจที่เราได้รับ

ถ้าสายตาฝ่ายวิญญาณเราเปิดออก ถ้าเรารู้จักพระเจ้า และถ้าเรารู้ว่าน้ำพระทัยของพระเจ้าคืออะไร เราก็จะไม่เป็นมิตรกับโลก

แต่เราจะพยายามค้นหาความมืดของเราตามพระคำของพระเจ้าและเปลียนไปสู่ความจริง

คนเช่นนีคือผู้ทีดำเนินชีวิตอยู่ในความสว่าง เขาจะมีสามัคคีธรรมอย่างลึกซึ้งกับพระเจ้าและเขาจะเป็นผู้ทีพระเจ้าทรงรักมากยิงขึน

ความรักของพระเจ้าในการลงโทษ

คริสตจักรเมืองเลาดีเซียได้รับคำตักเตือนอย่างรุนแรงพร้อมกับคำแนะนำจากองค์พระผู้เป็นเจ้า จากนันองค์พระผู้เป็นเจ้าทรงเรียกร้องให้เขาหันกลับจากการมีความเชือทีไม่ถูกต้องโดยตรัสว่า “เรารักผู้ใดเราก็ตักเตือนและตีสอนผู้นัน เหตุฉะนันจงมีความกระตือรือร้นและกลับใจเสียใหม่” (ข้อ 19)

ข้อความนีแสดงให้เห็นถึงเหตุผลและเป้าหมายของการตีสอนขององค์พระผู้เป็นเจ้าอย่างชัดเจน พระองค์ทรงตีสอนเพราะพระองค์ทรงรักและเป้าหมายของการตีสอนก็เพือทำให้เขากลับใจผ่านการตีสอนนันและเพือเขาจะมีความกระตือรือร้น (ฮีบรู 12:6-8)

เมือลูกเดินออกนอกลู่นอกทาง ถ้าพ่อแม่รักลูกของตน เขาจะพยายามปรับปรุงแก้ไขลูกของตนแม้กระทังการใช้ไม้เรียว ถ้าลูกไม่ฟังคำแนะนำของพ่อแม่ พ่อแม่อาจลงโทษเขาเพือให้เขาหลาบจำ ถ้าพ่อแม่กลัวว่าลูกตนเองจะเจ็บและไม่ได้ลงโทษเขา พ่อแม่ก็ไม่ได้รักลูกของตนอย่างแท้จริง

มีบุคคลเช่นนีในพระคัมภีร์เช่นกัน เอลีเป็นปุโรหิตในยุคของผู้วินิจฉัยในอิสราเอล บุตรชายสองคนของท่านทำสิงทีชัวร้ายด้วยก

ารทำให้พระวิหารของพระเจ้าเป็นมลทิน ในฐานะปุโรหิตเพียงแค่บอกบุตรชายของตนว่าอย่าทำโดยไม่ได้ลงโทษเขา

ความชั่วร้ายของบุตรชายของท่านดำเนินต่อไป ในที่สุดพระพิโรธของพระเจ้าก็ลงมาเหนือเขา บุตรชายทั้งสองของท่านเสียชีวิตในการสู้รบและเอลีผู้เป็นปุโรหิตตกใจที่ได้ยินข่าวเรื่องบุตรชายของตนจนท่านตกลงมาจากที่นั่งของตนและคอหักเสียชีวิต

สาเหตุที่พระเจ้าทรงลงโทษบุตรของพระองค์ก็เพราะพระองค์ทรงรักเขา ถ้าไม่มีการตีสอนหรือการลงโทษหลังจากบุตรของพระองค์ทำบาป บุตรก็จะไม่สำนึกถึงความผิดของตน ในไม่ช้าเขาจะถลำลึกเข้าไปในความบาปที่รุนแรงมากขึ้น ในที่สุดเขาก็จะเข้าไปสู่หนทางแห่งความตายตามกฎของมิติฝ่ายวิญญาณที่กำหนดว่า "ค่าจ้างของความบาปคือความตาย" เราต้องสัมผัสถึงความรักของพระเจ้าพระบิดาในจิตใจของเรา ถ้าเราสามารถสัมผัสถึงความรักของพระเจ้าในการลงโทษของพระองค์เราก็จะกลับใจ หันหลังกลับ และเปลี่ยนแปลงใหม่

แต่ถ้าเรายังไม่สำนึกแม้หลังจากถูกลงโทษสองสามครั้ง พระเจ้าก็คงไม่มีเหตุผลใดที่จะลงโทษเราอีกต่อไป ด้วยเหตุนี้เราจึงไม่ถูกลงโทษแม้เราจะทำบาปอีก ถ้าผู้เชื่อมีความมั่งคั่งและไม่ถูกลงโทษแม้ในยามที่เขาทำบาปและไม่ได้ดำเนินชีวิตตามพระคำ สิ่งนั้นก็หมายความว่าพระเจ้าได้ทรงหันพระพักตร์ของพระองค์ไปจากเขา ไม่มีสถานการณ์ใดที่เลวร้ายไปกว่านี้อีกแล้ว

ถ้าเราเป็นบุตรที่รักของพระเจ้า เมื่อเราเดินผิดทาง พระเจ้าจะไม่ทรงอนุญาตให้เราเดินต่อไปเหมือนกับลูกไม่มีพ่อ

แต่พระองค์จะทรงลงโทษเรา การที่บุตรถูกลงโทษนั้นถือเป็นพระพร การลงโทษอาจดูน่ากลัวในชั่วขณะหนึ่ง แต่ถ้าเราคิดว่า “ถ้าไม่มีการลงโทษป่านนี้เราจะกลายเป็นคนแบบไหน” เราก็จะสัมผัสและเข้าใจถึงความรักของพระเจ้าพระบิดาผ่านการลงโทษ

ผมไม่ได้หมายความว่าเราจะถูกลงโทษทุกครั้งที่เราทำผิด ก่อนที่พระเจ้าจะลงโทษพระองค์จะทรงให้โอกาสเราครั้งแล้วครั้งเล่า พระเจ้าจะทรงทำให้เราสำนึกผ่านทางพระคำ ทรงเตือนสติเราหรือทรงตำหนิเราเพื่อเราจะกลับใจ

ถ้าเราสำนึกถึงความผิดของเราอย่างรวดเร็วสิ่งนี้จะเป็นผลดีสำหรับเรา ถ้าไม่เช่นนั้นเราก็จะถูกลงโทษ เมื่อเราถูกลงโทษเราควรรู้ว่านั่นเป็นความรักของพระเจ้าพระบิดา เราควรกลับใจอย่างแท้จริงและหันหลังกลับ จากนั้นเราต้องรื้อฟื้นความสัมพันธ์ของเรากับพระเจ้าขึ้นมาใหม่พร้อมกับเริ่มต้นสะสมรางวัลของเราไว้ในแผ่นดินสวรรค์อีกครั้งหนึ่ง

พระเจ้าทรงสัญญากับคริสตจักรเมืองเลาดีเซีย

นี่แนะ เรายืนเคาะอยู่ที่ประตู ถ้าผู้ใดได้ยินเสียงของเราและเปิดประตู เราจะเข้าไปหาผู้นั้นและจะรับประทานอาหารร่วมกับเขาและเขาจะรับประทานอาหารร่วมกับเรา ผู้ใดมีชัยชนะ เราจะให้ผู้นั้นนั่งกับเราบนพระที่นั่งของเราเหมือนกับที่เรามีชัยชนะแล้วและได้นั่งกับพระบิดาของเราบนพระที่นั่งของพระองค์ ใครมีหูก็ให้ฟังข้อความซึ่งพระวิญญาณได้ตรัสไว้แก่คริสตจักรทั้งหลายเถิด (วิวรณ์ 3:20-22)

ในบรรดาคริสตจักรทั้งเจ็ดแห่งคริสตจักรเมืองเลาดีเซียเป็นคริสตจักรเดียวที่ได้รับเพียงคำตำหนิจากองค์พระผู้เป็นเจ้า สิ่งเหล่านี้เป็นความรักของพระเจ้าด้วยเช่นกัน ดังนั้นองค์พระผู้เป็นเจ้าจึงทรงสัญญากับเขาเพื่อให้ความหวังกับเขา

คนเหล่านั้นกำลังอยู่ในภาวะถดถอยฝ่ายวิญญาณและมีความเชื่

อแบบอุ่น ๆ ดังนั้นองค์พระผู้เป็นเจ้าจึงทรงเรียกร้องให้เขาตื่นขึ้น เมื่อเขาได้ยินพระสุรเสียงของพระองค์ พระองค์ทรงสัญญากับเขาว่าถ้าเขามีชัยชนะเขาจะได้นั่งบนพระที่นั่งกับพระองค์

จงเปิดประตูใจและดำเนินชีวิตด้วยความจริง

มีภาพวาดโดยวิลเลียม โฮลแมน ฮันต์อยู่ภาพหนึ่งซึ่งแสดงให้เห็นตอนที่องค์พระผู้เป็นเจ้ากำลังเคาะอยู่ภายนอกประตู ประตูในภาพวาดนี้ไม่มีลูกบิดหรือกลอนสำหรับเปิดประตู

นั่นหมายความว่าเมื่อองค์พระผู้เป็นเจ้าทรงเคาะประตูนี้จะเปิดจากข้างในเท่านั้น ภาพวาดนี้เป็นสัญลักษณ์ของประตูใจของเรา

องค์พระผู้เป็นเจ้าตรัสกับสมาชิกคริสตจักรเมืองเลาดีเซียเช่นกันว่า “นี่แน่ะ เรายืนเคาะอยู่ที่ประตู ถ้าผู้ใดได้ยินเสียงของเราและเปิดประตูเราจะเข้าไปหาผู้นั้นและจะรับประทานอาหารร่วมกับเขาและเขาจะรับประทานอาหารร่วมกับเรา” (ข้อ 20)

ประการแรก “เรายืนเคาะอยู่ที่ประตู” หมายความว่าองค์พระผู้เป็นเจ้ากำลังเคาะอยู่ที่จิตใจของเราด้วยพระคำแห่งความจริง เมื่อเราได้ยินพระคำของพระเจ้าเราต้องรักษาพระคำนั้นไว้ในจิตใจของเรา เพื่อจะเก็บรักษาพระคำของพระเจ้าไว้ในใจเรา อันดับแรกเราต้องยอมให้พระคำแห่งความจริงทะลุผ่านประตูความคิดของเราก่อน จากนั้นพระคำจะเข้ามาในชีวิตของเราผ่านทางประตูใจ

เมื่อเราใส่พระคำไว้ในจิตใจของเราเช่นนี้แล้วในไม่ช้าเราก็จ

ะสามารถดำเนินชีวิตตามพระคำนั้นได้ นี่คือความหมายของการ "กินและดื่มร่วมกับองค์พระผู้เป็นเจ้า" ถึงแม้ว่าเราจะเปิดประตูความคิดและยอมรับเอาพระคำเข้าไป แต่ถ้าประตูใจของเราไม่เปิด พระคำของพระเจ้าก็จะกลายเป็นเพียงความรู้ในสมองของเรา

นี่คือความหมายของการมีความเชื่อที่เป็นเพียงความรู้ ความเชื่อชนิดนี้เป็นความเชื่อที่ตายแล้วโดยปราศจากการประพฤติ อีกไม่นานคนที่มีความเชื่อประเภทนี้จะมีความเชื่อแบบอุ่น ๆ แม้คนเหล่านี้จะพยายามจัดการกับชีวิตในความเชื่อในของตนมาเป็นเวลานานและได้ยินพระคำของพระเจ้ามากมาย แต่เพราะเขาไม่ได้ปลูกฝังพระคำไว้ในจิตใจของตน คนเหล่านี้จึงไม่มีความเชื่อฝ่ายวิญญาณซึ่งเป็นความเชื่อที่เชื่อจากส่วนลึกแห่งจิตใจของตน คนเหล่านี้จึงเป็นเพียง "ผู้เข้าโบสถ์" เท่านั้น

แม้องค์พระผู้เป็นเจ้าจะมีฤทธานุภาพแต่พระองค์ไม่เคยบีบบังคับผู้ใดให้เปิดประตูใจของตน ถ้าพระเจ้าทรงบีบบังคับมนุษย์ให้เปิดประตูใจของตนและช่วยเขาให้มีความเชื่อฝ่ายวิญญาณ คงไม่มีมนุษย์คนใดในโลกนี้ที่จะไม่ได้รับความรอด สิ่งนี้ไม่ใช่การฝึดร่อนมนุษย์โดยผ่านความยุติธรรม

พระเจ้าทรงมอบเสรีภาพในการตัดสินใจให้กับมนุษย์แต่ละคน พระองค์ทรงต้องการมีบุตรที่แท้จริงซึ่งจะต้องเชื่อในพระเจ้าและรักพระองค์จากส่วนลึกแห่งจิตใจด้วยเสรีภาพในการตัดสินใจของตนเอง ด้วยเหตุนี้ เราต้องเข้าใจว่าแม้องค์พระผู้เป็นเจ้าทรงเคาะอยู่ที่ประตูความคิดและจิตใจของเรา แต่เราคือผู้ที่จะเปิดประตูนั้น

ถ้าเรารักพระเจ้าอย่างแท้จริงเราก็จะเปิดประตูใจของเรา รับป ระทานอาหารร่วมกับองค์พระผู้เป็นเจ้า และดำเนินชีวิตตามพระค ำแห่งความจริงอย่างแน่นอน

พระพรของการได้นั่งกับองค์พระผู้เป็นเจ้า

ถ้าเราเปิดประตูใจของเรา ยอมรับเอาพระคำแห่งความจริง รว มทั้งกินและดื่มกับองค์พระผู้เป็นเจ้าด้วยการประพฤติตามพระคำ ของพระองค์ เราก็จะมีชัยชนะโลกนี้และมีชัยชนะเหนือผีมารซาต าน

องค์พระผู้เป็นเจ้าตรัสกับคนที่มีชัยชนะเช่นนี้ว่า “ผู้ใดมีชัยชนะ เราจะให้ผู้นั้นนั่งกับเราบนพระที่นั่งของเราเหมือนกับที่เรามีชัย ชนะแล้วและได้นั่งกับพระบิดาของเราบนพระที่นั่งของพระองค์” (ข้อ 21) องค์พระผู้เป็นเจ้าผู้ทรงมีชัยชนะเหนืออำนาจของความ ตายและประทับอยู่พระหัตถ์เบื้องขวาของพระเจ้าฉันใด ผู้คนที่มีชั ยชนะก็จะนั่งอยู่บนที่นั่งแห่งความรอดด้วยฉันนั้น

แม้องค์พระผู้เป็นเจ้าทรงกล่าวเฉพาะคำตำหนิกับคริสตจักรเมื องเลาดีเซียเนื่องจากความเชื่อแบบอุ่น ๆ ของเขา แต่พระองค์ตรัส ในตอนท้ายเช่นกันว่าประตูแห่งความรอดยังคงเปิดกว้างสำหรับค นเหล่านั้นถ้าเขากลับใจและหันหลังกลับ คนเหล่านั้นยังมีโอกาสต ราบใดที่ประตูแห่งความรอดยังไม่ปิดตาย เพราะเหตุนี้องค์พระผู้เ ป็นเจ้าจึงตรัสกับคนเหล่านั้นด้วยพระทัยที่ร้อนรุ่ม

เราต้องมีชัยชนะและมีชัยชนะอย่างต่อเนื่องไปจนถึงที่สุด เรา

ต้องเดินในทางแคบทีพระเยซูได้ทรงดำเนินด้วยความชืนชมยินดี ด้วยการขอบพระคุณ และด้วยความรักโดยไม่แปรเปลียนจนถึงวินาทีสุดท้าย เมือนันเราก็จะสามารถยืนอยู่กับองค์พระผู้เป็นเจ้าและชืนชมกับสง่าราศีกับพระองค์ในวันสุดท้าย

แต่มีบางคนที่ดูเหมือนจะมีชัยชนะในบางจุด แต่จากนันเขาก็ละทิงกลางคัน คนเหล่านีจะไม่สามารถมีส่วนร่วมในพระพรและสง่าราศี

ขอให้เราตรวจสอบความเชือของเราด้วยพระคำขององค์พระผู้เป็นเจ้าทีเขียนไปถึงคริสตจักรเมืองเลาดีเซีย ถ้าเรามีความเชือแบบอุ่น ๆ ขอให้เรากลับใจและหันหลังกลับทันที ขอให้เรายืนอยู่ในกลุ่มของคนทีจะมีชัยชนะจนถึงวินาทีสุดท้าย หรือถ้าจะให้ดีกว่านัน ขอให้เราเข้าใกล้ชิดพระทีนังขององค์พระผู้เป็นเจ้ามากขึ้นด้วยการช่วงชิงเอาทีอยู่อาศัยทีดีกว่าในแผ่นดินสวรรค์

บทสรุป

ความรักของพระเจ้าที่ปรากฏอยู่ในข่าวสารซึ่งเขียนไปถึงคริสตจักรทั้งเจ็ดแห่ง

และดูเถิด เราจะมาในเร็ว ๆ นี้ ผู้ใดที่ถือรักษาคำพยากรณ์ในหนังสือนี้ก็เป็นสุข (วิวรณ์ 22:7)

สัมผัสของมนุษย์เป็นสิ่งที่ไม่สมบูรณ์แบบ นักบินที่ขับเครื่องบินไอพ่นอาจประสบกับสิ่งที่เรียกว่า "อาการงุนงงในห้วงอวกาศ" ซึ่งก่อให้เกิดอุบัติเหตุในรูปแบบต่าง ๆ

ในขณะที่กำลังบินอยู่เหนือทะเล ถ้านักบินหมุนตัวมากเกินไปเขาอาจไม่สามารถกำหนดด้วยสายตาของตนว่าส่วนใดเป็นทะเลและส่วนใดเป็นท้องฟ้า หรือถ้าเขาบินเหินตรงขึ้นไปด้วยความเร็วสูงและลดความเร็วลงมาทันที เครื่องบินไอพ่นก็จะยังคงเหินตรงขึ้นไป แต่สำหรับนักบินเขาจะรู้สึกว่าตนกำลังหล่นลงมาที่พื้น เพื่อไม่ให้เกิดอาการงุนงงในห้วงอวกาศนักบินต้องอาศัยเครื่องวัดความเร็วและเครื่

องวัดระดับความสูง นักบินต้องกำหนดความเร็วและทิศทางด้วยเครื่องวัดเหล่านี้ไม่ใช่ด้วยความรู้สึกของตนเอง

ความเชื่อของเราก็เช่นเดียวกัน ความคิดของมนุษย์ซึ่งเป็นสิ่งทรงสร้างและความคิดของพระเจ้าซึ่งเป็นพระผู้สร้างนั้นแตกต่างกันมาก ด้วยเหตุนี้ ถ้าเราดำเนินชีวิตของเราในพระคริสต์ตามที่เราต้องการ เราก็อาจเกิดอาการงุนงง นี่คือสิ่งที่เกิดขึ้นกับคริสตจักรส่วนใหญ่ในบรรดาคริสตจักรทั้งเจ็ดที่บันทึกไว้ในหนังสือวิวรณ์

คริสตจักรแต่ละแห่งมีความร้อนรนของตนเองและคนเหล่านั้นคิดว่าตนกำลังทำงานของพระเจ้า แต่บางคริสตจักรได้รับคำตำหนิและบางคริสตจักรได้รับคำแนะนำจากองค์พระผู้เป็นเจ้า

ในปัจจุบันก็เช่นเดียวกัน คริสตจักรหลายแห่งกล่าวว่าตนนมัสการองค์พระผู้เป็นเจ้า อธิษฐานต่อพระเจ้า และรักพระองค์ แต่ในสายพระเนตรของพระเจ้ามีคริสตจักรอยู่กี่แห่งที่เป็นที่พอพระทัยพระเจ้าอย่างแท้จริง ข่าวสารที่องค์พระผู้เป็นเจ้าเขียนไปถึงคริสตจักรทั้งเจ็ดเป็นมาตรฐานที่ถูกต้องที่เราควรใช้เพื่อตรวจสอบความเชื่อของเรา

ข่าวสารนี้บอกเราอย่างชัดเจนว่าคริสตจักรแบบใดได้รับการยกย่องชมเชยและคริสตจักรแบบใดได้รับคำตำหนิจากองค์พระผู้เป็นเจ้า ดังนั้นเราควรรู้ว่าคริสตจักรชนิดใดที่เรากำลังเข้าร่วมอยู่ในขณะนี้

ยิ่งกว่านั้น เราต้องตรวจสอบเช่นกันว่าเราควรได้รับคำตำหนิแบบเดียวกันที่องค์พระผู้เป็นเจ้าทรงมอบให้กับคริสตจักรบางแห่งด้วย

หรือไม่ ถ้าเราเห็นบางสิ่งบางอย่างเราไม่ควรลังเลที่จะกลับใจและหันกลับมาดำเนินชีวิตตามพระคำของพระเจ้า

เหนือสิ่งอื่นใด เราต้องตระหนักถึงข้อเท็จจริงที่ว่าข่าวสารสำหรับคริสตจักรทั้งเจ็ดแห่งเหล่านี้ถูกบันทึกไว้ในหนังสือวิวรณ์ องค์พระผู้เป็นเจ้าทรงต้องการปลุกคริสตจักรต่าง ๆ ให้ตื่นขึ้นจากการหลับใหลฝ่ายวิญญาณในวาระสุดท้าย นี่เป็นความรักของพระเจ้าที่ทรงอนุญาตให้คริสตจักรเหล่านั้นเตรียมพร้อมสำหรับการเสด็จมาครั้งที่สองขององค์พระผู้เป็นเจ้า

ถึงแม้องค์พระผู้เป็นเจ้าได้ทรงสำแดงให้เราเห็นถึงวิธีการที่จะได้รับคำยกย่องชมเชยจากพระองค์อย่างชัดเจนผ่านข่าวสารที่เขียนไปถึงคริสตจักรทั้งเจ็ดแล้วก็ตาม แต่ถ้าเราไม่เชื่อฟัง สิ่งเหล่านี้ก็ไม่เป็นประโยชน์อะไรสำหรับเรา

วันเวลาแห่งการเสด็จกลับมาขององค์พระผู้เป็นเจ้า (ผู้ทรงเป็นขึ้นมาจากความตายและทรงเสด็จขึ้นสู่สวรรค์) ไม่ได้อยู่ห่างไกลออกไป ในวันสุดท้ายจะมีการพิพากษาสำหรับคริสตจักรและศิษยาภิบาลที่เป็นตัวแทนของคริสตจักรอย่างแน่นอน ผมอธิษฐานในพระนามขององค์พระผู้เป็นเจ้าเพื่อผู้อ่านทุกท่านจะเข้าใจความจริงข้อนี้และเปลี่ยนเป็นคริสตจักรและศิษยาภิบาลที่องค์พระผู้เป็นทรงสามารถยกย่องชมเชย…อาเมน

เกี่ยวกับผู้เขียน : ดร. แจร็อก ลี

ดร. แจร็อก ลีเกิดที่เมืองมวน จังหวัดโจนนัม สาธารณะรัฐเกาหลี ในปี 1943 เมื่อท่านมีอายุ 20 ปี ดร. ลี ทนทุกข์ทรมานกับโรคภัยไข้เจ็บที่รักษาไม่ได้หลายชนิดเป็นเวลาถึงเจ็ดปีและนอนรอความตายโดยไม่มีความหวังของการหายโรค แต่อยู่มาวันหนึ่งในช่วงฤดูใบไม้ผลิของปี 1974 พี่สาวของท่านพาท่านมาที่คริสตจักรและเมื่อท่านคุกเข่าลงอธิษฐานพระเจ้าผู้ทรงพระชนม์อยู่ทรงรักษาท่านให้หายจากโรคภัยไข้เจ็บทั้งสิ้นของท่านในทันที

นับตั้งแต่ดร.ลีพบกับพระเจ้าผู้ทรงพระชนม์อยู่ผ่านทางประสบการณ์ที่อัศจรรย์นั้นเป็นต้นมาท่านรักพระเจ้าอย่างจริงใจและด้วยสุดหัวใจของท่าน ในปี 1978 ท่านได้รับการทรงเรียกให้เป็นผู้รับใช้พระเจ้า ท่านอธิษฐานอย่างร้อนรนเพื่อจะเข้าใจน้ำพระทัยของพระเจ้าอย่างชัดเจนและทำให้น้ำพระทัยนั้นสำเร็จอย่างสมบูรณ์พร้อมทั้งเชื่อฟังพระวจนะทั้งสิ้นของพระเจ้า ในปี 1982 ท่านได้ก่อตั้งคริสตจักรมันมินขึ้นในกรุงโซล ประเทศเกาหลีใต้ พระราชกิจอันมากมายของพระเจ้าซึ่งรวมถึงการรักษาโรคอย่างอัศจรรย์และหมายสำคัญต่าง ๆ เกิดขึ้นในคริสตจักรของท่านอย่างต่อเนื่อง

ในปี 1986 ดร.ลีได้รับการสถาปนาให้เป็นศิษยาภิบาล ณ ที่ประชุมสมัชชาประจำปีของคริสตจักรของพระเยซู "ซุงกุล" แห่งประเทศเกาหลีใต้และในปี 1990 (4 ปีต่อมา) คำเทศนาของท่านถูกนำไปเผยแพร่ในประเทศออสเตรเลีย สหรัฐอเมริกา รัสเซีย ฟิลิปปินส์ และอีกหลายประเทศผ่านพันธกิจของผู้ประกาศข่าวประเสริฐ (เอฟ.อี.บี.ซี.) สถานีวิทยุกระจายเสียงแห่งเอเชีย (เอ.บี.เอส.) และสถานีวิทยุคริสเตียนแห่งกรุงวอชิงตัน (ดับเบิ้ลยู.ซี.อาร์.เอส.)

สามปีต่อมา (ในปี 1993) คริสตจักรมันมินเซ็นทรัลเชิร์ชได้รับเลือกให้เป็นหนึ่งใน "50 คริสตจักรชั้นนำระดับโลก" โดยนิตยสาร "โลกคริสตชน" ของสหรัฐอเมริกาและท่านได้รับมอบปริญญาดุษฎีบัณฑิตกิตติมศักดิ์สาขาพันธกิจศาสตร์จากสถาบันพระคริสตธรรมที่มีชื่อเสียงสองแห่งในสหรัฐอเมริกา นั่นคือ วิทยาลัยคริสเตียนเฟธแห่งรัฐฟลอริด้าและสถาบันพระคริสตธรรมคิงส์เวย์ แห่งรัฐไอโอวา

นับตั้งแต่ปี 1993 เป็นต้นมา ดร.ลีเป็นผู้นำในการทำพันธกิจทั่วโลกโดยผ่านการรณรงค์เพื่อการประกาศที่จัดขึ้นในประเทศต่าง ๆ เช่น ประเทศแทนซาเนีย อาร์เจนตินา อูกานดา ญี่ปุ่น ปากีสถาน เคนย่า ฟิลิปปินส์ ฮอนดูรัส อินเดีย

รัสเซีย เยอรมันนี เปรู สาธารณะรัฐประชาธิปไตยคองโก และนครนิวยอร์ก สหรัฐอเมริกา ในปี 2002 หนังสือพิมพ์คริสเตียนฉบับหนึ่งในประเทศเกาหลีใต้ขนานนามท่านว่าเป็น "ศิษยาภิบาลของคนทั่วโลก" จากการทำพันธกิจด้านการประกาศพระกิตติคุณในต่างประเทศของท่าน

ในเดือนมีนาคม 2010 คริสตจักรมันมินจูน-อังมีสมาชิกมากกว่า 1 แสนคนและมีคริสตจักรสาขาทั้งในและต่างประเทศอีก 9,000 แห่งทั่วโลก ปัจจุบันคริสตจักรนี้ส่งมิชชันนารีมากกว่า 131 คนไปยัง 34 ประเทศทั่วโลกซึ่งรวมถึงสหรัฐอเมริกา รัสเซีย เยอรมันนี แคนนาดา ญี่ปุ่น จีน ฝรั่งเศส อินเดีย เคนย่า และอีกหลายประเทศ

ในปัจจุบัน ดร.ลีเขียนหนังสือ 59 เล่มซึ่งรวมถึงหนังสือที่มียอดขายสูงสุดเรื่อง "ลิ้มรสชีวิตนิรันดร์ก่อนความตาย" "ชีวิตและศรัทธาของข้าพเจ้า" "สาส์นจากกางเขน" "ขนาดแห่งความเชื่อ" "สวรรค์ภาค 1 และ 2" "นรก" และ "ฤทธานุภาพของพระเจ้า" และอีกหลายเล่ม งานเขียนของท่านถูกแปลเป็นภาษาต่าง ๆ มากกว่า 44 ภาษา

บทความของท่านยังปรากฏอยู่ในหนังสือพิมพ์และนิตยสารฉบับต่าง ๆ เช่น "เดอะ ฮานกุก อิลโบ" "เดอะ จูง-อัง อิลโบ" "เดอะ มุนวา อิลโบ" "เดอะ โซล ชินมุล" "เดอะ ฮานเกียไร ชินมุน" "เดอะ ฮานกุก เกียงเจ ชินมุน" "เดอะ โกเรีย เฮราลด์" "เดอะ ชิซา นิวส์" "หนังสือพิมพ์คริสเตียน" และ "หนังสือเพื่อการประกาศประชาชาติ"

ปัจจุบัน ดร.ลีเป็นผู้ก่อตั้ง ผู้นำ ผู้อำนวยการ และประธานของสมาคมและองค์กรมิชชันนารีจำนวนมากซึ่งรวมถึงการดำรงตำแหน่งประธานของสหคริสตจักรแห่งความบริสุทธิ์เกาหลี (UHCK); ผู้อำนวยการ The Nation Evangelization Paper; ผู้อำนวยการองค์การพันธกิจมิชชันมันมิน (MWM); ผู้ก่อตั้งสถานีโทรทัศน์มันมิน (Manmin TV); ผู้ก่อตั้งและประธานเครือข่ายสื่อมวลชนคริสเตียนทั่วโลก (GCN); ผู้ก่อตั้งและประธานเครือข่ายหมอคริสเตียนทั่วโลก (WCDN); และผู้ก่อตั้งและประธานสถาบันศาสนศาสตร์นานาชาติมันมิน (MIS)

www.ingramcontent.com/pod-product-compliance
Lightning Source LLC
LaVergne TN
LVHW021800060526
838201LV00058B/3175
* 9 7 9 1 1 2 6 3 1 3 6 1 7 *